സ്വപ്ന സഞ്ചാരിണി

ഷെറീന കെ ആർ

Made with ♥ on the Notion Press Platform
www.notionpress.com

എനിക്ക് മുന്നിൽ വരികളായ എങ്ങുനിന്നോ വന്ന, നന്മയുടെ വെളിച്ചം
എന്ന നമ്മർത്ഥമായ ഒരാൾക്ക് ഞാൻ എന്റെ പുസ്തകം
സമർപ്പിക്കുന്നു.

ഉള്ളടക്കം

ആമുഖം

പാരമ്പര്യത്തിന്റെ സമ്പന്നതിയിൽ ജീവിക്കുന്ന ഒരു സാധാരണ പെൺകുട്ടിയുടെ ജീവിത വ്യവഹാരങ്ങളും ചിന്തകളും സ്വപ്നങ്ങളും അനുഭവങ്ങളും വരച്ചു കാണിക്കാനുള്ള എളിയ ശ്രമമാണ് ഞാൻ ഈ നോവൽ രചയിലൂടെ നടത്താൻ ശ്രമിക്കുന്നത്.

മിഡിൽ ക്ലാസ്സ് ഫാമിലിയിലെ സാധാരണ ജീവിതം നയിക്കുന്ന സ്ത്രീകളാണ് ഇതിലെ കഥാപാത്രങ്ങളായി വരുന്നത് , ഇതിലെ ഓരോ കഥാ പാത്രങ്ങളും ഞാൻ കണ്ടതും എനിക്ക് മുന്നിലൂടെയും എന്നിലൂടെയും ജീവിച്ച് കടന്നു പോകുന്നവരും അനുഭവങ്ങളുടെ നീണ്ട രാവുകളിൽ കഥകൾ പറഞ്ഞിരുന്നവരുമാണ് .

ഒരുവളുടെ സ്വപ്നങ്ങളെ, പ്രതീക്ഷകളെ ഏറെക്കുറെ അതിന്റെ വൈകാരികതയോടെതന്നെ അവതരിപ്പിക്കാൻ ശ്രമിക്കുമ്പോൾ സ്വപ്നങ്ങളും ജീവിത യാഥാർഥ്യങ്ങളും തമ്മിലുള്ള വേർതിരിവിന്റെ അകലം ഇല്ലാതാകുന്നു.

കഥയും കഥാ പാത്രങ്ങളും സാങ്കൽ പ്പികം മാത്രമാകുമ്പോൾ ജീവിത മുഹൂർത്തങ്ങളുടെ കെട്ടുപാടുകളും കണ്ണീരും പുഞ്ചിരിയും നിശ്വാസവും ഏകാന്തതയും ഈ അവസ്ഥയിലൂടെ കടന്നു പോയിട്ടുള്ള ഓരോ സ്ത്രീകൾക്കും അവരുടെ ദൈനം ദിന ജീവിതത്തോട് അനുഭവങ്ങളോട് കടപെടാൻ കഴിയുന്നു വെങ്കിൽ , ആ അനുഭവ പരിസരങ്ങളുടെ നേര് തേടലിന്റെ യാത്രയിൽ എന്റെ രചന വിജയിച്ചു എന്ന് കരുതാം.

നിങ്ങളോട് ഞാൻ എന്റേതായ ഭാഷയിൽ സംസാരിക്കാൻ ശ്രമിക്കുമ്പോൾ വലിയ സാഹിത്യത്തിന്റെ പിന്ബലത്തിലല്ല , അനുഭവങ്ങളുടെ ജീവിത കാഴ്ചകൾ തരുന്ന യാഥാർഥ്യങ്ങളുടെ നൈർമല്ല്യത്തിന്റെ ഭാഷയാണ് നിങ്ങളുടെ വായനയെ സുഖമുള്ളതാക്കുക എന്ന ഉറപ്പിൽ ഈ നോവൽ നിങ്ങളുടെ വായനയുടെ പുത്തൻ അനുഭവങ്ങൾക്ക് വേണ്ടി വിട്ടു തരുന്നു.

മുഖവുര

Shereena K.R

തൃശ്ശൂർ ജില്ലയിലെ കൊടുങ്ങല്ലൂർ ആണ് സ്വദേശം. J&j കിന്ഡർ ഗാർഡൻ kg പൂർത്തിയാക്കി. വിദ്യ ജ്യോതി ഇംഗ്ലീഷ് മീഡിയം ഹൈ സ്കൂളിൽ എസ് എസ് എൽ സി. ഇപ്പോൾ പാലക്കാട് ജില്ലയിലെ പട്ടാമ്പിയിൽ ജീവിക്കുന്നു. 2022 പുറത്തിറങ്ങിയ കളരിയുടെ നാലാമത്തെ പുസ്തകമായ മ "എന്ന അമ്മ പുസ്തകം. 36 അമ്മമാരുടെ കവിതകൾ അടങ്ങിയ ഈ പുസ്തകത്തിൽ (അടയാളങ്ങൾ മായ്ക്കപ്പെടുമ്പോൾ) എന്ന എന്റെ കവിത കൂടി ഉൾപ്പെടുത്തി ഞാൻ എഴുത്തിന്റെ ലോകത്തേക്ക് കടന്നുവന്നു.

ഭർത്താവ് : ജിഷാദ് സി. എ. (ഫോട്ടോ ഗ്രാഫർ, മാധ്യമ പ്രവർത്തകൻ)

മക്കൾ : അസ്രാ ജിഷാദ്.

അസ്മി ജിഷാദ്.

അസ്വ ജിഷാദ്.

കടപ്പാട്

എഴുതിയും തിരുത്തിയും വീണ്ടും എഴുതിയും തീരാത്ത ജീവിതം പോലെ എഴുതിയെഴുതി തെളിയിക്കാൻ ഞാൻ ശ്രമിച്ച ഒരു നോവൽ... ഈ നോവൽ എന്നെങ്കിലുമൊക്കെ പ്രസിദ്ധീകരിക്കണമെന്ന ആഗ്രഹം പ്രകടിപ്പിച്ചപ്പോൾ അതിന് എനിക്ക് പൂർണ്ണ പിന്തുണ നൽകി എത്രയും പെട്ടെന്ന് അതിലേക്ക് എത്തിപ്പെടാൻ സഹായിച്ച പ്രിയ സുഹൃത്ത് ഷബ്ന, സുഹൃത്തും എഴുത്തുകാരനുമായ അൻവർഷാ യുവധാര, അമീർക്ക, പസ്തകം എഴുതുക എന്നതിലുപരി എഴുത്തുകാരിയിൽ നിന്നു മറ്റൊരു പ്രതിഫലവും പ്രതീക്ഷിക്കാതെ ഇങ്ങനെയൊരു പുസ്തകം പ്രസിദ്ധീകരിക്കാൻ എന്നെ സഹായിച്ച എഴുത്തുകാരനും തിരക്കഥാകൃത്തുമായ സജീവ് കോയിക്കൽ, ജീവിതത്തിലും എഴുത്തിലും കരുത്തും തണലുമായി കൈ ചേർത്ത് നടക്കുന്ന എന്റെ ഭർത്താവ് ജിഷാദ്, എന്റെ ബന്ധുക്കൾ, മറ്റു പ്രിയ സുഹൃത്തുക്കൾക്കും, എഴുതാൻ വാക്കുകളായി എന്നിലേകെതിയ ഒരാൾ, അതിനേക്കാൾ ഉപരി എന്റെ ഉള്ളിൽ രൂപം കൊണ്ട നോവലിന് ആത്മാവായി എന്നിൽ മാത്രം ജീവിച്ചിരിക്കുന്ന ഓരോ കഥാ പാത്രങ്ങൾക്കും.... കടപ്പാട് ഒറ്റവാക്കിൽ പറഞ്ഞവസാനിപ്പിക്കാൻ കഴിയുന്നതല്ല.. എങ്കിലും ഹൃദയത്തിൽ നിന്നും.... സ്നേഹം മാത്രം...

1

സ്വപ്ന സഞ്ചാരിണി

സ്വപ്ന സഞ്ചാരിണി

നീലരാവിന്റെ ശിശിരയാമത്തിൽ പ്രപഞ്ചാത്മാവിന്റെ ശ്വാസോച്ഛ്വാസത്തിൽ നിന്നും പുറപ്പെടുന്ന നേർത്ത കുളിർക്കാറ്റ്....

തളിർ നോമ്പുകളിലും മലരിതളുകളിലും ആയി തൊട്ടും,തലോടിയും പ്രപഞ്ചത്തെ പുളകിതയാക്കുന്ന വേളയിൽ,വെള്ളികൊലിസിട്ട കന്നി പെണ്ണ് എന്നപോലെ ഒഴുകിതിമിർകുന്ന പുഴയുടെ കരയിൽ നിൽക്കുന്ന എന്നെ നോക്കി പുഞ്ചിരിക്കുന്നു അതാ ആ വിൺ ചന്ദ്രനിലൂടെ ഒരു പുരുഷരൂപം.

"ആരാണത്?"

മുഖം വ്യക്തമല്ല പരിചിതമല്ലാത്ത മിഴികൾ ചന്ദ്രനിലൂടെ തെളിഞ്ഞു കാണുന്നു.

എന്റെ വലതു കൈ ഞാനറിയാതെ ആമുഖത്തിന്റെ നേരെ ഉയർന്നു വിരലുകൾ നീട്ടി....

" ആരാണു നീ "... (എന്ന മട്ടിൽ)

എന്നാൽ! ഇത് വെറും ഒരു കുഞ്ഞു സ്വപ്നമാണ് പെണ്ണേ......

പാതി മയക്കത്തിൽ ആയിരുന്ന എന്റെ ഉൾ മനസ്സ് എന്നോട് മന്ത്രിച്ചു.

പെട്ടെന്ന് ഞാൻ എന്റെ കണ്ണുകൾ തുറന്നു.ശരിയാണ് ഇത് വെറും ഒരു സ്വപ്നം തന്നെ.പിന്നെയും ഞാൻ എന്റെ കണ്ണുകൾ അടച്ചുകൊണ്ട് കിടന്നു. ഉറക്കത്തിന്റെ ചെറുവിരലുകൾ എന്റെ നെറുകയിലൂടെ തലോടുമ്പോൾ ഇളം കാറ്റ് വന്നെന്നിൽ തണുത്ത പുതപ്പ് പുതയ്ക്കും പോലെ....

പെട്ടെന്നാണ് ആരോ വാതിൽക്കൽ മുട്ടുന്നത്. ഞാൻ ഞെട്ടി ഉണർന്നു

" ... ...വാതിൽ തുറക്ക്.."

(അതെ ന്റെ അനുജത്തി അമ്മു ആണ് ശബ്ദം കേട്ടപ്പോഴാണ് ആളെ എനിക്ക് മനസ്സിലായത്)

അമ്മു :" ഹോ ഇത്ര പെട്ടെന്ന് നീ ഉറങ്ങിയോ?..." ഇന്നെന്താ ഇത്ര നേരത്തെ? "

ഞാൻ:" നീയെന്താ ഇവിടെ ഞാൻ ഒന്നുറങ്ങിവരാര്ന്നു "

അമ്മു :" അതിനു നാളെ സ്കൂൾ ഒന്നുമില്ലല്ലോ പിന്നെന്താ "?.

ഞാൻ:" നിനക്ക് ഇപ്പൊ എന്താ വേണ്ടേ?

അമ്മു :" ഒന്നും വേണ്ടേ... ഉമ്മ പറഞ്ഞു നിന്നെ ഒറ്റയ്ക്ക് കിടത്തണ്ട ഞാൻ കൂടി ഇവിടെ വന്ന് കൂട്ടുകെടാൻ...

ഞാൻ: ഇതേ ഉമ്മ തന്നെയല്ലേ കുറച്ചുനേരത്തെ വലിയ പെൺകുട്ടികൾ ആയ ഉമ്മാടെ വാപ്പാടെയും കൂടെയല്ല കിടക്കേണ്ടത് എന്ന് പറഞ്ഞത്?

അമ്മു : അതിനല്ലേ ഞാൻ, നീ കാരണം ഇപ്പോൾ ഉമ്മാടെ അടുത്ത കിടക്കാൻ പറ്റാണ്ടായി വാ വന്നു കിടക്ക് (ഞങ്ങൾ കഥകടച്ചു കിടന്നു)

അല്പം കഴിഞ്ഞ് അമ്മു :" അല്ലടാ സത്യത്തിൽ നിനക്കെന്താ പ്രോബ്ലം? സാധാരണ വെക്കേഷൻ ടൈമിൽ ഇത്ര നേരത്തെ ഒന്നും നമ്മൾ കിടക്കാറില്ലല്ലോ അങ്ങനെ പ്രത്യേകിച്ച് ഒരു ടൈംടേബിൾ ഇല്ല.ഇന്ന് എന്താ നിനക്ക് ഇത്ര സ്പെഷ്യൽ ഇവിടെ,ഒന്നും മനസ്സിലാകുന്നില്ല "

ഞാൻ:" ഹോ അതൊന്നും പറഞ്ഞ അറിയാറായിട്ടില്ല നീ ഇപ്പോൾ മിണ്ടാതെ കിടക്ക്,അല്ലെങ്കിൽ ചവിട്ടി നിലത്തേക്ക് ഇടും. എനിക്ക് അല്ലെങ്കിൽ തന്നെ തീരെ വയ്യ മിണ്ടാതെ ഒരു മൂലക്ക് കിടന്നോ പെണ്ണ്ണേ "

(അല്പസമയം കഴിഞ്ഞ് ഞാൻ തിരിഞ്ഞു നോക്കുമ്പോൾ പാവം അവൾ ഉറങ്ങി)

എനിക്ക് ഉറക്കം വരുന്നില്ല സത്യത്തിൽ എന്താണ് ഇപ്പോൾ ഉണ്ടായത് എനിക്ക് വിശ്വസിക്കാൻ കഴിയുന്നില്ല ഞാൻ വലിയ കുട്ടി ആയത്രേ,സ്കൂളിൽ പഠിച്ചിട്ടുണ്ടെങ്കിലും ഒരു അനുഭവം വന്നപ്പോളല്ലേ കാര്യം മനസ്സിലായത് വെറുതെയല്ല കൂടെയുള്ളവരൊക്കെ എന്നെ ഭാഗ്യവതി എന്ന് വിളിച്ചത്. ഇത് ഇത്രക്ക് ട്രബിൾ ആണെന്ന് ഞാൻ ഉണ്ടോ അറിഞ്ഞത്, എട്ടാം ക്ലാസിൽ ജനറ്റിക്സ് ഒക്കെ പഠിച്ചപ്പോൾ നല്ല ത്രില്ലിംഗ് ആയിരുന്നു.എന്റെ റബ്ബേ പാവം ഞങ്ങൾ പെൺകുട്ടികൾ. എന്തായിരുന്നു നാട്ടുകാർക്കും, കുടുംബക്കാർക്കും "വലിയ കുട്ടിയായില്ലേ,.. വലിയ കുട്ടിയായില്ലേ" ഉമ്മാടെ ടെൻഷനും കൂടെ കണ്ടപ്പോൾ ഞാനും അങ്ങ് പേടിച്ചു ഇതിപ്പോ എല്ലാവർക്കും സമാധാനമായല്ലോ,അങ്ങനെ ഇന്നു ഞാൻ എന്റെ സ്ത്രീത്വം തെളിയിച്ചു.കുറച്ചു വേദനിച്ചാലും സാരമില്ല ഉമ്മാടെ, വല്യമ്മാടെ ഒക്കെ ടെൻഷൻ അങ്ങ് മാറിയില്ലേ ഇല്ലെങ്കിൽ ഡോക്ടറെയൊക്കെ കണ്ടു....അയ്യേ മോശം (ഞാൻ ഇങ്ങനെ ഓരോന്ന് ചിന്തിച്ച് ചിന്തിച്ച് ഉറങ്ങിപ്പോയി)

സാധാരണ പോലെ പ്രഭാതത്തിന്റെ പൊൻകിരണങ്ങൾ എന്നെ തൊട്ടുണർതം മുൻപേ ഞാൻ ഉണർന്നു ഞാൻ ആദ്യം തന്നെ കണ്ണാടിക്ക് മുൻപിൽ ചെന്ന് നിന്നു ബാല്യത്തിൽ നിന്നും കൗമാരത്തിലേക്ക് എത്തിയിട്ട് നാളെ ഏറെയായി പക്ഷേ എന്താന്നറിയില്ല ഒരു മാറ്റം എനിക്ക്.ഞാൻ അറിയുന്നു ശാരീരികമായും, മാനസികമായും എന്തൊക്കെയോ മാറ്റം ഞാൻ അറിയുന്നു, അനുഭവിക്കുന്നു,ശാരീരിക വേദനകൾ, അസ്വസ്ഥതകൾ മുൻപൊരിക്കലും അനുഭവിച്ചിട്ടില്ലാത്ത പിരിമുറുക്കം, സ്വഭാവത്തിന്റെ കാര്യത്തിലും എന്തൊക്കെയോ മാറ്റങ്ങൾ വന്നപോലെ എന്നിലായി പുതുതായി എന്തോ, ഏതോ ഒരു വ്യക്തിത്വം രൂപപ്പെടുന്ന പോലെ (പ്രഭാത ചര്യകൾക്ക് ശേഷം ഞാൻ അടുക്കളയിലോട്ട് കയറി)

ഞാൻ: മദർ... ഇന്നെന്താണ് സ്പെഷ്യൽ?

ഉമ്മ:" ആദ്യം ഒരു സ്പൂൺ എള്ളെണ്ണ ശേഷം പാലും പഴവും മുട്ടയും "

ഞാൻ:അയ്യേ.......

ഉമ്മ:" എന്തയ്യേ! ഇനി ഇതാണ് ഒരാഴ്ചക്ക്, ച്ചിണു ങ്ങാതെ കഴിച്ചോ? ഇതൊക്കെ ഇപ്പോൾ തിന്നില്ലെങ്കിൽ പിന്നെ ജന്മത്ത് വയറുവേദനയും പോവില്ല. പോരാത്തതിന് പല കാരണങ്ങളുമുണ്ട്. ഇനി ശാരീരിക വളർച്ചയ്ക്കും സൗന്ദര്യത്തിനും ഒക്കെ അത്യാവശ്യം തന്നെയാണ് (ഉമ്മ ഒരു കള്ളച്ചിരി ചിരിച്ചു)

ഞാൻ: അത്രയ്ക്ക് നിർബന്ധമാണെങ്കിൽ ആ പാലിൽ അല്പം ബ്രൂ കൂടി ഇട്ട് കുടിച്ചേക്കാം.. പിന്നെ പഴം,മുട്ട അധ് നിങ്ങൾ തിന്നോ. കാണുമ്പോൾ തന്നെ ഛർദ്ദിക്കാൻ വരുന്നു(ഞാനൊന്നു ഓ ക്കാ നിച്ചു കാട്ടി) ബ്യ്യാ...

വളരെ ബുദ്ധിമുട്ടിയാണ് ഞാൻ ആ ഭക്ഷണം കഴിച്ചത് സമയമേറെ എടുത്തു. അല്പസമയം കഴിഞ്ഞപ്പോൾ മെല്ലെ ഗോവണി കയറി മുകളിലേക്ക് നടന്നു. അവിടെ അടച്ചിട്ട ഒരു മുറി കൂടിയുണ്ട് എന്റെ ഉള്ളിൽ ഒരു ചെറുപുഞ്ചിരി വിടർന്നു, ഈ റൂമിൽ പ്രേതം ഉണ്ടെന്ന് അമ്മുവിനെ പറഞ്ഞു പറ്റിച്ചിരിക്കുകയാണ് ഞാൻ. ശേഷം നടന്നു നീങ്ങി പക്ഷേ എത്തിപ്പെട്ടത് ആ മുറിയിലോട്ടു തന്നെ പൂർവികരുടെ പഴയ ഉപകരണങ്ങൾ,വലിയ ചെമ്പ് പാത്രങ്ങൾ, അങ്ങനെ എന്തൊക്കെയോ ഒരു മൂലയിൽ ഉമ്മ പൊടിപടലങ്ങൾ ഒന്നും തട്ടാതെ ഭദ്രമായി സൂക്ഷിച്ചു വച്ചിരിക്കുകയാണ്. കൂടാതെ കുറെയേറെ പെട്ടികൾ ഒന്നിൽ എന്റെ കുഞ്ഞുനാളിലെ കുട്ടിയുടുപ്പുകൾ, കളിപ്പാട്ടങ്ങൾ, കൊച്ചുകൊച്ചു ചിത്രരചനകൾ ഇപ്പോൾ ഇതൊക്കെ കാണുമ്പോൾ വല്ലാത്ത ഒരുഫീൽ "ഗ്രേറ്റ് ഉമ്മ ഗ്രേറ്റ്", ഞാനറിയാതെ മന്ത്രിച്ചു.

ഒറ്റയ്ക്കിരുന്നു ഇതൊക്കെ നോക്കി നേരം കളഞ്ഞിരുന്ന എനിക്ക് പെട്ടെന്ന് വല്ലാത്തൊരു നെഗറ്റീവ്, പെട്ടെന്ന് സ്ഥലം കാലിയാക്കാം അവിടെ നിന്നും നോക്കിയാൽ എനിക്ക് എന്റെ പ്രിയപ്പെട്ട കൂട്ടുകാരനെ കാണും.എന്റെ മാവ്. ധാരാളം മധുരമുള്ള മാമ്പഴങ്ങൾ അവൻഎനിക്ക്സമ്മാനിക്കാറുണ്ട്.വല്ലാത്തൊരു ആത്മബന്ധം എന്നെയും അതിനോട് അടുപ്പിച്ചു.ഓർമ്മവച്ച നാൾ മുതൽ ഞാനവനെയും കണ്ടാണ് വളർന്നത്. ഊഞ്ഞാലാടിയും,

മാവിൻതണലിൽ ഇരുന്ന് കഞ്ഞിയും ചോറും വച്ച് കളിച്ചും, പിന്നെ ഞങ്ങൾക്ക് കൊച്ചുകുട്ടികളുടെ കുഞ്ഞുകുഞ്ഞു ഇണക്കങ്ങളും, പിണക്കങ്ങളും എല്ലാം ഇവന്റെ സന്നിധിയിൽ തന്നെ. എന്നാൽ, ഞങ്ങളുടെ ഈ കൊച്ചു ലോകത്തെ പുതിയ തലമുറയായ കുസൃതികൾ കയ്യടിക്ക്ഭരിച്ച്തുടങ്ങിയിട്ടുണ്ട്. എനിക്കതിൽ നല്ല അസൂയ ഉണ്ട്, ഞാൻ കാണുന്നു. അതാ ധാരാളം കുട്ടിക്കുറമ്പന്മാർ അതിന്റെ കൊമ്പിൽ വലിഞ്ഞു കയറി പച്ചമാങ്ങയും മറ്റും പറിക്കാൻ നോക്കുന്നു,"എന്റെ മാവേ നിന്നെ നീ തന്നെ കാത്തോണേ"(മാവിനെ നോക്കി ഞാൻ എന്റെ കണ്ണുരുട്ടി). എനിക്ക് ഇതൊന്നും കണ്ടുനിൽക്കാൻ വയ്യ ഞാനെന്റെ ദൃഷ്ടി മാറ്റി മറ്റൊരിടത്തേക്ക്. അപ്പോഴാണ് ചാരുപടിയിൽ ഇരിക്കുന്ന ഒരു നോട്ടുബുക്കും, പെൻസിലും എന്റെ കണ്ണിൽ പെട്ടദ്.ഞാൻ അത് എടുത്ത് മറച്ചു നോക്കി,ആഹാ! "ഇതിലൊന്നും എഴുതിയിട്ടു പോലുമില്ല, നല്ല പുസ്തകം "അമ്മു ആകും ഇത് ഇവിടെ വച്ചത്. പെട്ടെന്ന് ഉള്ളിൽ ഒരു നാലുവരി കവിത ജനിച്ചു.ഒട്ടും വൈകാതെ ഞാൻ പുസ്തകത്തിൽ കുത്തി കുറിച്ചു.

" തുഷാരമാം രാത്രിയിലെ
പ്രഭവമാം നേരത്തു നീ
അരികിൽ വന്നില്ലേ.....
പ്രണയം നുകർന്നിലെ "....

(എനിക്കിദെന്തു പറ്റി പൂകളെയും പുഴകളെയും കുറിച്ചെഴുതി ഇരുന്ന ഞാൻ ഇദെന്താ ഇപ്പൊ ഇങ്ങനെ തോന്നാൻ ആരെയാകും ഞാനിന്നലെ സ്വപ്നതിൽ കണ്ടത്).

പെട്ടെന്നാണ് താഴെ നിന്നും ഉമ്മ വിളിക്കുന്ന ശബ്ദം കേട്ടത് "അബി മോളെ അബി "...പുസ്തകം അവിടെ തന്നെ ഇട്ടിട്ട് ഞാൻ അങ്ങോട്ടേക്ക് ചെന്നു. വല്ലാത്ത സർപ്രൈസ് അമ്മായിമാരും കുഞ്ഞുമ്മമാരും കുട്ടികളും എല്ലാവരും എത്തിയിട്ടുണ്ട്.

അമ്മായി എന്നെ കണ്ടതും:" മോളെ സുഖല്ലേ എവിടെ ഞങ്ങൾക്കുള്ള ചിലവ്?

ഞാൻ: എന്നോട് ചിലവ് ചോദിച്ചിട്ട് നിങ്ങളാണല്ലോ ഗിഫ്റ്റ് ഒക്കെ കൊണ്ടുവന്നത് (ഞാൻ പുഞ്ചിരിച്ചു).

ഇതൊക്കെ എനിക്കുമാത്രമുള്ളതിന്റെ അസൂയയിൽ നിൽക്കുന്ന അമ്മു മെല്ലെ എന്റെ അരികിൽ വന്ന് ചെവിയിൽ പതുക്കെ പറഞ്ഞു" എവിടെ ഡോഗ് ഹസ് എ ഡേ,ടുഡേയ്സ് യുഎസ് ഞാൻ അത് കേട്ട് പൊട്ടിച്ചിരിച്ചു.സാധാരണ അവൾ എന്തെങ്കിലും പറഞ്ഞാൽ ഞാൻ നാലു തിരിച്ചു പറയും. എന്നാൽ, ഇപ്പോൾ എന്തോ അവൾ കുട്ടി ഞാൻ മുതിർന്നവൾ എന്ന ഒരുതരം ഫീൽ...

(ഇതൊക്കെ കണ്ടുനിന്ന അമ്മാവന്റെ മകൾ ജിനി വന്ന് എന്നെ കെട്ടിപ്പിടിച്ചു)

ഞാൻ:" വാടി നമുക്ക് മുറിയിലേക്ക് പോകാം കുറെ പറയാനുണ്ട് "

ഞങ്ങൾ രണ്ടുപേരും മുറിയിലോട്ടു ഓടുന്നത് കണ്ടു ഉമ്മ എന്നോട് വിളിച്ചുപറഞ്ഞു :" ഇനി ഓട്ടോ,ചാട്ടവും ഒക്കെ നിർത്തിക്കോ ഒതുക്കത്തിൽ വളർന്നോ.

ഇടയ്ക്ക് കയറി അമ്മായിമാരും : "പിന്നെ സൂചിയും നൂലും ഒന്നും എടുത്തു തുന്നാനും നിക്കണ്ട"

ജിനി: ഹോ ഈ ഓൾഡ് ജനറേഷനെ കൊണ്ട് തോറ്റു എന്തൊരു ചട്ടം കെട്ട ലാണ്.ഇതാണ് പറ്റാതദ്

ഞാൻ :" നീ വാ ഇവിടെനിന്ന് ഭ്രാന്ത് ആകും,നീ വന്നില്ലായിരുന്നെങ്കിൽ ഞാൻ ഭ്രാന്തായി ചത്തേനെ..

ഒന്നും പറയണ്ട ഇപ്പോൾ ഇവിടെ അമ്മായിമാരും, വല്യുപ്പ,വലിയുമ്മ കുഞ്ഞുമ്മമാർ, കുട്ടികൾ,അയൽവാസികൾ അങ്ങനെ ഒരു കല്യാണ വീടിന്റെ തിരക്കും, ബഹളവും, കളികളും, ചിരികളും, അങ്ങനെ ആകെ ബഹളമയം. പിന്നെ ശരീരം നന്നാക്കാനുള്ള ലേഹ്യങ്ങൾ ഉണ്ടാക്കുന്ന തിരക്കിലാണ് വെല്ലിമ്മ.ഉമ്മ വെറൈറ്റി ജ്യൂസ്, അമ്മായിമാരുടെ അഡ്വൈസ് അങ്ങനെ കുളിപ്പിച്ചു കുളിപ്പിച്ചു ഇല്ലാതാക്കുന്ന അവസ്ഥ.

ഇതൊന്നും പോരാഞ്ഞിട്ട് ഇതിന്റെ ഇടയിൽ കാരണവന്മാരുടെ വക കല്യാണ ടോപ്പിക്ക്.

എല്ലാംകൂടി പ്രാന്ത് പിടിക്കുന്നുണ്ട് ഒരാഴ്ച കാണും എല്ലാവരും അതുവരെ ഉള്ളൂ...

ഒരുതവണ ആരോ കല്യാണം ടോപ്പിക്ക് എടുത്തിട്ട് ഉപ്പാന്റെ കാതിൽ വീണു ഉപ്പാക് നല്ല ദേഷ്യം വന്നു..

" കല്യാണം കളിയാട്ടം എന്ന കാര്യം പറഞ്ഞു ഇവിടെ ആരും വരണ്ട. എന്നൊരു മാസ് ഡയലോഗ് കാച്ചി ഉപ്പ"വെൽ ഡോൺ ഉപ്പ വെൽ ഡൺ (ഞാൻ മനസ്സിൽ പറഞ്ഞു).

ഉപ്പ തു ടർന്നു :" ഞാനെന്റെ മോളായിട്ട് പറഞ്ഞതല്ല ഇവൾക്ക് നല്ല ടാലന്റ് ഉണ്ട് അവളിൽ എനിക്ക് നല്ല വിശ്വാസമുണ്ട് നല്ലപോലെ പരിശ്രമിക്കുന്ന കുട്ടിയ ഞാൻ അവളിൽ നല്ല ഭാവി കാണുന്നുണ്ട്"

ഉമ്മ കൂടെ സപ്പോർട്ട് നിന്നു: ഈ വർഷത്തെ ബെസ്റ്റ് സ്റ്റുഡന്റിനുള്ള അവാർഡ് ഇവൾക്ക് ആണ് സ്കൂളിൽ. ഇവളുടെ പ്രായത്തിൽ എട്ടുംപൊട്ടും തിരിയാതെ ഞാനൊക്കെ കെട്ടി ഒക്കത്തൊരു കൊച്ചും........

ഉപ്പ : എന്നിട്ട് നിന്നെ ഇവിടെ സുഖ സന്തോഷായിട്ട് നോക്കുന്നില്ലേ അവളുടെ ഒരു പറച്ചിൽ കേട്ടാൽ....

ഞാൻ: എന്റെ പൊന്നുപ്പാ ഒന്ന് നിർത്ത് പോയെ ഇനി എന്റെ കല്യാണക്കാര്യം പറഞ്ഞു നിങ്ങൾ തെറ്റിപ്പിരിയണ്ട സ്റ്റാൻഡു വിട്.. സ്റ്റാൻഡ് വിട്

മുറിയിലോട്ടു പോയി ഒറ്റപ്പെട്ടിരിക്കുന്ന എന്നോട് ജിനു വന്നു ചോദിച്ചു " മൈ ഡിയർ ചൈൽഡ് വാട്ട് ഹാപ്പെൻഡ്?"

ഞാൻ: എന്തായാലും ഇനി കുറച്ചു ദിവസത്തേക്ക് എന്നെ പുറത്തുവിടില്ല ഡാൻസ്,ഹോം സയൻസ്, സംഗീതം, വയലിൻ ഒക്കെ പോയില്ലേ എന്തൊക്കെ പ്ലാനിങ് ഉണ്ടായിരുന്നു.ഒരാഴ്ച ഒന്ന് കഴിഞ്ഞു കിട്ടിയിരുന്നെങ്കിൽ..........

ജിനി : അല്ലടി..സത്യത്തെ വീട്ടുകാർ പറയുന്ന പോലെ നീ പെട്ടെന്ന് കല്യാണം കഴിക്കുമോ? എന്നെ ചതിക്കല്ലേ നമ്മുടെ പ്ലാൻ ഓർമ്മയില്ലേ...

ഞാൻ: എടാ ,ഞാനൊരു കാര്യം പറയട്ടെ നമ്മുടെ രക്ഷിതകളെ കണ്ടില്ലേ,കെട്ടിക്കഴിഞ്ഞാൽ കെട്ടിയോൻ ആണ് ലോകം.നമ്മൾ

അങ്ങനെ ആകരുത്.

ജിനി : ദെൻ?..................

ഞാൻ: "അതായത് ആദ്യം പഠിത്തം പിന്നെ ജോലി പിന്നെ മനസ്സിനിണങ്ങിയ ഒരാളോട് പ്രണയം തുറന്നു പറഞ്ഞു പിന്നെ... പിന്നെ നമ്മൾ മുൻപ് പറഞ്ഞ പോലെ തന്നെ നീ കെട്ടുന്ന ആളും ഞാൻ കെട്ടുന്ന ആളും നമ്മളെപ്പോലെ ബെസ്റ്റ് ഫ്രണ്ട്സ് ആകണം

സോ നമ്മൾ എപ്പോഴും ഒരുമിച്ച് നിൽക്കാം അല്ലെങ്കിൽ ഇതുപോലെ കുടുംബത്തി വല്ല ഫംഗ്ഷനും വേണം ഒന്ന് കാണണമെങ്കിൽ,അല്ലെങ്കിൽ ഈ ഒരു അറ്റാച്ച്മെന്റ് അങ്ങ് പോകും"

ജിനി :" ശരിയാ"

ഞങ്ങൾ രണ്ടുപേരും കട്ടിലിൽ അങ്ങനെ മലർന്നു കിടന്നു എന്തൊക്കെയോ ചിന്തിച്ചു കൊണ്ട്. അങ്ങിനെ ആ ദിവസം വന്നെത്തി കുളിയുടെ ചടങ്ങ്. ഇന്നു മഞ്ഞളും രക്തചന്ദനവും അരച്ച് എന്റെ ദേഹമാസകലം തേച്ചുപിടിപ്പിച്ച് തലയിൽ എണ്ണ തേച്ചിരുത്തി, അമ്മായിമാർ കുളിപ്പിച്ചു.അടുക്കളയിൽ നല്ല മട്ടൻ ബിരിയാണി എന്നെ വിളിക്കുന്നുണ്ട്.ആദ്യം ഞാൻ രണ്ട് റക്അത്ത് സുന്നത്ത് നമസ്കരിച്ചു പുതിയ വസ്ത്രം ധരിച്ചു ചമഞ്ഞൊരുങ്ങി. അമ്മായിമാരും, കുഞ്ഞുമ്മമാരും, വെല്ലിമ്മ , വെല്ലിപ്പ, ഉപ്പ എല്ലാവരും എനിക്ക് സ്വർണ്ണമാല, മോതിരം, കമ്മൽ, പാദസരം അങ്ങനെ സമ്മാനങ്ങൾ തന്നു അണിയിച്ചൊരുക്കി. ഉമ്മാന്റെ ഉപ്പാന്റെ മുഖത്തെ സന്തോഷം കണ്ടിട്ട്, ഇതൊക്കെ കണ്ടു പിണങ്ങി നിൽക്കുന്ന അമ്മുവിന് ഉപ്പ് സർപ്രൈസ് നല്ലൊരു കൊടുത്തു അവളെ സോപ്പിട്ട് പാവം പെട്ടെന്നാണ് എന്റെ റൂമിന്റെ ജനലിലൂടെ ആരോ എത്തിനോക്കുന്ന ഞാൻനോക്കുന്നു...ഒറ്റനോട്ടം, എല്ലാവരും പൊട്ടിച്ചിരിച്ചു. ഓർമ്മവച്ച നാൾ മുതൽ ഞങ്ങൾ ഒരുമിച്ച് കളിച്ചു വളർന്നവരാണ് എൻറെ കളിക്കൂട്ടുകാരൻ. "ഇനി ഇവന്റെ പുറകിൽ സൈക്കിൾ ചുറ്റിയുള്ള നിന്റെ കറക്കം എല്ലാം അവസാനിപ്പിച്ചോ വലിയ പെൺകുട്ടിയാ നീ ഇപ്പോൾ"..

വല്ലിമ്മ പറഞ്ഞത് എല്ലാവരും അങ്ങ് ശരിവച്ചു സത്യത്തിൽ ഇതൊക്കെ കേൾക്കുമ്പോൾ കുറച്ചൊക്കെ ദേഷ്യം ഉള്ളിൽ വരുന്നുണ്ട്. ഞാൻ ഉപ്പയോട് രഹസ്യമായി ഇതിനിടയ്ക്ക് ചോദിച്ചു." ഉപ്പാ ഡാൻസ് ക്ലാസ് കണ്ടിന്യൂ ചെയ്തോട്ടെ ". ഉപ്പ തുടർന്നു "ഇവരൊക്കെ ഇന്ന് പോകും. ഉമ്മാന്റെ കാര്യം ഞാൻ ഏറ്റു.മോൾ എന്ത് വേണെങ്കിൽ പഠിച്ചോളൂ.പിന്നെ വൈകിട്ട് പോയി കഴിഞ്ഞിട്ട് പുറത്തുപോയി സന്ധ്യ ആകുമ്പോഴേക്കും തിരിച്ച് എത്തിക്കോളണം അരമണിക്കൂർ ഒക്കെ". ഞാൻ സന്തോഷത്തോടെ പുഞ്ചിരിച്ചു സത്യത്തിൽ ഈ

ചടങ്ങൊന്നും ഇതുവരെ ഞാൻ ആസ്വദിച്ചിട്ടില്ലായിരുന്നില്ല ഇത് കേട്ടതിന് ശേഷം ഞാൻ ഞാൻ അങ്ങടി അടിച്ചുപൊളിച്ചു മൗനമായി എന്റെ ആഘോഷം ആസ്വദിച്ച് കാണുന്നുണ്ട് എന്റെ ഉപ്പയും .

കെട്ടുപൊട്ടിയ പട്ടം പോലെ ഞാൻ സ്വതന്ത്രയായി ഓടി പറയുന്നത് വീടിന്റെ മുകളിലെ വരാന്തയിൽ നിന്ന് കൊണ്ട് ഉപ്പ കാണുന്നുണ്ടായിരുന്നു പുറത്തിറങ്ങിയ ഞാൻ ആദ്യം ഓടിച്ചെന്നത് എന്റെ മാവിന്റെ അരികിലാണ് അവൻ വലിയ പിണക്കത്തിലാണ് ഒരാഴ്ച കാണാത്തത് പരിഭവം പറഞ്ഞു ഒത്തുതീർപ്പാക്കി അവിടെ ഒളിച്ചു നിൽക്കുന്ന ആദിയുടെ . അടുത്തേക്ക് ചെന്നു. അവനൊറ്റ ഓട്ടം ഇവൻ എന്തിനാ ഇത്ര നാണം ആധ്യാ യി കാണുന്ന പോലെ.

തൊടികളിലും വയലിലും തൊട്ടടുത്ത കായൽ കരയിലും ഒക്കെ മതിവരാതെ ഓടി നടന്നു വയലിനോട് ചേർന്നു ചെറുതോട്ട് ധാരാളം താമര ഉണ്ട് ഇങ്ങനെ നിൽക്കുന്നത് കാണാൻ എന്ത് രസം എനിക്ക് പൂ പറിക്കുന്നതിലും ഇഷ്ടം അതിങ്ങനെ ആ ചെടിയിൽ തന്നെ ഇരിക്കുന്നത് കണ്ടു ഭംഗി ആസ്വദികാണാണ് അമ്മു ആണെങ്കിൽ എന്ത് പൂക്കൾ കണ്ടാലും പിച്ചി പറിച്ചു വീട്ടിൽ അലങ്കരിക്കാനും. ഈ കാണുന്ന പാഠവും വയൽ വരുമ്പോൾ പുൽമേടും എല്ലാം എല്ലാം എന്റെ ചങ്ങാതിമാരാണ്.

നേരം സന്ധ്യയായി,ബാങ്ക് കൊടുത്തു.എനിക്ക് കിട്ടിയ സമയം കഴിഞ്ഞിരിക്കുന്നു. അടുക്കള കോലായിലൂടെ വീട്ടിലേക്ക് കയറി ബെഡ്റൂമിലെത്തി ദേഹം ശുദ്ധി വരുത്തി നമസ്കാരത്തിനായി ഞാൻ ഒരുങ്ങി. ഉമ്മയും മറ്റും പ്രാർത്ഥനയിലാണ്.

നമസ്കാരശേഷം ഞാൻ ചിന്തിച്ചു.

" നാളെ മുതൽ ടൈം ടേബിൾ സെറ്റ് ചെയ്യണം, ടൈം വെറുതെ വേസ്റ്റ് ആക്കരുത്. ടു ഡു ലിസ്റ്റ് തയ്യാറാക്കണം". അങ്ങനെ ഞാൻ എന്റെ ഡയറി എടുത്തു എന്നത്തേയും പോലെപോലെ കഴിഞ്ഞുപോയ ദിവസങ്ങൾ ഒന്നുകൂടി വായിച്ചു. ശേഷം മേശപ്പുറത്തിരിക്കുന്ന പേന ഉപയോഗിച്ച് ഡയറിയിൽ കുറിച്ചു. "ഇന്നെന്റെ ജീവിതത്തിലെ മറക്കാൻ കഴിയാത്ത ദിവസങ്ങളിൽ ഒന്നാണ്.ഞാൻ സന്തോഷവതിയാണ്,ആരോഗ്യവതിയാണ്, ജീവിതത്തിൽ ഒരു പെൺകുട്ടിക്ക് വേണ്ട എല്ലാ സൗഭാഗ്യങ്ങളും എനിക്ക് തന്ന ദൈവത്തിന് കോടാനുകോടി നന്ദി......

ആ നന്ദി സൂചകമായി ഇന്നുമുതൽ ദൈവത്തിനുവേണ്ടി മരണംവരെ അഞ്ചുനേരത്തെ നമസ്കാരം നിലനിർത്തുക തന്നെ ചെയ്യും. ഉമ്മയുടെ ശകാരമില്ലാതെ....തന്നെ. നാളെ മുതൽ കൃത്യം 5 മണിക്ക് എഴുന്നേൽക്കണം.നമസ്കാരം പ്രഭാതചര്യകൾ, ഏഴുമണി, എട്ടു മണിക്കുള്ളിൽ. ശേഷം രാവിലെ പാട്ട് ക്ലാസ്സ് ഡാൻസ് വയലിൻ വൈകീട്ട് ഹോം സയൻസ്. കുക്കിംഗ് ഒക്കെ കുറേശ്ശെ പഠിക്കണം. ഇടയ്ക്ക് ഉമ്മയെ സഹായിക്കണം 8 മണി കഴിഞ്ഞാൽ ഉറങ്ങണം. വെക്കേഷൻ കഴിയുന്നതുവരെ തുടരണം. നല്ല ക്ഷീണം.വിശപ്പുണ്ട്... കുറെ അലഞ്ഞു.രാവിലെ മുതൽ ഒരുങ്ങി കെട്ടി ഇവിടേം....ഒന്നും പറയണ്ട ഇനി ഭക്ഷണം കഴിച്ചു കിടക്കണം"

ഞാൻ എന്റെ ഡയറി അടച്ചു).

" ഇന്നിനി എന്ത് ഡിസിപ്ലിൻ പറഞ്ഞിട്ടാണാവോ ഉമ്മാന്റെ വായിലെ വഴക്ക് കേൾക്കേണ്ടിവര". ഞാൻ പിറു പിറുത്തു കൊണ്ട് നടന്നു നീങ്ങി.. അതി നിടയിലാണ് ഉമ്മറത്ത് ഉപ്പയുടെ തൊട്ടരികിൽ ഇരുന്ന് കരയുന്ന ഉമ്മയെയും ശ്രദ്ധിക്കുന്നത്. ഞാനാകെ അമ്പരന്നു എന്തുണ്ടായി! ഞാൻ നടന്നു നീങ്ങി.

ഉപ്പ :" നീ എങ്ങനെ അറിഞ്ഞു, കേട്ടത് സത്യമാണോ? ".

ഉമ്മ :"ഇതൊക്കെ ആരെങ്കിലും കള്ളം പറയോ...സത്യം തന്നെ,

ഇവിടുന്ന് പോയശേഷം ന്റെ ഉമ്മ വിളിച്ചിരുന്നു.അയൽപക്കതുന്നാണ് ന്യൂസ് അറിഞ്ഞെദ്.

(ഞാൻ ഇടയ്ക്ക് കയറി) "ആരുടെ വീട്ടിൽ?എന്താ പ്രശ്നം".....

ഉപ്പ: ഞാൻ ആദിയുടെ വീട്ടിൽ പോയി ഒന്ന് അന്വേഷിക്കട്ടെ,മോളെ അമ്മു നീ ആ ടോർച്ച് ഇങ്ങ് എടുക്ക്.

"എന്തൊരു വിധി റബ്ബേ, ഈ ഇവനിങ്ങനെ ഒരു അവസ്ഥവന്നല്ലോ" (ഉപ്പ ഇറങ്ങുന്നതിനിടയിൽ എന്നോട് പറഞ്ഞു):"നീ ഇപ്പോൾ ഒന്നും ചോദിച്ചു ഉമ്മയെ ബുദ്ധിമുട്ടിക്കേണ്ട. ഞാൻ കൃത്യമായി അന്വേഷിച്ചിട്ട് വരട്ടെ. അമ്മു പോയി ചോറോ കഞ്ഞിയോ എന്താന്ന് വെച്ചെടുത്ത് കഴിച്ചിട്ട് കിടന്നോളൂ ഉപ്പ വരാൻ കാക്കണ്ട"

ഉമ്മ കരഞ്ഞുകൊണ്ട് സ്വന്തം മുറിയിലോട്ടു പോയി.

ഇടക്കാരോക്കെയോ വിളിച്ചു ഫോണിൽ കരയുന്നുമുണ്ട് എനിക്കാണെങ്കിൽ ആലോചിച്ചിട്ട് ഒരു എത്തും പിടിയും കിട്ടുന്നില്ല

എന്തായാലും അധികം വൈകാതെ ഉപ്പ വന്നു ഉപ്പ ഉമ്മയുടെ അരികിൽ വിഷമിച്ചിരിക്കുന്നത് കണ്ടു ഞാൻ അങ്ങോട്ട് ചെന്നു.

ഞാൻ :"എന്താ ഉപ്പ എന്നോട് പറഞ്ഞൂടെ? "

(ഉപ്പതുടർന്നു ഫുൾ ഫ്ലാഷ് ബാക്ക്)

"മോളെ ഉപ്പക്കൊരു ചങ്ങാതി ഉണ്ടായിരുന്നു നീ കണ്ടിട്ടില്ല അസീസ് നമ്മുടെ ആധി ഇല്ലേ അവന്റെ കുഞ്ഞുപ്പ. നീയും ആദിയും പോലെ പണ്ട് ഞങ്ങൾ ഒരുമിച്ച് കളിച് വളർന്നത്.

ഞാൻ :"ആദിടെ യോ ഞാനറിഞ്ഞിട്ടില്ലല്ലോ ഇങ്ങനെ ഒരാളെ കുറിച്ച്"

ഉപ്പ:" അവന് തന്നെ അറിയില്ല പിന്നല്ലേ....നീ, പണ്ട് നിന്റെ ഉമ്മാനെ ഞാൻ പെണ്ണ് കണ്ടു തിരിച്ചു വീട്ടിൽ വന്ന സമയം. അന്നൊക്കെ കാരണവന്മാർ ആണല്ലോ കല്യാണക്കാര്യം തീരുമാനിക്കലും ഉറപ്പിക്കലും ഇവൻ എന്നെ പറഞ്ഞു ഇളക്കി വിട്ടു ഒരു ദിവസം നമുക്ക് ആരും കാണാതെ ഒന്നൂടെ പോയി പെണ്ണിനോട് സംസാരിച്ചിട്ട് വരാമെന്ന്. കാര്യക്കാരൻ അവനാണ് ഉപ്പ ഒന്ന് പുഞ്ചിരിച്ചുകൊണ്ട് പറഞ്ഞു ഇവളുടെ വീടിനടുത്ത് ഒരു കുട്ടിയുണ്ട്. ഇവളുടെ വീട്ടിൽ പെണ്ണുകാണാൻ പോയന്ന് അവൻ അവളെകണ്ടിഷ്ടായി.ഉമ്മാനെപ്പോലെ മെലിഞ്ഞിട്ടല്ല. അത്യാവശം തടിയും ചുരുണ്ട മുടിയും നീണ്ട കണ്ണുകളും ഉള്ള ഒരു പുള്ളി തട്ടക്കാരി.എന്റെ പേരും പറഞ്ഞ് അവൻ ഒന്ന് രണ്ട് വട്ടം അവിടെ ചെന്നു. ഒരിക്കൽ അവളോട് ഇഷ്ടം അറിയിച്ചു, അങ്ങിനെ രണ്ടാളും പരസ്പരം ഇഷ്ടപ്പെട്ടു. പ്രണയിച്ചു പക്ഷെ പ്രശ്നം അതൊന്നുമല്ല,ആദി ടെ തറവാട് തന്നെ...പണ്ട് കാലം മുതലേ..പുറത്തുന്ന പെണ്ണുങ്ങൾ വന്നാൽ സ്വത്ത് കൈമാറ്റം സംഭവിക്കും എന്ന് പേടിച്ച് കുടുംബത്തിന് തന്നെ പരസ്പരം കെട്ടുന്നൊര അവര്.അതുകൊണ്ട് ഞങ്ങടെ കല്യാണം മുടങ്ങാതിരിക്കാൻ കല്യാണം വരെ ഇവർ കാത്തു.കല്യാണം കഴിഞ്ഞ് അന്ന് രാത്രി തന്നെ രണ്ടും മുങ്ങി.രണ്ടാൾക്കും പിന്നെ വിദ്യാഭ്യാസമുണ്ട്.എവിടെപ്പോയി എന്തായി എല്ലാവരും കുറെ അന്വേഷിച്ചു.ഒരു വിവരവും ഉണ്ടായില്ല.അങ്ങനെ ഉത്തരം കിട്ടാത്ത ചോദ്യമായി ഇന്നുവരെ അവർ..."..

ഞാൻ:" ഉപ്പ എന്തുണ്ടായി ഇപ്പോ! അവരെ കിട്ടിയോ? ".

ഉപ്പ:"ഹാ കണ്ടുകിട്ടി ആ പെൺകുട്ടിയുടെ വീട്ടുകാരും ആദിയുടെ ഉപ്പയും പോയിട്ടുണ്ട് അവിടെ എത്തിക്കാണും ഇപ്പോൾ

അമ്മു :"എവിടെ?".....

ഉപ്പ:"ഗുജറാത്തിൽ... അവനും അവൾക്കും അവിടെ ജോലിയുണ്ടായിരുന്നത്രെ ഒരൊറ്റ മകൻ തുച്ഛമായ ശമ്പളം. എങ്കിലും ഉള്ളതുകൊണ്ട് സന്തോഷം. പക്ഷേ അവന്റെ മോന് ട്യൂമർ ആയിരുന്നു ഇവർ അറിയാൻ വൈകി..........ജീവിതം കെട്ടിപ്പടുക്കുന്ന തിരക്കിനിടയിൽ പ്രധാനപ്പെട്ട, സ്വന്തം കുഞ്ഞിന്റെ കാര്യം വേണ്ടപോലെ ശ്രദ്ധിക്കാൻ കഴിഞ്ഞില്ല..അറിഞ്ഞു വന്നപ്പോൾ കയ്യിൽ പണവുമില്ല.അവടെ തന്നെഅവിടെ മറവ് ചെയ്യാനാണ് തീരുമാനമെടുത്തിരിക്കുന്നത്..... അതല്ല ഇവിടെ നമ്മുടെ പൂർവികരുടെ അടുത്ത് തന്നെ അടക്കണം..കഴിഞ്ഞത് കഴിഞ്ഞു എന്നും പറഞ്ഞാണ് ഇവിടുന്ന് ആൾക്കാർ പോയിട്ടുള്ളത്."മോളുടെ പ്രായം കാണും അവന്."(എന്നോടായി ഉപ്പ പറഞ്ഞു).

ഉമ്മ തുടർന്നു:"ആ കുഞ്ഞിന്റെ മുഖമൊന്ന് കാണാൻ കഴിഞ്ഞില്ലല്ലോ..എന്റെ മകനായി പിറന്നിരുന്നെങ്കിൽ അവൻ അവസ്ഥ വന്നിരുന്നില്ല...."

ഉപ്പ :"ആ മോന്റെ കബർ ജീവിതത്തിനു വേണ്ടി ദുആ ചെയ്യാം... എന്നല്ലാതെ ഇനി നമ്മൾക്കാർക്കും ഒന്നും തന്നെ ചെയ്യാനില്ല. "

ഉമ്മ:" എന്നാലും ശരിയായ ചികിത്സ കിട്ടിയിരുന്നെങ്കിൽ എത്ര വലിയ വലിയ ആശുപത്രികൾ ഉണ്ട് ഇവിടെ...ഇവടെ ,ആർനെങ്ങി ഇങ്ങിനെ ഒന്നും സംഭവിക്കില്ലായിരുന്നു.

ഉപ്പ:"നമ്മുടെ കയ്യിൽ പണമുണ്ട്, ഒരു പക്ഷേ ആ കുഞ്ഞിനെ രക്ഷപ്പെടുത്താമായിരുന്നു. പക്ഷേ ശരിയായ ചികിത്സ കിട്ടാൻ പണമില്ലാതെ ലോകത്ത് എത്ര മക്കൾ എത്ര അമ്മമാർ അച്ഛന്മാർ ജീവിതം ഇല്ലാതെ പോകുന്നുണ്ട് നീ ചിന്തിക്ക് ഇത് ഇത് വിധിയാണ്."

ആ സമയത്ത് എന്തൊക്കെയോ ചിന്തിച്ചു കൊണ്ടിരുന്ന ഞാൻപെട്ടെന്ന് ചാടിക്കയറി പറഞ്ഞു. "ശരിയാണ് ഉപ്പ പണമില്ലാത്തതുകൊണ്ട് അവഗണിക്കപ്പെട്ട രോഗികൾ ലോകത്ത് ഉണ്ടാവും എന്തോ എനിക്കറിയില്ല.എങ്കിലും ഊഹിക്കാം , ഞാൻ വളർന്നതും ജീവിക്കുന്നതും എല്ലാവിധ സൗഭാഗ്യങ്ങൾക്കിടയിൽ ആണ്. പക്ഷേ ഒരുനാൾ ഞാൻ ഒരു ഡോക്ടർ ആകും എന്നിട്ട് പണം

ഇല്ലാത്തവർക്ക് പ്രത്യേക പരിഗണന കൊടുത്ത ചികിത്സിക്കും.സ്കൂൾ തുറന്ന് പ്ലസ് വണ്ണിന്റെ ഒപ്പം എൻട്രൻസ് ചേരാൻ പോകാം,മെഡിക്കൽ എൻട്രൻസ്."

ഉപ്പയും ഉമ്മയും എന്റെ മുഖത്ത് അന്തംവിട്ട് നോക്കി നിന്നു.ഒന്നും പറഞ്ഞില്ല.ഞാൻ അമ്മുവിനെയും വിളിച്ച് ഭക്ഷണം വിളമ്പി ഞങ്ങൾ രണ്ടുപേരും കിടക്കാൻ ഒരുങ്ങി.

മെല്ലെ... മെല്ലെ...ഉറക്കത്തിലേക്ക് വഴുതിവീഴുന്ന എന്റെ മുറിയിലോട്ട് ആരോ കയറിവരുന്ന പോലെ, എന്റെ കാലിന്റെ പെരുവിരലിൽ ആരോ തൊടുന്ന പോലെ, എന്റെ ദേഹമാസകലം തലോടുന്ന പോലെ,എന്റെ രണ്ട് കൈകളിലും ചേർത്ത് പിടിക്കുന്നു പോലെ. എനിക്കെന്റെ കണ്ണുകൾ തുറക്കാനോ, ചലിക്കാനോ, തട്ടടുത്തു കിടക്കുന്ന അമ്മുവിനെ വിളിക്കാനും കഴിയുന്നില്ല.ഞാനാകെ ഭയപ്പെട്ടുപോയി.എന്റെ ചുടുനെറ്റിയിൽ ആരോ ചുംബിക്കുന്നു, എനിക്ക് കാണാൻ കഴിയുന്നില്ല, കാരണം എന്റെ കണ്ണ് തുറക്കാൻ കഴിയുന്നില്ല. എനിക്ക് ശ്വാസം മുട്ടുന്ന പോലെ.എങ്ങനെയൊക്കെയോ ഞാൻ കുതറി എഴുന്നേറ്റു.

"ആരാത് "(ഞാൻ അലറി വിളിച്ചു)

അമ്മു ഉറക്കത്തിൽ നിന്നും ഉണർന്നു കണ്ണുകൾ തിരുമ്മിക്കൊണ്ട്:" ആര്? വല്ല സ്വപ്നം കണ്ടതാണ് പ്രാർത്ഥിച്ചു കിടന്നുറങ്ങു പെണ്ണേ"...

(അവൾ കിടന്നു) ഇത് സത്യമല്ല സ്വപ്നമാണ് ഞാൻ മനസ്സിനെ പറഞ്ഞു പാകപ്പെടുത്തി ഞാനാകെ പരിഭ്രമിച്ചുകൊണ്ട് കിടന്നു ചിന്തിച്ചു..എന്നാലും എന്റെ സ്വപ്നമേ...അല്പം കൂടുന്നുണ്ട്, നിനക്ക്.എന്റെ അനുവാദം കൂടാതെ ആരോ ഒരാൾ എന്നെ കടന്നു പിടികാന്ന് വെച്ചാ..കഷ്ടം തന്നെ. ഇനി വല്ല ഗന്ധർവൻ ആകുമോ, അതോ വല്ല മൈൻഡ് ഫ്ലയർ,അതോ വല്ല കുട്ടിച്ചാത്തനും അല്ല പിന്നെ.....

പുറത്ത് നല്ല മഴ പെയ്യുന്നുണ്ട് സ്വപ്നത്തിൽ ആണെങ്കിലും ജീവിതത്തിൽ ആദ്യമായി ഒരു അന്യ പുരുഷന്റെസ്പർശനം, സാമീപ്യം, ചുടുചുംബനം. ഇതെല്ലാം കൂടെ ആയപ്പോൾ ജീവിതത്തിൽ ആദ്യമായി എന്നിലെ വികാരങ്ങളെ തൊട്ടുണർത്തി, ഞാൻ എന്റെ നെറ്റിയിൽ ഒന്ന് തൊട്ടു നോക്കിയിട്ട് രണ്ടു കൈകളും മാറിമാറി. നോക്കിയശേഷം

ഉറങ്ങാൻ തുടങ്ങി.

രാവിലെ സുബഹി നമസ്കാരം കഴിഞ്ഞ് ഞാനും അമ്മു ഉമ്മറപ്പടിയിൽ ഇരുന്നു കട്ടൻ അടിക്കുമ്പോഴാണ് ശ്രദ്ധിക്കുന്നത്. ഉമ്മയും ഉപ്പയും ഇപ്പോഴും സങ്കടത്തിലാണ് മുറ്റമടിക്കാൻ വന്ന ചേച്ചിയും ഉമ്മയുടെ സങ്കടം പറച്ചിൽ കേട്ട് അങ്ങനെ നിൽക്കുന്നു.കേട്ട് കേട്ട് എനിക്കും സങ്കടം ഇല്ലാതില്ല. ഞാനും കണ്ടിട്ടില്ലല്ലോ.ഒന്നല്ലെങ്കിലും എന്റെ സമപ്രായക്കാരൻ അല്ലേ... സഹോദര തുല്യം.

(ഉമ്മ പറഞ്ഞതുതന്നെ ആവർത്തിക്കുകയാണ്) :" ഇവിടെ ഞങ്ങൾ എല്ലാരും സഹായിച്ചേനെ...കൂടെ ഉണ്ടായിരുന്നേനെ...

(ചേച്ചി സമാധാനിപ്പിക്കുന്നുമുണ്ട്):" സാരല്യ കുട്ടിയെ,ദൈവം വിധിച്ചതല്ലേ നടക്കൂ"..

(ഉമ്മ പിന്നെ തുടർന്നു):"എന്നാലും ഇട്ടുമൂടാനുള്ള പണ്ഡം,പണവും ഉള്ള കുടുംബത്തിലെ കുട്ടിയല്ലേ,ഇവിടെ എന്ത് ചിലവ് വന്നാലും നമ്മൾ ജീവൻ തിരിച്ചുപിടിചേ ന്നെ.ചേച്ചി പറഞ്ഞപോലെ എല്ലാം പടച്ചോന്റെ തീരുമാനമല്ലേ.ഇവരുടെ ഉപ്പ പോകാൻ നിൽക്ക ഞാൻ അങ്ങോട്ട് ചെല്ലട്ടെ"

(ഉമ്മ അകത്തേക്ക് പോയി)

ഗുജറാത്തിലേക്ക് പോവുകയാണ്ഉപ്പ ആദിയുടെ കുടുംബവും, എല്ലാവരും ഉണ്ട്.ഉമ്മ ഉപ്പയ്ക്കുള്ള ബാക്ക് പാക്ക് ചെയ്യുമ്പോൾ ഞാൻ പുട്ടും പഴവും റെഡിയാക്കി ടേബിളിൽ സെറ്റ് ചെയ്തു.

(നാളുകളേറെ ആയി പതിയെ പതിയെ ജീവിതം അതിന്റെ ദിശയിൽ ഒഴുകി തുടങ്ങി.)

പത്താം ക്ലാസിലെ റിസൾട്ട് വന്നു എനിക്ക് ഫുൾ എ പ്ലസ് ഉണ്ട്.രാവിലെ മുതൽ നല്ല ടെൻഷനായിരുന്നു ഞാൻ.

അമ്മുവിനോട് പറഞ്ഞു :"മോളെ ഇനിമുതൽ ഞാൻ പഠിക്കാൻ പോണത് ഗവൺമെന്റ് സ്കൂളിലാണ്.ഇതുവരെ പഠിച്ച സ്കൂൾ ഫ്രണ്ട്സ് ടോട്ടലി ചേഞ്ച് ആകുകയാണ്. എനിക്ക് സത്യത്തിൽ കുറച്ച് വിഷമമൊക്കെയുണ്ട്.

അമ്മു:" വൈ"?.

ഞാൻ :"ഇതുവരെ സ്കൂളിന്നുവെച്ച ഹോംലി ഫിലിം തന്നെയിരുന്നു ഫ്രണ്ട്സ് ടീച്ചേഴ്സ് എല്ലാവരും ഞങ്ങൾ ഫാമിലി

പോലെ. ഇനി പുതിയ സ്ഥലം, പുതിയ അറ്റ്മോസ്ഫിയർ,പുതിയ ആൾക്കാർ "(ഞാൻ കൂട്ടിച്ചേർത്തു)"പക്ഷേ ഏത് അന്തരീക്ഷത്തിലും എളുപ്പം പൊരുത്തപ്പെടും"

(അമ്മുവിനും ആകെ സങ്കടമായി)

അമ്മു പറഞ്ഞു:"ശോ ഇനി ഞാൻ ഒറ്റയ്ക്ക് സ്കൂളിൽ സ്കൂൾ വാനിൽ പോകണ്ടേ"......

എനിക്ക് നല്ല സന്തോഷമുണ്ട് കാരണം ഫുൾ എ പ്ലസ് കിട്ടിയ പുതിയ മൊബൈൽ വാങ്ങിത്തരാം എന്ന് പ്രോമിസ് ചെയ്തിട്ടുണ്ട് ഉപ്പ.മാമന്റെ വക സ്കൂട്ടിയും. സംഗതി പൊളിച്ചു. ഞങ്ങൾ ഇങ്ങനെ ഇരിക്കുമ്പോഴാണ് ഉപ്പ ഒരു ഫോം കൊണ്ടുവരുന്നത് അത് പ്ലസ് വണ്ണിനുള്ള അപ്ലിക്കേഷൻ ആണ്.

ഉപ്പ :"മോളെ ടൗണിൽ ഒരു പ്രൈവറ്റ് സ്കൂളിൽ പ്ലസ് വണ്ണിന് ഒപ്പം എൻട്രൻസ് പഠിപ്പിക്കുന്നുണ്ട്.നിനക്കതിൽ അല്ലേ താല്പര്യം? അതാ ഞാൻ ഫോം കൊണ്ട് വന്നധ് ഫുൾ ഫിൽ ചെയ്തു റെഡിയാക്ക്. നമുക്ക് പോയി ഇന്റർവ്യൂ അറ്റൻഡ് ചെയ്യണം.

"അത് നന്നായി രണ്ടുവർഷം പ്ലസ് ടു ഒപ്പം എൻട്രൻസ് കൂടി ആകുമ്പോൾ ഒരു എക്സ്പീരിയൻസ് കിട്ടും പിന്നെ ഒരു വർഷത്തെ ട്രെയിനിങ് മതിയല്ലോ ഇതാകുമ്പോൾ രണ്ടും ഒരേ സ്കൂളിൽ ബുദ്ധിമുട്ടണ്ട. ഞാൻ കരുതിയത് സ്കൂൾ വിട്ടിട്ട് എൻട്രൻസ് കോച്ചിങ്ങിന് വേറെ തഴച്ചു വൈകിട്ട് വിടേണ്ടി വരും എന്നായിരുന്നു ഇത് നല്ല ഐഡിയ ആണ്"ഉമ്മ പറഞ്ഞു.

ഉപ്പ:"കുറച്ച് കാശ് ചിലവുണ്ട്. എന്നാലും സാരമില്ല.മോളുടെ പഠിപ്പിന് വേണ്ടിയല്ലേ....അത് വെറുതെ ആകില്ലെന്ന് ഉപ്പാക്ക് നല്ല ഉറപ്പുണ്ട്.

(അമ്മു ഇടക്ക് കയറി):" ഇനിയിപ്പോ അവൾക്ക് പുതിയ സ്കൂട്ടിയിൽ ചെത്തി നടക്കാലോ".....

" സ്കൂട്ടിയോ ഏത് സ്കൂട്ടി? "(ഉപ്പ)

ഉമ്മ :"അത് ഇക്ക പറഞ്ഞിരുന്നു...കോയമ്പത്തൂരിന് വിളിച്ചപ്പോൾ,ഫുൾ മാർക്ക് ഉണ്ടെങ്കിൽ സ്കൂട്ടി വാങ്ങി തരാമെന്ന്.ഇന്നി പ്പോ രാവിലേം വിളിച്ചു.അധികം വൈകാതെ സ്കൂട്ടർ റെഡിയാക്കാമെന്ന് വാക്ക് കൊടുത്തിട്ടുണ്ട് .(ഉമ്മ ചിരിച്ചു).

അടുക്കളയിലേക്ക് പോകുന്ന ഉമ്മ ഉപ്പയോട് വിളിച്ച് പറഞ്ഞു:". പിന്നെ....ചായയും, കാപ്പിയുംവേണമെങ്കിൽ സാധനങ്ങളൊക്കെ കഴിഞ്ഞു. കുറച്ച് ചായപ്പൊടി പഞ്ചസാര പിന്നെ കുറച്ച് പച്ച മീനും വാങ്ങിക്കൊണ്ടുവരു...ഉപ്പ ഒന്ന് മൂളികൊണ്ട് പുറത്തോട്ട് പോയി.

രാത്രി ഉറങ്ങാൻ കിടന്നതേ ഓർമ്മയുള്ളൂ വല്ലാത്തൊരു ഇരുട്ട് എന്നെ വന്ന് മൂടി എന്റെ ഉൾ മനസ്സു പറഞ്ഞു ഭയക്കേണ്ട അദീപ നീ കാണുന്നത് സ്വപ്നമാണ്....എന്നാലും ഞാനാകെ ഭയന്ന് വിറച്ചു.ഞാൻ നടന്നുനീങ്ങുന്നത്എന്റെ പഴയ സ്കൂളിന്റെ ഇടതുവശത്തെ വഴിയിലൂടെ ആണ്.എനിക്ക് ചുറ്റും ആകാശത്തിലൂടെയും വട്ടമിട്ട് പറക്കുന്ന്നു ധാരാളം മയിലുകൾ.അതിലൊരു മയിൽ എന്റെ അടുത്തേക്ക് വന്നു. എന്തൊരു ഭംഗി.. വഴിയിൽ ഉടനീളം കാണുന്നധ് നല്ല പ്രത്യേകതരം പൂക്കൾ, ശലഭങ്ങൾ ഹായ്...സ്വർഗം ആണെന്ന് തോന്നുന്നു ഞാൻ നടന്നു നീങ്ങി.അതൊരു കാട്ടിലേ ക്കായിരുന്നു. കൂരാക്കൂരിരുട്ട്. കാടിന്റെ ഒത്ത ഭാഗം എത്തിയപ്പോൾ അങ്ങകലെ ഒരു നേർത്ത വിളിച്ചം മിന്നാമിന്നിയുടെ വെട്ടം പോലെ. ആ ഭാഗത്തേക്ക് ഞാൻ നടന്നു നീങ്ങി. അവിടെ ആരൊക്കെയോ ഉണ്ട്. മുഖം വ്യക്തമല്ല. ഒരു ചെറുപ്പക്കാരൻ,അയാളുടെ ഭാര്യ, രണ്ട് പെൺമക്കൾ, കുറേ ആളുകൾ.

(എന്നെ ആർക്കും അപ്പോൾ കാണുന്നില്ല) പെട്ടെന്നാണ് അവിടെ എല്ലാം ചേഞ്ച് ആകുന്നത്.അയാൾ കല്യാണ ചെക്കനായി മാറുന്നു. കല്യാണപ്പെണ്ണിന്റെ വേഷത്തിൽ ഞാൻ നിൽക്കുന്നു.

(ഞാൻ ഉറക്കത്തിൽ നിന്നുംചാടി എഴുന്നേറ്റു).

ആരാണ് അയാൾ? തുടർച്ചയായി എന്റെ ഉറക്കത്തിൽ വന്നു സ്വൈര്യം കെടുത്തുന്നു.ഇതൊരു നല്ല സ്വപ്നമാണോ? ചീത്തസ്വപ്നമാണോ? എനിക്ക് പേടിയാകുന്നു. എന്റെ മനസ്സ് കൈവിട്ടു പോകുമോ. ഉടൻതന്നെ അമ്മുവിനെ ഉണർത്താദെ പതുക്കെ എഴുന്നേറ്റു രണ്ട് റക്കാത്ത് സുന്നത് നമസ്കരിച്ചു, റബ്ബിനോട് പ്രാർത്ഥിച്ചു.

"എന്നെ തെറ്റിൽനിന്നും അകറ്റി നിർത്തേണമേ ...".

(തിരിഞ്ഞു മറിഞ്ഞു കടന്നു പിന്നീട് എപ്പോഴോ ഉറങ്ങിപ്പോയി).

ഇന്നെന്നെ ഉറക്കത്തിൽ നിന്നും ഉണർത്തിയത്ഉച്ചവെയിലാണ്. അടുക്കളയിൽ ഉമ്മ അലമുറ ഇടുന്നുണ്ട്.ഞാൻ പേടിച്ചു പേടിച്ചു

നടന്നു.

ഉമ്മ :"അവനവന് പറ്റുന്ന പണി ചെയ്താൽ പോരേ... എല്ലാം കൂടി ഒരുമിച്ച് വിഴുങ്ങണോ?.

(എന്താ പ്രശ്നം? ഞാൻ എണീക്കാൻ വൈകിയതാണോ അതോ)

ഉമ്മ തുടർന്നു :"നേരം വെളുക്കുമ്പോഴേക്കും ഇറങ്ങും ഡാൻസ് പാട്ട് പിന്നെ രാത്രി കാല് വേദന.കെട്ടിക്കാറായ പെണ്ണ് ആയില്ലേ.സമയം 12 നേരം ഉച്ചയായി.പെട്ടെന്ന് ആരെങ്കിലും ഇതും കണ്ട് കൊണ്ട് വന്നു കയറിയ വന്നാ എന്നെയല്ലേ കുറ്റം പറയാ.. എത്ര നേരായിട്ടും വിളിക്കാ....

ഞാൻ :"എന്റെ പൊന്നുമ്മ ഇന്ന് ഞായറാഴ്ചയല്ലേ"

ഉമ്മ :"അതിന്"?...

ഞാൻ :"മാത്രമല്ല ഇന്നലെ തീരെ ഉറങ്ങിയിട്ടില്ല, നേരം വെളുത്തപ്പോളാ ഉറങ്ങിപ്പോയത്.അല്ലെങ്കിൽ ഞാൻ ഇങ്ങനെ ലൈറ്റ് ആകാറുണ്ടോ?. "

(ഞാൻ തുടർന്നു):"ഉമ്മ വൈകിട്ട് ഞാൻ പലഹാരം ഉണ്ടാക്കി തരാം. "

ഉമ്മ : ഒന്നും ഉണ്ടാക്കി കുളം ആക്കണ്ട അടുക്കളയിൽ പണിയെടുത്താൽ മാത്രം പോരാ... വൃത്തിയാക്കലും പണി തന്നെ, എന്തേലും ഉണ്ടാക്കി വലിച്ചുവാരി ഇരട്ടി പണി തന്നിട്ട് പോകും അതിനല്ലേ? "

ഞാൻ നേരെ മുറിയിലോട്ട് തിരിച്ചുപോയി പല്ലുതേപ്പും കുളിയും കഴിഞ്ഞപ്പോൾ ഉറക്കത്തിന്റെ കെട്ടൊക്കെ പോയി ഫ്രഷായി ടേബിളിൽ എനിക്ക് നല്ല ചൂട് കാപ്പി വെച്ചിട്ടുണ്ട് അതും കയ്യിൽ പിടിച്ച് നാലുകെട്ടിന്റെ തൂണിൽ ചാരി ഇരുന്നു കൊണ്ട് ആ കാപ്പി അങ്ങനെ ആസ്വദിച്ചു കുടിച്ചു കൊണ്ടിരിക്കുകയാണ് രാവിലെ നല്ല മഴ പെയ്തിട്ടുണ്ട് വെള്ളം പുറത്തു പോകാതെ അമ്മുകെട്ടിവച്ചിരിക്കുകയാണ്.മഴയത്തും ഇവിടെ ഇരിക്കാൻ എന്ത് രസ...

അമ്മു :"നീ എണീറ്റിട്ടൊള്ളു !ഞാൻ രാവിലെ തോട്ടിൽ പോയി താമരപ്പൂക്കൾ പൊട്ടിച്ചു എന്റെ കൂട്ടുകാരികളും ഉണ്ടായിരുന്നു നല്ല രസായിരുന്നു. നീ വന്നില്ലല്ലോ കണ്ടില്ലേ ദാ....പൂക്കൾ"

അപ്പോഴാണ് ഞാൻ ശ്രദ്ധിച്ചത് നല്ല രസമുണ്ട് അവൾ പൂക്കൾ അലങ്കരിച്ചു വെച്ചുകൊണ്ടിരിക്കുകയാണ്. കെട്ടിവച്ച വെള്ളത്തിൽ ഒരു ഓട്ടുരുളി വച്ച് അതിൽ ആമ്പലുകളും വച്ചിട്ടുണ്ട്നന്നായിട്ടുണ്ട്. അവൾക്കിതിലൊക്കെ വലിയ താല്പര്യമാണ് പൂക്കൾ ചെടികൾ, മീനുകൾ, കിളികൾ ഇതൊക്കെ തന്നെ പുള്ളിക്കാരത്തിയുടെ ഹോബിസ്.

ഞാൻ അവളോട് പറഞ്ഞു: "അമ്മു കഴിഞ്ഞവർഷം നമ്മൾ മഴവെള്ളം ഇതുപോലെ കെട്ടി നിർത്തി പൂളാക്കി ആർത്തുല്ലസിച്ച് കളിച്ചത് ഓർമ്മയില്ല നിനക്ക്"?...

അവൾ :"നല്ല രസമായിരുന്നു നല്ല ചീതേം കിട്ടിയില്ലേ അതും ഓർമിൻഡ്..

(അങ്ങനെ ഇരിക്കുമ്പോഴാണ് അടുക്കളയിൽ നിന്നും ഉമ്മ വരുന്നത്)

ഉമ്മ :"പിന്നെ വൈകിട്ട് ടൗണിൽ പോണം സ്കൂൾ തുറക്കല്ലേ ബാഗ് കുട,ചട്ട എല്ലാം വാങ്ങണം. (എന്നിട്ട് ഒന്ന് ചിരിച്ചു പറഞ്ഞു):" വേണമെങ്കിൽ ഒരു സിനിമ".

(ഇത് കേട്ടതും അമ്മു തുള്ളി ചാടി)

ഞാൻ :"ഉമ്മ വൈകിട്ട് മസാല ദോശ? "

ഉമ്മ :"പരിഗണിക്കാം, ഞാൻ പറഞ്ഞനിങ്ങടെ ഉപ്പ കേൾക്കൂല്ല..നിങ്ങൾ തന്നെ ചോദിച്ചു വാങ്ങിച്ചോ.."

(അതായിരുന്നു ഞങ്ങളുടെ ലാസ്റ്റ് ഔട്ടിംഗ്).

ഇതുപോലൊരു ഔട്ടിംഗ് ഇനി ജീവിതത്തിൽ ഒരിക്കലും ഉണ്ടാകില്ല എന്ന് അറിഞ്ഞില്ല...

ഞങ്ങൾ വൈകിട്ട് സാധനങ്ങൾ വാങ്ങി കുറച്ച് നേരം കടപ്പുറത്ത് ഓടിക്കളിച്ചു.പിന്നെ ഒരു സിനിമയ്ക്കും പോയി.രാത്രി ഏറെ വൈകിയാണ് വീട്ടിലേക്ക് എത്തിയത്. ജീവിതത്തിൽ മറക്കാൻ പറ്റാത്ത ഒരു അനുഭവം തന്നെ ഉപ്പയുടെയും ഉമ്മയുടെയും കുഞ്ഞുമക്കളായി അവരുടെ സ്നേഹവത്സല്യങ്ങളും, ചൂടും, ചൂടും, അറിഞ്ഞു വളരുന്ന നല്ലകാലം ഈ കാലത്തിലൂടെ സഞ്ചരിക്കുന്ന ഞാൻ അറിഞ്ഞില്ല ഇനിയെന്ത്.......

നേരം വെളുത്തു നല്ല മഴയാണ് ഉമ്മ പിറുപിറുക്കുന്നുണ്ട്...

"നല്ല വെയിലു കണ്ടിട്ട് എത്ര ദിവസമായി, തുണികൾ ഒന്നും ഉണങ്ങുന്നില്ല."

(ഉമ്മയുടെ പിറുപിറുക്കൽ കണ്ടു ഉപ്പ ഞങ്ങളോട് ചോദിച്ചു):" ഇന്നെന്താണാവോ പരാതി"?

"രാവിലെ ആളൊന്നും മുറ്റത്ത് വീണു അതിന്റെ കലിപ്പിലാണ്" അമ്മു ഉപ്പയോട് പറഞ്ഞു

ഉപ്പ :"വീഴേ? എങ്ങനെ...".

അമ്മു: അത് കോമഡിയാണ്, വെയില് കണ്ട തുണികൾ നിവർത്തിയിടാൻ തുടങ്ങും. തിരിച്ചുവന്ന് വേറെ പണി തുടങ്ങുമ്പോഴേക്കും വീണ്ടും മഴ....പുള്ളിക്കാരി അതെടുക്കാൻ ഓടുമ്പോഴേക്കും പാതി നനഞ്ഞിട്ടുണ്ടാകും.ഇതിപ്പോ തുണിയെടുക്കാൻ ഓടിയധാ ദാ വീണ് കിടക്കുന്നു മുറ്റത്ത്..

(ഉമ്മയുടെ കണ്ണുകൾ നിറഞ്ഞൊഴുകി):"ചിരിക്കടീ ചിരിക്ക് നിനക്കൊന്നും അറിയില്ല എന്റെ ഈ ഇടങ്ങേറ് ".

ഉപ്പ ഒന്നും മിണ്ടാതെ പുറത്തേക്ക് പോയി കുറച്ച് മണിക്കൂറുകൾ കഴിഞ്ഞ് കാണും അതാ മുറ്റത്തൊരു പെട്ടി വണ്ടി നിൽക്കുന്നു ഞങ്ങൾ പുറത്ത് ചെന്നു നോക്കി സർപ്രൈസ് ഓട്ടോമാറ്റിക് വാഷിംഗ് മെഷീൻ ഇപ്പോൾ ഉമ്മയും ഹാപ്പി. ഞാൻ ചിന്തിച്ചു ഇതുപോലൊരു സന്തോഷ കുടുംബം ലോകത്ത് വേറെ എവിടെയുണ്ട് സ്നേഹനിധികളായ ഉമ്മ ഉപ്പ. കോഴി കുഞ്ഞുങ്ങളെ പോലെ അവരുടെ ചിറകിനടിയിൽ സുരക്ഷിതരായി ഇരിക്കുന്ന രണ്ട് പെൺമക്കൾ. സർപ്രൈസ് ഇവിടെ കഴിയുന്നില്ല.

ഉച്ചയ്ക്കത്തെ ഊണിനു ജിനിയും മാമയും വന്നിട്ടുണ്ട്, പറഞ്ഞപോലെ എനിക്ക് സ്കൂട്ടർ മൊബൈൽ. അമ്മു കളിക്കാനായിപുറത്തേക്ക് പോയി. ജിനി വന്നാ പിന്നെ അമ്മു സെറ്റ് ഔട്ട് ആണ്. ഞാനും ജിനിയും മരത്തിന്റെ തണലിൽ ഇരുന്നു സൊള്ളുകയാണ്.

ജിനി :"പുതിയ സ്കൂൾ എങ്ങനെ ഉണ്ടെടി?ഇന്റർവ്യൂ കലക്കിയോ?."

ഞാൻ :"ഒന്നും പറയേണ്ട. ഒരു ലക്കിനാ കിട്ടിയത് അതിന്റെ ക്രെഡിറ്റും ഉമ്മാക്ക്.

ജിനി :"ഹേ! അതെന്താ"? ഞാൻ :"താൻ പാതി ദൈവം പാതി എന്നത്രേ. അപ്പോൾ എന്റെ പാതി ഞാൻ ചെയ്തപ്പോൾ ദൈവത്തിന്റെ പാതി ദൈവം ചെയ്തു. "

ജിനി :"അതും അമ്മായിയും തമ്മിൽ എന്താ ബന്ധം"?.

ഞാൻ :"എടീ നിന്റെ ഉമ്മയുടെ നേർച്ച ഫലം ആണത്രേ. അല്ല പിന്നെ.... "

(ഞങ്ങൾ രണ്ടുപേരും അതും പറഞ്ഞു പൊട്ടിച്ചിരിച്ചു).

ഗേറ്റ് കടന്ന് വണ്ടി പാർക്കിംഗ് വെച്ചിട്ട് ഞാൻ ചുറ്റുനോക്കി...ഇനി എങ്ങോട്ട്? പുതിയ ക്ലാസ് എവിടെ? ഒരു പിടിയും ഇല്ല. ഒരു പെൺകുട്ടി എന്റെ അടുത്തേക്ക് വന്നു.

പെൺകുട്ടി :"ഹായ്!ന്യൂ കമർ ആണോ?

ഞാൻ :ആ എസ് താനോ? ".

അവൾ:" ഞാനും ന്യൂ ആണ് ഇവിടെ".

ഞാൻ :"ഏതു ബാച്ച്?.

അവൾ :"കോമേഴ്സ്,താനോ?.

ഞാൻ :"സയൻസ്.ഏത് ബ്ലോക്ക് ആകും,വല്ല ഐഡിയ ഉണ്ടോ?

അവൾ :ഒരു പിടിയും ഇല്ല.അവിടെ ഒരു ബോർഡ് വെച്ചിട്ടുണ്ട് വാ നോക്കാം..

(ഞങ്ങൾ ആ ബോർഡിൽ നോക്കി ബ്ലോക്ക് കണ്ടുപിടിച്ചു)

ഞാൻ:" ദൈവമേ ഇത് സ്കൂൾ ആണോ അതോ അലക്സാണ്ടർ ചക്രവർത്തിയുടെ കൊട്ടാരമോ. ഇനി എത്ര കൊണ്ട് നടക്കണം എന്തൊക്കെ ബ്ലോക്ക്സ്.....

ഞങ്ങൾ നടന്നു നീങ്ങി സ്കൂളിന്റെ അന്തരീക്ഷം ആസ്വദിച്ചുകൊണ്ട് രണ്ടുപേരും പരസ്പരം പേര് ചോദിക്കാൻ വിട്ടു

അവൾ :"ഓരോ ഗെയിംസിനും പ്രത്യേകം പ്രത്യേകം ഗ്രൗണ്ട് സെറ്റ് ചെയ്തിട്ടുണ്ട്.എന്തൊക്കെ റൂംസ് നോക്കിക്കേ ഇവിടെ കുറച്ച് മൃഗങ്ങളെ പോലെ പൂട്ടി വെച്ചിട്ടുണ്ട് മിക്കവാറും സയൻസ് ബാച്ചിന് ഇതിന്റെ അടുത്താകും.

ഞാൻ :"അതെന്താ? "...

അവൾ :" നത്തിംഗ്,ചുമ്മാ ഗസ്സ് ചെയ്തദാ."

ഞാൻ :"എന്റമ്മേ എത്ര സ്കൂൾ വാ ൻ സ് സർവീസ് ചെയ്യാനുള്ള സ്ഥലം,വെറുതെയല്ല ഇന്റർനാഷണൽ സ്കൂൾ ആയത്.

അവൾ :"നോക്കിക്കേ ടീച്ചേഴ്സിനും പ്യൂ ണിനും,സർവെൻസിനും വരെ യൂണിഫോം.ഓരോ ബ്ലോക്കിലും വ്യത്യസ്ത ഉണ്ടെന്നു തോന്നുന്നു.

(ഞാൻ ഇടയ്ക്ക് കയറി ചോദിച്ചത്): അല്ല വാട്ട്സ് യുവർ നെയിം?.

അവൾ :അഞ്ജലി.....

ഞാൻ :" ഞാൻ അദീബ.അതീബാ അബ്ദുൽ വഹാബ്"

ഞാൻ അപ്പോഴേക്കും ഞങ്ങളുടെ ബ്ലോക്ക് എത്തി. അപ്പോഴാണ് ശ്രദ്ധിച്ചത് ഓരോ ബ്ലോക്കിനും അടുത്ത് ഗേറ്റ് ഉണ്ട് ഇങ്ങനെ ചുറ്റിവളഞ്ഞു നടക്കേണ്ട ഞങ്ങളുടെ കിളി പോയി.

അവൾ :"സാരല്യ എന്തായാലും സ്കൂളിന്റെ സ്ട്രക്ചർ ഫസ്റ്റ് ഡേ തന്നെ കിട്ടിയില്ലേ ഓക്കേ ബൈ അതാ എന്റെ ക്ലാസ് ബൈ.....

ഞാൻ ഷെയ്ഖ് ഹാൻഡ് കൊടുത്തു രണ്ടാളും അടുത്തുതന്നെ ക്ലാസ്സ്.. " ബൈ "..ഞാൻ ലെഫ്റ്റ് ലോട്ടും അഞ്ജലി റൈറ്റിലോട്ടും പോയി.

ഞാൻ ക്ലാസിന്റെ വാതിൽക്കൽ നിന്നു

ഞാൻ : മേ ഐ കമിങ് സാർ!

സർ :എസ് വൈ ആർ യു സോ ലൈറ്റ്?

ഞാൻ :സോറി ഐ ആം ന്യൂ കമർ, ഐ വാസ് നോട്ട് അബ്ൾ ടു ഐഡന്റിഫയ് അവർ ക്ലാസ് ദാറ്റ്സ് വൈ എം...

സർ:ഓക്കെ ഫൈൻ...യു കേ ൻ ഗെറ്റിംഗ്.

സത്യത്തിൽ അയാളെ പിന്നിൽ നിന്നും നോക്കിയപ്പോൾ ഞാൻ കരുതിയത് ഒരുപക്ഷേ ഇത് അയാൾ ആകുമോ? എന്റെ സ്വപ്നലോകത്ത് നിരന്തരം വരുന്ന അയാൾ.എന്നാൽ തെറ്റി ഇത് അയാൾ അല്ല.. ("ഹാ ഗുരുജി ദേവോ ഭവ")

.സർ :"ഒക്കെ ടെൽ മി യുവർ സെൽഫ്.

ഞാൻ: മൈ നെയിം ഈസ് അദീബ അബ്ദുൽ വഹാബ് ഫ്രം മഞ്ഞങ്ങാട് വില്ലേജ്. ഇൻ മൈ ഹൗസ് ഫോർ മെംബേർസ്,മൈ ഫാദർ മദർ, മി ആൻഡ് മൈ യങ് എർ സിസ്റ്റർ ആൾസോ. ഐ വാണ്ട് ടു ബികം ഏ ൻ എഫിഷ്യന്റ് ഡോക്ടർ.ഐ വാണ്ട് ടു ബിൽഡ് എ ഹോസ്പിറ്റൽ മൈ സെൽഫ്,ആന്റി ട്രീറ്റ് പുവർ പ്യൂപ്പിൾസ് വിത്തൗട്ട് എനി കോംപ്ലിമെന്റ്.മൈ ഹോബിസ് ആർ സി ങ്ങിങ് ഡാൻസിങ്, ആൻഡ് അയാൾ റിയലി പാഷൻ ഇൻ വയലിൻ. ദാറ്റ്സ് ഓൾ എബൗട്ട്

മി.താങ്ക്യൂ..."

(എല്ലാവരും ക്ലബ് ചെയ്തപ്പോൾ എനിക്ക് വളരെയധികം സന്തോഷമായി)

സാർ :"ഒക്കെ നൈസ് ഡിയർ,യു മേ സിറ്റ്".

ക്ലാസ് റൂം ആകെ ഇംഗ്ലീഷ് ആണ് ടീച്ചർമാർ വരുന്നു പോകുന്നു കുട്ടികൾ പരസ്പരം ഇംഗ്ലീഷിൽ തന്നെ കമ്മ്യൂണിക്കേറ്റ് ചെയ്യുന്നു. ഞാൻ വല്ല യൂറോപ്പിലോ ആവോ എന്ന് തോന്നൽ ഞങ്ങളെല്ലാവരും പരിചയപ്പെട്ടു വൈകാതെ ക്ലാസ് വിട്ടു കുറച്ചുനേരം ഞാൻ ജനലിലൂടെ പുറത്തു നോക്കി സ്കൂളിന്റെ പുറം കാഴ്ചകൾ കണ്ടാസ്വദി ക്കുന്നദിനിടയിലാണ് പുറകിൽ നിന്നും ചെക്കന്മാർ അടക്കം പറച്ചിൽ കേൾക്കുന്നത്

"ഡാ ആ ലാസ്റ്റ് വന്ന കുട്ടി കൊള്ളാലോ,"

"ഏത്.... "

"ജനാധിക്കൂടെ വായിനോക്കി നിൽക്കുന്ന പെണ്ണ്"

" അവൾ തന്നെ നൈസ് ഗേൾ

വളച്ചാലോ!".എന്നാ ലുക്കാടാ.....തിളങ്ങുന്ന പൂച്ചക്കണ്ണും മെലിഞ്ഞ ശരീര വടിവും തടി ഇല്ലാത്തത് ഒരു ഭംഗിയേ അല്ല...ആപ്പിൾ പോലത്തെ ചുവന്ന ചുണ്ടും,...

(ഞാൻ കേട്ടിട്ടും കേൾക്കാത്ത മട്ടിൽ അങ്ങനെ നിന്നു). (ആരോ ഇടയ്ക്കു കയറി പറയുന്നു)

"ടാ പെൺപിള്ളേരെ ഇങ്ങനെ കമന്റ് അടിക്കരുത്. അവള് നമ്മുടെ ക്ലാസ്മേറ്റ്. നമ്മളൊക്കെ ഒരു ഫാമിലി അല്ലേ? ഒന്നുമില്ലെങ്കിൽ എന്നും കാണുന്നവരല്ലേ നമ്മൾ രണ്ടുകൊല്ലം ഒരു കുടുംബമായി ഇവിടെ കഴിയേണ്ടവരാണ് അവന്റെ ഡയലോഗ് എന്നെ വല്ലാതെ ആകർഷിച്ചു. അതാരാണെന്ന് അറിയാൻ ഞാൻ പെട്ടെന്ന് തിരിഞ്ഞു നോക്കിയത് അമൻ.

" ..... (അവൻ എന്നെ നോക്കി വിളിച്ചു)

"റിയലി സർപ്രൈസ്.....

നീയെന്നെ ക്ലാസ്സിൽ കണ്ടിരുന്നോ"....?

ഞാൻ :"ഇല്ല കണ്ടില്ല! ഒരു സംശയം ചോദിക്കട്ടെ, ഞാൻ കേൾക്കാൻ വേണ്ടിയാണ് ചെക്കന്മാരുടെ അങ്ങനെയൊക്കെ പറഞ്ഞദ്

.

അമൽ :"അല്ല....പിന്നെന്താ ആദിനെ കാണാറുണ്ടോ?.

ഞാൻ.:" ഇല്ലടോ കുറെ യായി.ലാസ്റ്റ് മന്ത് ഞാൻ വലിയ കുട്ടി ആയതിന്റെ ഫംഗ്ഷൻ ഉണ്ടായിരുന്നു അന്നൊരു മിന്നായം പോലെ കണ്ടു.

(അവൻ എന്നെ കണ്ണും നട്ടു നോക്കി അമ്പരപ്പോടെ)

ഞാൻ :"നമ്മളൊക്കെ ബയോളജി സയൻസ് പഠിക്കുന്ന കുട്ടികൾ അല്ലേ, ഇതൊക്കെ നമ്മൾ പഠിക്കുന്ന കാര്യമല്ലേ അതാ ഞാൻ ഓപ്പൺ ആയി പറഞ്ഞു ഡോണ്ട് ഫീൽ ബാഡ്.

അവനും ഞാനും സംസാരിച്ചുകൊണ്ട് നടന്നു നീങ്ങി അമൻ തുടർന്നു :"ആക്ച്വലി ഇതൊക്കെ ഹൈഡ് ചെയ്യുമ്പോൾ ഗേൾസ് ബോയ്സ് എന്ന ഗ്യാപ്പ് വരുന്നതും നമ്മുടെ ഇടയിൽ മതിൽക്കെട്ട് സംഭവിക്കുന്നതും ഇതൊക്കെ പ്രകൃതിദത്തം അല്ലേ വളർച്ചയുടെ ഓരോ ഘട്ടങ്ങൾ അതാ അർത്ഥത്തിൽ എടുക്കാൻ തയ്യാറായാൽ എല്ലാവരും സമത്വമാണ്. അവൻ എന്നോട് ചോദിച്ചു:" അല്ല നീയെന്താ അങ്ങോട്ട പോകുന്നെ.

ഞാൻ :"വണ്ടി മെയിൻ ഗേറ്റിനു മുന്നില് പാർക്ക് ചെയ്ത്.. "

"ഇവിടെ ഓരോ ബ്ലോക്കിനും ഓരോ ഗേറ്റ് പാർക്കിംഗ് ഫെസിലിറ്റി ഒക്കെ ഉണ്ടെന്ന് ഫസ്റ്റ്ടൈം അല്ലെ ഞാൻ അറിഞ്ഞില്ല.

അമൻ :"ഞാൻ വരണോ കമ്പനിക്ക്"

ഞാൻ :"ഹേ സാരമില്ല,ഞാൻ പൊയ്ക്കോളാം നാളെ കാണാം.

അമൻ :"ഒക്കെ ബൈ.... പിന്നെ നാളെ മറക്കണ്ട ഇവിടെയാണ് പാർക്കിങ്."

അങ്ങനെ പുതിയ സ്കൂളിലെ ഫസ്റ്റ് ഡേ കഴിഞ്ഞു.

ക്ലാസുകൾ ഒരുപാട് കടന്നുപോയി. രാവിലത്തെ സംഗീതം, ഡാൻസ് ഒക്കെ മുടങ്ങി. 5 മണിക്ക് എഴുന്നേൽക്കും നമസ്കാരം ഏഴ് മണി വരെ പഠനം. കുളി, തിരക്കിനിടയിൽ ഫുഡ് ഉമ്മ വാരി തരും അതൊരു വല്ലാത്ത സ്വാദാണ്. ഉമ്മാന്റെ കൈ കൊണ്ട് കഴിക്കുന്ന ഭക്ഷണം. സ്കൂൾ കാന്റീൻ എന്നുംവൈകീട്ട് ഒരു കാപ്പി പഴംപൊരി അങ്ങനെ എന്തെങ്കിലും. പിന്നെ എൻട്രൻസ് ക്ലാസ് വൈകിട്ട് ഏറെ വൈകി വീട്ടിലെത്തിയ കുളി,നമസ്കാരം ഹോം വർക്ക്.കളിക്കാൻ

പോലും ടൈമില്ല ആകെ ഉള്ള നേരം പോക്ക് ജിനി ഇടക്ക് വിളിക്കും. അതും 5 മിനിറ്റ് ദാ ന്ന് പറഞ്ഞു അങ്ങ് പോകും.ഇങ്ങനെയൊക്കെയാണെങ്കിലും ജീവിതത്തിലെ മറ്റൊരു ലോകത്ത് മറ്റൊരാളും ഞാനുമായി വല്ലാത്തൊരു ആത്മബന്ധം ഇതിനോടകം വളർന്നു കഴിഞ്ഞു. അങ്ങനെ പതിയെ പതിയെ ഞാൻ പോലും അറിയാതെ ഞാൻ പ്രണയത്തിലായി.അതിനും ഒരു കാരണമുണ്ട്.

(ഒരിക്കൽ ഞാൻ കണ്ട സ്വപ്നം അതിങ്ങനെയാണ്)

കൂരാക്കൂരിരുട്ടിൽ ആരോ എന്റെ കൈകാലുകൾ ബന്ധിപ്പിച്ചിരിക്കുന്നു കട്ടിലിൽ ഒരു ഷാൾ ഇട്ട് മുറുകെ കെട്ടി വെച്ച് എന്നെ പീഡിപ്പിക്കുന്നു. ആദ്യമൊക്കെ എതിർത്തെങ്കിലും പിന്നീട് ഞാൻ അത് ശരിക്കും ആസ്വദിച്ചു പോയി. സത്യത്തിൽ അത് വാസ്തവമാണെന്നു കരുതി. ഇരുട്ടിൽ നിന്നും വെളിച്ചം വീശി തുടങ്ങിയ വേളയിൽ ഞാൻ കണ്ടു അയാളുടെ പൂർണ്ണരൂപം. എന്നെ നോക്കി പുഞ്ചിരിക്കുന്ന അയാളുടെ മുഖം. പീഡിപ്പിക്കുന്ന ആളെ ആരും പ്രണയിക്കുകയൊന്നുമില്ല എങ്കിലും ഞാൻ ചിന്തിച്ചത് അങ്ങനെയല്ല. ഇത്രയൊക്കെ ഉണ്ടായ സ്ഥിതിക് സ്ഥിതിക്ക്....എന്റെ കുറ്റം കൊണ്ടല്ലെങ്കിലും എന്റെ ശരീരത്തിന് ഒന്നും സംഭവിച്ചിട്ടില്ലെങ്കിലും ഇനി മറ്റൊരാളെ എനിക്ക് ഈ ഒരു രീതിയിൽ കാണാൻ കഴിയില്ല. ഇയാള് തന്നെ എന്റെ ജീവിതത്തിൽ ഇനി ആണായിട്ട് ഒരാൾ ഉണ്ടെങ്കിൽ. അതെ ഇയാൾ തന്നെ.

ആ ഞായറാഴ്ച തന്നെ ഞാൻ വളരെ സമയമെടുത്ത് അയാളെ വരച്ചുതീർത്തു. ഡേറ്റും എഴുതി കൂടെ ഒരു കുറിപ്പ്. "യു ആർ മൈ ലൈഫ് ആൻഡ് സോൾ ടിൽ മൈ ലാസ്റ്റ് ബ്രീത് "ഞാനും എന്റെ പേഴ്സണൽ ഡയറിയും മാത്രം അറിയാവുന്ന രഹസ്യം. ഇനി ഇയാളും എന്നെ ഇതുപോലെ കാണുന്നുണ്ടാകുമോ എന്തോ..പേരറിയില്ല ജോലി,സ്ഥലം ജാതി, മതം ഒന്നും അറിയില്ല.എന്നാൽ ഒന്നറിയാം ഇതാണ് എന്റെ ജീവന്റെ പാതി എന്റെ ജീവിതപങ്കാളി...

മുറ്റത്താരോ വന്നിരിക്കുന്നു ഞാനെന്റെ ഡയറി എഴുത്തു നിർത്തി ഷെൽഫിൽ വച്ച് ഷെൽഫ് പൂട്ടി റൂമിൽ നിന്നും ഇറങ്ങി. മാമനും, വല്ലുമ്മയും, മാമിയും എല്ലാവരും ഉണ്ട്. എന്തോ വിശേഷം ഉണ്ട്.

ഞാൻ : ഹായ് മാമ ജിനി വന്നില്ല?

മാമ : അവൾ നിന്നോട് വിളിക്കാൻ പറഞ്ഞു. അവളെ തറവാട്ടി ഞങ്ങൾ ഇങ്ങു പോന്നു. ഒരു വിശേഷമുണ്ട്..എവിടെ എല്ലാവരും. (ഉമ്മയും അമ്മയും അടുക്കളയിൽ നിന്നും വന്നു)

" ആരും അറിയിച്ചില്ലല്ലോ എന്താ ഇപ്പോൾ പെട്ടെന്ന് ഒരു വിരുന്നു വരവ്" ഉമ്മ ചോദിച്ചു.

മാമ :"ജെനിനെ കല്യാണം ഉറപ്പിക്കാൻ തീരുമാനിച്ചു.വിവരം പറയാം എന്ന് കരുതി".

ഉമ്മ :"ഏത് ഇന്നാൽ കാണാൻ വന്ന പയ്യനോ..അവള് പ്ലസ് ടു കഴിഞ്ഞിട്ട് പോരായിരുന്നോ ഇക്കാ..."

മാമ :"നല്ല ബന്ധം,എത്ര പഠിച്ചിട്ടെന്താ പെണ്ണുങ്ങളും അടുക്കളയിൽ തന്നെ കിടക്കാൻ ഉള്ളവരല്ലേ"....

(ഞാനാകെ അന്താളിച്ചു എന്തെല്ലാം പദ്ധതികൾ ആയിരുന്നു)

ഞാൻ വേഗം ജിനക്ക് വിളിച്ചു:" എടാ എന്താടാ ഈ കേൾക്കുന്നേ? നിന്റെ കല്യാണ""

ജിനി :"ഇല്ലട,ഇപ്പോൾ നിശ്ചയമേ ഉള്ളൂ.കല്യാണം ഉണ്ട്,പ്ലസ് ടു കഴിഞ്ഞിട്ട്.

ഞാൻ :"ചെക്കനെ കണ്ടോ"?.

ജിനി :"ഇല്ല ഗൾഫിലാ എന്നെ കണ്ടിട്ടുണ്ടത്രേ,നാട്ടിലെ വെച്ചിട്ട്. "

ഞാൻ :"നീ കോയമ്പത്തൂർ അല്ലേ വല്ല പാണ്ടിയും ആണോടി? ".

ജിനി :"ഒന്നു പോടീ പാലക്കാട്ടുകാരന വിദ്യാഭ്യാസം ഉണ്ട്, ഗൾഫിൽ ഉയർന്ന ജോലി.സെറ്റിൽഡാണ് പിന്നെ ഉപ്പാടെ കാര്യം നിനക്കറിയാലോ.. നിന്റെ ഉപ്പാന്റെ പോലെ ഒന്നുമല്ല പുള്ളിയൊക്കെ തീരുമാനിക്കും നമ്മൾ അങ്ങ് അനുസരിക്കണം...."

ഞാൻ :"അറിയാം,എന്തായാലും മോളെ ഈയൊരു ലൈഫിൽ ഇപ്പൊ കിട്ടുന്ന ഹാപ്പിനെസ്സ് അതൊന്നു വേറെ തന്നെ...

(അവൾ മൂളി ശേഷം പെട്ടെന്ന് ഫോൺ കട്ട് ചെയ്തു)

മാമനും മാമിയും എല്ലാം ചായകുടിയുടെ തിരക്കിലാണ് ഉമ്മയും ഉപ്പയും അങ്ങനെ എല്ലാവരും അവരുടെ ലോകത്ത്. കല്യാണത്തിന്റെ ചർച്ചകൾ കുറച്ചു കഴിഞ്ഞശേഷം അവൾ എനിക്ക് തിരിച്ചു വിളിച്ചു.

ജിനി :"ഡാ ഞാൻ പെട്ടെന്ന് എന്തോ ഓർത്തു..കട്ട് ചെയ്തതാ നീ പറ.

ഞാൻ: എന്ത്?

ജിനി :അല്ല സ്കൂളിലെ കഥകൾ ഒന്നും പറഞ്ഞില്ലല്ലോ?

ഞാൻ :"അത് കേൾക്കാനാണോ. ഫുൾ എൻജോയ്മെന്റ് അല്ലേ. ആൺപിള്ളേര് ഓരോ ക്ലാസിലും ഓരോ ക്ലാസ്സിൽ ഓരോ കോമിയ്ക്കിടും ചിരിക്കാനാ നേരം.കഴിഞ്ഞദിവസം തന്നെ ടീച്ചർ ക്ലാസ്സ് എടുക്കുന്നതിനിടയിൽ പൊതുവേ പറഞ്ഞതാണ് ട്ടോ. സ്ത്രീകൾക്കാണ് ആണുങ്ങളെക്കാൾ ജോലിഭാരം കൂടുതൽ.രാവിലെ പുലർച്ചെ എഴുന്നേറ്റ് വീട്ടിലെ പണികൾ പിന്നീട് ഓഫീസ് തിരിച്ചുവന്ന പിന്നെയും വീട്ടിൽ പണികൾ തന്നെ.മക്കളെ നോക്കണം....നിങ്ങൾ ആണുങ്ങൾക്ക് ചാരുകസേരയിൽ അങ്ങനെ ഇരുന്നു ചായ പത്രം എന്നൊക്കെ ഓർഡർ ചെയ്താൽ മതി.അപ്പോൾ ഒരു ചെക്കൻ പറയാട്ടോ..പിന്നെ നിങ്ങൾ സ്ത്രീകൾക്ക് പകല് മുഴുവൻ പണിയാണ് സമ്മതിച്ചു പക്ഷേ രാത്രി കിടന്നു നേരം വെളുക്കുന്നവരെ ഞങ്ങളുടെ ഡ്യൂട്ടിയാ നിങ്ങളുടെ മേലിൽ.അത് പണിയല്ലേ ടീച്ചർ. (ടീച്ചർ ആകെ അന്തംവിട്ട് കിളി പോയി) എല്ലാവരും പൊട്ടിച്ചിരിച്ചു.എനിക്കാദ്യം ഒന്നും പിടികിട്ടില്ല പിന്നെ ഞാനും കൂടി.

(ജിനിപൊട്ടിച്ചിരിക്കുന്നു)" "അയ്യേ..നാണക്കേട്"...

ജിനി :"ക്ലാസ് ഒക്കെ എങ്ങനെ പോകുന്നു,പറ്റുന്നുണ്ടോ

നിനക്ക് ഒക്കെ കൂടി."

ഞാൻ :"ക്ലാസ് ആദ്യമൊക്കെ ഭയങ്കര ബോറായിരുന്നു ഇപ്പോൾ പുതിയ സാർ വന്നിട്ടുണ്ട്".

ജിനി :"ആഹാ! എന്നിട്ട്?"

ഞാൻ :"പെണ്ണുങ്ങളൊക്കെ ഒടുക്കത്തെ ക്രഷ് ആഡീഎനിക്ക് ഒഴിച്ച്.

" പിന്നെ..പിന്നെ..അതെന്താ നിനക്ക് ഒഴിച്ച്"(ജിനി ചിരിച്ചു)..

ഞാൻ:"ഓൾറെഡി കമ്മിറ്റഡാ. (അറിയാതെ വായിൽ നിന്നും ചാടി)

ജിനി:"എന്ത്? "..

ഞാൻ :"ഓ...ഞാനത് വെറുതെ പറഞ്ഞതാ പെണ്ണേ"...

"ആ വിശ്വസിച്ചു..വിശ്വസിച്ചു" ജിനി പറഞ്ഞു."

("ഞാൻ വിളിക്കാം", എന്നും പറഞ്ഞ് ഞാൻ പെട്ടെന്ന് ഫോൺ കട്ട് ചെയ്തു കാരണം ഉപ്പ വരുന്നുണ്ടായിരുന്നു അങ്ങോട്ട്)

ക്ലാസിലിരുന്ന് ലഞ്ച് കഴിക്കുന്നതി നി ടയിലാണ് ബോയ്സ് വന്നു പറയുന്നത്. സ്കൂളിൽ നിന്നും ഈ വർഷം ട്രിപ്പ് പോകുന്നത് ഹൈദരാബാദ് ആണെന്ന്. എല്ലാ വർക്കും കേട്ടിട്ട് വല്ലാത്ത സന്തോഷം തോന്നി. ഞങ്ങൾ പെട്ടെന്ന് തന്നെ ടീച്ചേഴ്സ് റൂമിലോട്ട് ഓടി. ലഞ്ച് ഒക്കെ അവിടെ ഇട്ടിട്ട്. ഞങ്ങൾ മിസ്സ് ഐ കമിങ്

എസ് എസ്

ഞങ്ങൾ :"മിസ്സ് കേട്ടത് ശരിയാണോ?നമ്മൾ ഹൈദരാബാദ് പോകുന്നുണ്ടോ"?.

മിസ് :(ചിരിച്ചുകൊണ്ടു പറഞ്ഞു)" ആരാ പറഞ്ഞത്? "..

ഞാൻ :ദാ...ഇവനാ..(നിഖിലിനെ ചൂണ്ടിക്കാണിച്ചുകൊണ്ട് ഞാൻ പറഞ്ഞു)

മിസ്സ് :"ആ കേട്ടത് ശരിയ. ഡീറ്റെയിൽസ് നാളെ അറിയിക്കാം ഇപ്പോൾ നിങ്ങൾ പൊയ്ക്കോളൂ..."

(ഞാൻ വരാന്തയിലൂടെ നടന്നുകൊണ്ട് ഫ്രണ്ട്സിനോട് പറഞ്ഞു)" ഞാൻ ടെന്റ്ത്തി ൽ കഴിഞ്ഞവർഷം പഠിക്കുമ്പോൾ ഹൈദരാബാദ് തന്നെയായിരുന്നു ട്രിപ്പ്. ഞാൻ പോയില്ല വല്ലാതെ മിസ്സ് ചെയ്യുന്നുണ്ട് ഈ വർഷം എന്തായാലും പോണം"...

ഫ്രണ്ട്സ് :"അതെന്താ അന്ന് പോവാഞ്ഞേ"?....

ഞാൻ :"ആ ഇടയ്ക്ക് അവിടെ എന്തോ ബോംബ് ബ്ലാസ്റ്റ് ഒക്കെ ഉണ്ടായിരുന്നു.പിന്നെ അവിടെ ഏതോ ഒരു കോൺവെന്റിൽ സിസ്റ്റർമാർക്കെതിരെ കല്ലേറും കലാപവും ഒന്ന് രണ്ട് സിസ്റ്റേഴ്സ് രക്ഷപ്പെട്ട് കാട്ടടി ലേക്ക് രക്ഷപെട്ടു ഓടി ഒളിച്ചു .എന്നൊക്കെ വാർത്ത ഉണ്ടായിരുന്നല്ലോ അന്ന് ടി വി ൽ.അതുകൊണ്ട് പേടിച്ച് ഉപ്പ വിട്ടില്ല.എന്തായാലും വേണ്ടില്ല ഞാനുണ്ട് വേറെ ആരൊക്കെ ഇല്ലെങ്കിലും ഫ്രണ്ട്സ് നമ്മൾ പൊളിക്കും "(ഞങ്ങൾ സന്തോഷത്തോടെ ആർപ്പു വിളിച്ചു കൂട്ടിക്കൊണ്ട് ക്ലാസിലെ കോടി)

എന്നത്തേയും പോലെ ഡയറിയിൽ എഴുതാനുണ്ട് കുറെ വിശേഷങ്ങൾ.സ്കൂളിൽ നിന്നും ടൂർ പോയപ്പോൾ എല്ലാ കാര്യങ്ങളും അന്ന് തന്നെ എഴുതിവച്ചിരുന്നു ഇന്ന് മറ്റൊരു കാര്യമാണ് ഒരു സീക്രട്ട്

ആരും അറിയാത്ത...സീക്രെട്.ഡയറി തുറന്നു എഴുതി തുടങ്ങി.

" സ്കൂളിൽ പഠിക്കുമ്പോൾ മുതൽ കേൾക്കുന്നതാണ് പരാഗണത്തെക്കുറിച്ച്.ബയോളജിയിൽ. ചിത്രശലഭമാണ് ബ്രോക്കർ, എന്നാൽ മനുഷ്യരിലും അതെ പോലെ സ്പേ മ് ഓവം എങ്ങനെയാണ് കൂട്ടിച്ചേരുന്നത്?.. അധ് വല്ലാതെ എന്നെ ആശയ കുഴപ്പത്തിലാക്കി. ഈ അറിവ് ലഭിക്കാൻ പലരുമായി സമീപിച്ചെങ്കിലും എല്ലാവരും എന്നെ കളിയാക്കി.കാര്യം മറ്റൊരാളുമായി സ്വപ്നത്തിലൂടെ എന്തൊക്കെയോ നടക്കുന്നുണ്ടെങ്കിൽ പോലും ഈയൊരു കാര്യം എനിക്ക് വലിയ ഐഡിയ ഇല്ല. കഴിഞ്ഞദിവസം രണ്ടും കൽപ്പിച്ച് എന്റെ ക്ലാസിൽ എൻട്രൻസ് പഠിപ്പിക്കുന്നത് നമ്മുടെ സാറിനോട് ചോദിച്ചു പോയി....എന്താണെന്നറിയില്ല, ആ സമയത്ത് എനിക്കങ്ങനെ ചോദിക്കാൻ തോന്നി. ഒരു നിമിഷം പുള്ളി സ്തംബിച്ചു നിന്നു. ശേഷം എന്നെ തുറിച്ചു നോക്കിയിട്ട് ക്ലാസ് നിർത്തിയിട്ട് ഒറ്റ പോക്ക്. അതിനുശേഷം സാറിന്റെ ലിസ്റ്റിൽ ഉള്ള എന്നെ മൈൻഡ് ചെയ്യാറില്ല. ചോദ്യങ്ങൾ ചോദിക്കുമെങ്കിലും എന്റെ മുഖത്ത് നോക്കില്ല. ക്ലാസ് എടുക്കുമ്പോൾ, സംസാരിക്കുമ്പോൾ വേറെ എവിടെയെങ്കിലും നോക്കിയേ എന്നോട് സംസാരിക്കു. ഞാൻ നോക്കിയാൽ പെട്ടെന്ന് മുഖത്തുനിന്നും കണ്ണെടുക്കും. ചോദ്യത്തിന്റെ ഉത്തരം കഴിഞ്ഞ ദിവസം... ഇന്നലെ രാത്രി തന്നെ, എനിക്കതിന്റെ ഉത്തരം കിട്ടി. അതു പ്രാക്ടിക്കലിലൂടെ. മീൻസ് സ്വപ്നത്തിലൂടെ... അറിഞ്ഞപ്പോഴാണ് ഞാൻ ചോദിച്ച ചോദിച്ചത് വല്ലാത്തൊരു ചോദ്യമായി എന്ന് മനസ്സിലായത്. ഞാൻ ഇത് തീരെ പ്രതീക്ഷിച്ചില്ല....ഇങ്ങനെയൊക്കെ.എങ്ങനെ ഇനി അയാളുടെ മുഖത്ത് ഞാൻ നോക്കും. എനിക്ക് മാനസികമായി ഉണ്ടായ സമ്മർദ്ദം.... ഇനി മറ്റൊരാളെ എനിക്ക് ഭർത്താവായി ചിന്തിക്കാനേ കഴിയില്ല.എത്രയും പെട്ടെന്ന് ഈ മനുഷ്യനെ കണ്ടുപിടിക്കണം. ആരാണ് അയാൾ എന്റെ ഉൾ മനസ്സ് അറിയുന്നുണ്ട് ഇത് സ്വപ്നമാണ് എന്നിട്ടും ഞാൻ അനുഭവിച്ചറിയുന്നു മറ്റൊരാൾ എന്നിലേക്ക് തരുന്ന പ്രണയം, ആർദ്രത, അനുഭൂതി, ശാരീരിക വേദനയും..അങ്ങനെ എന്തെല്ലാമോ...ഇനി എന്റെ ജീവിതത്തിൽ മറ്റൊരു പുരുഷനില്ല. തീർച്ച.ശാരീരികമായും മാനസികമായും അത്രയ്ക്ക് ഞാൻ ഇയാളിൽ

ഞാൻ പോലും അറിയാതെ അടുത്ത് പോയി. കേൾക്കുന്നവർ വിശ്വസിച്ചില്ലെങ്കിലും.ഇനി മറ്റൊരാളുടെ മുഖത്തുനോക്കി സ്നേഹിക്കാൻ,പ്രണയിക്കാനോ, കൂടെ ജീവിക്കാനും എനിക്ക് കഴിയില്ല. സത്യം...

(കരഞ്ഞുകൊണ്ട് ഞാൻ എന്റെ ഡയറി അടച്ചുവെച്ചു സുഖമായി ഉറക്കത്തിലേക്കുള്ള പ്രയാണം ആരംഭിച്ചു).

ദിവസങ്ങളും മാസങ്ങളും കടന്നുപോയി ഞാൻ തേടിക്കൊണ്ടിരിക്കുന്നു. നിരന്തരം സ്വപ്നത്തിലൂടെ എന്നെ കീഴ്പ്പെടുത്തുന്ന ഇപ്പോൾ എനിക്കേറെ പ്രിയപ്പെട്ടവനായ യുവാവിനെ...ആവശ്യമാർന്ന കണ്ണുകൾ, കള്ളത്തരം ഒളിപ്പിച്ചുവെച്ച പോലുള്ള പുഞ്ചിരി, വിരിഞ്ഞ നെഞ്ചും. ആൾക്കൂട്ടത്തിൽ പോലും തേടുന്നത് ഒരേ ഒരു മുഖം. ഓരോ ഉറക്കവും എന്നിലൂടെ കഴിഞ്ഞു പോകുമ്പോൾ എന്റെ ഉൾ മനസ്സമന്ത്രിക്കും എനിക്കിനിയും ഉറങ്ങണം...എങ്കിൽ ഇനിയും വരുമല്ലോ... എന്റെ കൂടെ അങ്ങനെ ഞാൻ പാടും...

പുലരുവാൻ വൈകുമെങ്കിൽ പ്രിയ സ്വപ്നമേ–
ഒരുമാത്രമെന്നിൽ വീണ്ടും നുകരാൻ വരു,
പുണരാൻ വരൂ......
നെയ്തു തീരാ കിനാക്കളും ഞാനും
പെയ്തു തോരാത്ത വീഥിയിലൂടെ.
ജീവരാഗം മൂകമായി മൗനമായി
കാത്തിരിപ്പു നിൻ സ്നേഹപരാഗം
കാലം വിതച്ചൊരി നൊമ്പരം,
മിഴി തേടുമീ ആത്മരൂപമേ
ദൂരെ എങ്ങോ......നീ......
ഏകാന്തതീരം തേടും അലയാണു നീ..
പൂർണ്ണേന്ദു ബിംബം തേടും മുകിലാണു..നീ....
തൂമഞ്ഞിൻ ഈറൻ കാറ്റും കുളിരോർമയായി...
നീ മോളുമാത്മരാഗം ജീവാംശമായി..
ഇടനെഞ്ചു മീട്ടുമീ മർമ്മരം
നിൻമടിയിലായ് ചേർന്നുറങ്ങുവാൻ

ദൂരെയെങ്ങോ.. നീ....

വീടിനടുത്തുള്ള ഗ്രൗണ്ടിൽ വൈകിട്ട് ചെക്കന്മാർ ഫുട്ബോൾ കളിക്കാൻ വരാറുണ്ട്.ഞാൻ ഒരു കോലൈസും കടിച്ച് അവിടെ ഒരു മതിലിന്റെ മുകളിൽ വെറുതെയിരുന്നു കളി കാണുകയാണ്. അമ്മു കൂട്ടുകാരുമായി സൈക്കിളും ചവിട്ടി അവിടെയൊക്കെ കളിക്കുന്നുമുണ്ട്.ആ സമയം ഏതാണ്ട് 5 മണി കഴിഞ്ഞു കാണും. പത്താം ക്ലാസ്സിലോട്ട് പാസായ കുട്ടികളൊക്കെ സ്പെഷ്യൽ ട്യൂഷൻ കഴിഞ്ഞ് വീട്ടിലേക്ക് മടങ്ങുന്നു. ആ കൂട്ടത്തിൽ നിന്ന് ഒരു പെൺകുട്ടി എന്റെ അടുത്തേക്ക് വന്നു ഒരു നാടൻ ലുക്ക് അവൾ,

:"നിങ്ങൾ ആതിൽ ടെ ഫ്രണ്ട് അല്ലേ"

ഞാൻ:" ആണല്ലോ...എന്താ"?

അവൾ:"ഒന്നും ഇല്ല ഒന്ന് പരിചയപ്പെടാൻ"....

ഞാൻ :"ആട്ടെ അവനെ എങ്ങനെ അറിയാം"?..

അവൾ :"ട്യൂഷൻ ക്ലാസിൽ വച്ച് മുൻപ് കണ്ടിട്ടുണ്ട്. പക്ഷേ ആള് ആരോടും മിണ്ടാറില്ല, ബോയ്സിനോട് പോലും, ഒരു സ്പെഷ്യൽ ക്യാരക്ടർ.ആളെ ഒന്ന് പരിചയപ്പെടാം എന്ന് കരുതി"..

ഞാൻ :"ആ അവൻ അങ്ങനെ ഇപ്പോൾ എന്നോട് പോലും മിണ്ടാറില്ല.കുടുംബക്കാർ പറയുന്നത് എന്തേലും അവന്റെ വായീന്നു മൊഴിയണമെങ്കിൽ വായിൽ കോലിട്ട് കുത്തണമെന്ന് (ഞാൻ ചിരിച്ചു)

അവൾ:" ആണല്ലേ"....

ഞാൻ :"ടു ബി ഫ്രാങ്ക് എന്താ കുട്ടിയുടെ പ്രോബ്ലം. വല്ല വൺ സൈഡ് ലവ് ആണോ? "...

അവൾ :"അങ്ങനെ ഒന്നും അല്ല വെറുതെ".

ഞാൻ :"കാള വാല് പൊക്കുന്ന കണ്ട അറിഞ്ഞുകൂടെ. എന്തായാലും അവന്റെ കാര്യത്തിൽ എന്റെ ഭാഗത്തുനിന്ന് നോ ഹെല്പ്എന്നെക്കൊണ്ട് കൂട്ടിയാൽ കൂടൂല്ല. കുട്ടി പോ വേറെ ആരേലും ഉണ്ടെങ്കിൽ പറ ഒരു കാര്യം നമുക്ക് നോക്കാം.

(അവൾ ഒന്നും മിണ്ടാതെ മുഖംതാഴ്ത്തി പോയി).

ഇത് കണ്ടുകൊണ്ണ്ടാണ് നാട്ടിലെ കുറച്ച് പയ്യന്മാർ എന്റെ അടുത്തേക്ക് വന്നദ്. അവർ എന്നോട് കാര്യം തിരക്കി.സത്യത്തിൽ

അവൾക്ക് എന്റെ ഒരു ഹെൽപ്പ് വേണം ഇവിടെ ഞാൻ നിസ്സഹായയയാണ്.

ഫോൺ ബൂത്ത് നടത്തുന്ന ഫൈസൽ,ഫാൻസി കടയിലെ ആഷിക്,ലൈബ്രറിയിലെ യഹിയ.അങ്ങനെ കുറിച്ച് പേർ എന്റെ ഫ്രണ്ട്സ് ആണ്. നാട്ടിലെ പ്രധാന പയ്യൻസ്.പെൺകുട്ടികൾ ഒന്നും അങ്ങനെ പുറത്തിറങ്ങി എന്നെപ്പോലെ ചുറ്റി നടക്കാറില്ല.അതുകൊണ്ട് നാട്ടിൽ എനിക്ക് അങ്ങനെ പെൺ സുഹൃത്തുക്കളുമില്ല. ഉള്ളവരൊക്കെ വീട്ടിൽ ചടഞ്ഞു കൂടി പഠിപ്പ് വീട്ടുജോലി അതിനപ്പുറം ഒരു ലോകം അവർക്കില്ല.ആതി യെ വെച്ച് നോക്കാണെങ്കിൽ ആ പെൺപിള്ളേർ തന്നെ ഭേദം.

യഹിയ എന്നോട് പറഞ്ഞു ഈ പറഞ്ഞ ചെക്കനെ ഞാൻ കണ്ടിട്ടുണ്ട്.

ഞാൻ :"ആരെ ആദിൽനെയോ"

യഹിയ :"ഹാ!..അവനെ തന്നെ ".

"ആരോടും മിണ്ടാറില്ലല്ലോ അവനൊന്നും വന്ന് കളിക്കാറുമില്ലല്ലോ ഇവിടൊന്നും. ഇടക്ക് ബൈക്കിൽ ഇങ്ങനെ പോണ് ഈ ഗ്രാമത്തിലെ എല്ലാ ആൺകുട്ടികളും ഈ നേരായ ഇവിടെ കളിക്കാൻ വരും. ഇവനൊഴിച്ചു.ഇവനി വിടെ തന്നെയല്ലേ ജനിച്ചതും വളർന്നത് അല്ലെ. പെൺകുട്ടിയായ നീ പോലും ഞങ്ങളുടെ കൂടെ കൂടുന്നുണ്ട് അവനു വല്ല പ്രശ്നമുണ്ടോ."

ഞാൻ :"അവന് ഒരു ഇൻട്രോവേർഡ് ആണ് ആരോടും അങ്ങനെ മിണ്ടാറില്ല പിന്നെ വലിയ പാരമ്പര്യം പാരമ്പര്യമുള്ള തറവാട്ടിൽ ജനിച്ച കുട്ടിയല്ലേ അതിന്റെ ഒരു ഇത്..."

ആഷിക് :"അതിന് നീയും തറവാടി അല്ലേ വലിയ വീട്ടിലെ കുട്ടിയല്ലേ നിനക്കില്ലല്ലോ ഈ ജാഡയൊന്നും. "

ഞാൻ :"ഹേ അങ്ങനെയല്ല ജാട അല്ല ...മീൻസ് അവര് അവരുടെ തരക്കാരുടെയും മിണ്ടും, മീൻസ് അവരുടെ ഫാമിലിയിലെ കുട്ടികളുമായി മാത്രം കൂടത്തുള്ളൂ. ഇപ്പോൾ കണ്ടില്ലേ അവന്റെ ഫാമിലി മെമ്പേഴ്സ് വേറെയും ഇല്ലേ ഇവിടെ അവര് അവരുടെ കുടുംബക്കാരും മാത്രം. അങ്ങനെ പുറത്തു ഉള്ളവര് അവിടെ ഫാമിലിയിൽ സ്ഥാനമില്ല.പിന്നെ പെൺപിള്ളേര് വെറുതെ അവനെ നോക്കി വെള്ളം ഇറക്കിയിട്ട് ഒരു കാര്യമില്ല നടക്കൂല മോനേ.... "

ഫൈസൽ :"അതെന്താ അവന് വേറെ ലൈൻ ഉണ്ടോ".

ഞാൻ :"ഹേ!...അവനു ഫ്രഷാ..

യഹ്‌യ ചിരിച്ചുകൊണ്ട് ഖേ ഒന്നുമല്ലല്ലോ.

ഞാൻ :"ഗെ..യിം ഗോ യും ഒന്നുമല്ല കുട്ടി അവന് സമ്മർ ഇൻ ബത്ലഹേമാണ്.

അവർ എല്ലാവരും ഒരുമിച്ച് ചോദിച്ചു

"എന്നുച്ച"....

ഞാൻ:" മുറ പെണ്ണുങ്ങൾ ഒരുപാടുണ്ട് അത്രതന്നെ, അതിലേതെങ്കിലും ഒന്നിനെ യെ കെട്ടാൻ ഒക്കു ഉ.മ്മയ്ക്ക് അവരുടെ ആങ്ങളമാരുടെ മക്കളെ കൊണ്ടും,ഉപ്പക്ക് പെങ്ങമ്മാരെ മക്കളെ കൊണ്ടും കെട്ടിക്കണം. "

ഫൈസൽ :"ഷോ ഇന്നത്തെ കാലത്ത് ഇങ്ങനെയൊക്കെയോ"......

ഞാൻ :"അവരെ. സ്വത്തിനും സമ്പത്തിനും നല്ല ഇംപോർട്ടൻസ് കൊടുക്കുന്ന ഫാമിലിയാണ്. സ്വത്ത് അന്യ കുടുംബത്തിലെ പെണ്ണുങ്ങൾ വന്ന് അനുഭവിക്കുന്നത് അവർക്ക് ഇഷ്ടമല്ല പോരാത്തതിന് ഒറ്റമകനല്ലേ. "

യഹിയ:"ടാ...പാവം ചെക്കൻ വെറുതെയല്ല ഇങ്ങനെ ജാഡ പോലെ നടക്കുന്നത്. കൂട്ടിലടച്ച് തത്ത".

ഞാൻ :"ഏറെക്കുറെ.പിന്നെ വേറൊരു കഥയും കേൾക്കണോ?.

അവന്റെ ഇളയപ്പാടെ കഥയാണ്.പണ്ട് ഒളിച്ചോടി വിവാഹം കഴിച്ച പാർട്ടി ആണ് എന്റെ ഉപ്പാടെ ഫ്രണ്ട് ആണ് പുള്ളി. എന്റെഉമ്മാടെഅയൽവാസിയാണ് ആ സ്ത്രീ. ഉപ്പാന്റെ ഉമ്മാടെ കല്യാണത്തിന് അന്ന് രാത്രി ഇവര് രണ്ടാളും ഗുജറാത്തിലോട്ട് മുങ്ങി.രണ്ടുവർഷം മുമ്പ് അവരുടെ മകൻ മരണപെട്ടു കാൻസർ അർന്നു. ആദി ടെ കസിൻ എന്റെ ക്ലാസ്സ് മേറ്റ് ആണ് അമ്മൻ. അങ്ങനെ അവൻ പറഞ്ഞു അറിഞ്ഞഅറിവാണ്.അവർ ഇപ്പോൾ ഇവിടെ സെറ്റിൽഡ് ആണെന്ന്. ഇങ്ങനത്തെ ഫാമിലി ലോട്ട് ആണ് ആ കുട്ടി പ്രണയഭയാർത്ഥിയുമായി എന്റെ അടുത്തേക്ക് വരുന്നത് ഇനി പറ എന്നെക്കൊണ്ട് കൂട്ടിയ കൂടുമോ.. മാത്രമല്ല അവനെ തന്നെ ഇപ്പോൾ അവരെന്നെ തന്നെ മൈൻഡ് ചെയ്യാറില്ല".

(ഒരു നെടുവീർപ്പെട്ട ശേഷം ഞാൻ തുടർന്നു):" ഓർമ്മവച്ച നാൾ മുതൽ ഞങ്ങൾ ഒരുമിച്ച്ചാരുന്നു പണ്ട് സ്കൂളിൽ നാലാംക്ലാസിൽ പഠിക്കുമ്പോൾ നിറം സിനിമ ഇറങ്ങിയിരുനില്ലേ അന്ന് എബി സോനാ എന്ന കഥാപാത്രങ്ങൾ ആയി സാദൃശ്യമുണ്ടെന്നും പറഞ്ഞ് സ്കൂളിൽ കളിയാക്കുമായിരുന്നു. ഞങ്ങളെ ഇരട്ട പേരിട്ടു വിളിച്ചു ഇനി സിനിമയിൽ ഏതു പോലെ നിങ്ങൾ അവസാനം ഒന്നിക്കുമോ...എന്ന് അരുൺ എന്ന ഒരുപാട് ക്ലാസ്സ് മേറ്റ് ചോദിച്ചിരുന്നു.അതിനുശേഷം അവൻ ഇങ്ങനെയാ മിണ്ടൂല. എന്തേലും ചോദിച്ചാൽ പറയും. അവന്റെ വീട്ടിൽ ഞാൻ പോകും. വലിയ മൈൻഡ് ഉണ്ടാവില്ല.ഇപ്പോൾ രണ്ടാൾക്കും തിരക്കല്ലേ കണ്ടാ ചിരിക്കും അത്രതന്നെ.ഹാ....അതൊരു കാലം. "

ഫൈസൽ:" നിന്റെ എക്സാം എങ്ങനെയുണ്ടായിരുന്നു? ".

ഞാൻ :"ഇറ്റ് വാസ് ഈസി.....

എൻട്രൻസിന് പോണം ഇനി. അതിനുള്ള തയ്യാറെടുപ്പിലാണ്. ഫസ്റ്റ് വേർഡ് വാർ കഴിഞ്ഞു പത്താം ക്ലാസ്സ്. സെക്കൻഡ് വേൾഡ് വാർ പ്ലസ് ടു കഴിഞ്ഞു.പിന്നെ, നാളെ ഫെയർവെൽ ആണ് സെന്റ് ഓഫ്.

(അമ്മു സൈക്കിളുമായി വരുന്നുണ്ട്):"നിന്നെ ഉമ്മ വിളിക്കുന്നുണ്ട് വീട്ടിൽ വിരുന്നുകാരുണ്ട്"...

ഞാൻ :"ആണോ നീ വിട്ടോ...ഞാൻ ദാ വരുന്നു"...

ഓക്കേ ഒരു ബൈ. ഇനി കാണാം

(എല്ലാവരോടുമായി പറഞ്ഞു ഞാൻ വീട്ടിലേക്ക് യാത്ര തിരിച്ചു)

വീടിന്റെ മുറ്റത്ത് അഞ്ചാറു ജോലി ചെരുപ്പുകൾ കിടക്കുന്നുണ്ട്. ഞാനും അമ്മുവും അകത്തേക്ക് കയറി, പരിചയമില്ലാത്ത മുഖങ്ങൾ. എന്നെ കണ്ടതും കൂട്ടത്തിൽ ഒരാൾ പുഞ്ചിരിച്ചു. അടിമുടി സ്കാൻ ചെയ്തു എന്ന് വേണം പറയാൻ. ഞാനും ഒന്ന് ചിരിച്ചു. അകത്ത് ഉമ്മ ചായയും മറ്റു പലഹാരങ്ങളും തയ്യാറാക്കുന്നുണ്ട്. കൂടെ അയൽവാസിയായ ഉമ്മയുടെ സഹായമായ ഐശത്ത യും,അവർ ചിപ്സും മറ്റും പാത്രത്തിൽ അടിക്കുകയാണ്. എന്നെ കണ്ടതും ഉമ്മ പറഞ്ഞു.

"ആ വന്നോ..പോയി കൈയും മുഖവും കഴുകി വേഷം മാറി വാ പുതിയ ചുരിദാറില്ലേ ആ പച്ച അത് ഇട്ടാ മതി".

അമ്മു :"ആരാ ഉമ്മ, ഉപ്പാന്റെ ഫ്രണ്ട്സാ..

ഞാൻ ഉമ്മയുടെ മുഖത്തേക്ക് നോക്കി പറയാതെ പറഞ്ഞു, ഉപ്പയില്ലാത്ത നേരത്ത് തന്നെ വേണമായിരുന്നോ ഉമ്മ എന്നോട് ഈ ചതി.....

ഉമ്മ ചായ ക്ലാസുകളിലേക്ക് ഒഴിച്ച് തുടങ്ങി. ഉപ്പ ബിസിനസിന്റെ ആവശ്യത്തിനെ പുറത്തു പോയധാണ്.നാളയെ വരൂ. അവസരം പുള്ളിക്കാരി ശരിക്കും മുതലാക്കി എന്നുതന്നെ വേണം പറയാൻ.

ഞാൻ :"അയ്യോ ഞാൻ ഒന്നും ഇല്ല ട്ടോ,വേണമെങ്കിൽ ഈ വേഷത്തിൽ കണ്ടാൽ മതി.ഉമ്മ എന്നെ തുറിച്ചു നോക്കി.

ഞാൻ :"എന്തായാലും ഇപ്പോ കെട്ടാൻ ഉദ്ദേശിക്കുന്നില്ല പിന്നെന്തിനാ ഈ വേഷം കെട്ട്".

ആയിഷത്ത പറഞ്ഞു:" പിന്നെ..പിന്നെ വയസ്സ് 10,18 കഴിഞ്ഞു ഇനി എങ്ങോട്ടാ നിന്റെ താഴെ ഒന്നില്ലേ..മറക്കണ്ട.

അമ്മു :"അതേ വെറുതെ എന്നെക്കൊണ്ട് ഓവർടേക്ക് ചെയ്യിക്കേണ്ട".

ഉമ്മ :"അവര് വന്നതല്ലേ....വെറുതെ ഉമ്മാന്റെ കുട്ടി മുഷിപ്പ് കാട്ടണ്ട. കണ്ടിട്ട് പൊയ്ക്കോട്ടെ. നീ പോയി റെഡി ആക് ചെക്കനെപ്പോഴേക്കും എത്തിക്കോളും. ബ്രോക്കറും, ഉമ്മ, ഉപ്പ,അനുജൻ,അനുജത്തി ഒക്കെയാ ആ ഇരിക്കുന്നത്.ചെക്കൻ ഒരു ഫ്രണ്ടിന്റെ കൂടെ വരുന്നുണ്ട്.എത്താറായത ഇടയ്ക്ക് വഴി തെറ്റിത്രേ...

ഞാൻ :"ആ...ബെസ്റ്റ്"...

അമ്മു എന്നെയും വലിച്ച് എന്റെ ഡ്രസ്സിങ് റൂമിലേക്ക് കയറി. ഞാൻ ആലോചിച്ചു. ഒരുപക്ഷേ തേടിയവള്ളി ആവോ...ചെക്കനെ കണ്ടിട്ടില്ലല്ലോ, വെറുതെ നോ പറയണ്ട.ഇനി ഒരു പക്ഷേ എന്റെ സ്വപ്നത്തിലൂടെ വരുന്ന ആളാനെങ്കിലോ . ഇങ്ങനെയാകും വിധിച്ചത്. ഒന്നില്ലെങ്കിൽ ഇങ്ങനെ ഒരാൾ ഉണ്ടെന്ന് ഉറപ്പിക്കാലോ. ഞാൻ ഉമ്മ പറഞ്ഞ ആ മൈലാഞ്ചി പച്ച ചുരിദാറും പച്ചകുപ്പിവള നെറ്റ് ഷാൾ റൊ മാൻസിന്റെസ്പ്രേ നീല മിഴികളിൽ കണ്മഷി,ഇമകളിൽ നീലമസ്കാര,ചുണ്ടിൽ ചെഞ്ചായം. അങ്ങനെ.. അങ്ങനെ ചമഞ്ഞൊരുങ്ങി ഇപ്പോ ഒരു കൊച്ചു സുന്ദരിയായി. ചെറുക്കന്റെ

വണ്ടിയുടെ ശബ്ദം കേൾക്കുന്നുണ്ട്. ഞാൻ ജനലഴികൾക്കിടയിലൂടെ നോക്കി.മുഖം വ്യക്തമല്ല ശരിക്കും കണ്ടില്ല. ഉമ്മ തന്ന ടീ ട്രേ കയ്യിൽ പിടിച്ചു വിറച്ച്, വിറച്ചു ഞാൻ ഒരുപാട് പ്രതീക്ഷയോടെ അവരുടെ അടുത്തേക്ക്നീങ്ങി.ഒരു പെണ്ണ് കാണൽ ചടങ്ങിന്റെ ഘന്ധം അവിടം പരന്നു.ആദ്യത്തെ ചായ പയ്യന്റെ നേർക്. ഹൃദയം മിടിക്കുന്നുണ്ട് ഒരു വല്ലാത്ത അവസ്ഥയിലൂടെയാണ് ഞാൻ നടക്കുന്നത്. ചായ പയ്യന് നേർക് നീട്ടി. "താങ്ക്സ് "അയാൾ പറഞ്ഞു.ഞാൻ പ്രാർത്ഥനയോടെ ആമുഖത്തേക്കൊന്നു നോക്കി.അയാൾ എന്നെ നോക്കി പുഞ്ചിരിക്കുന്നു. ഇല്ല...ഇതല്ല....നിരാശയായി നിറഞ്ഞ കണ്ണുകൾ മറച്ചുകൊണ്ട് ഞാനെന്റെമുറി യിലോട്ട് പോയി. അവർ അവിടെ എന്തൊക്കെയോ സംസാരിക്കുന്നുണ്ട്. "അറിയിക്കാം".. എന്ന് ഉമ്മ പറയുന്നത് മാത്രം കേട്ടു.എന്റെ ആശകൾക്ക് അമളി പറ്റി യിരിക്കുന്നു അവർ അവിടെ നിന്നും പോകുംവരെ ഞാൻ മുറിയിൽ തന്നെ ചടഞ്ഞിരുന്നു.പിന്നീട് അയാളെ നോക്കിയതേയില്ല.

എന്നാൽഅവർ പോയ ഉടനെ തന്നെ ഉപ്പ യ്ക്ക് ഫോൺ ചെയ്തു ഉമ്മ. ഞാൻ അങ്ങനെയൊക്കെ ഒരുങ്ങി നിന്നത് കണ്ടപ്പോൾ എനിക്ക് സമ്മതമാണെന്ന് പുള്ളിക്കാരി തെറ്റിദ്ധരിച്ചു പോയി. ഇനിയൊന്നും നോക്കണ്ട എന്ന മട്ടിലാണ് സംസാരം.ചെക്കന്റെ ഭംഗി,കുടുംബാന്തരീക്ഷം,എന്നെ കെട്ടിയാൽ പിന്നെ ഞങ്ങളുടെ ഭാവി,എനിക്ക് വരാൻ പോകുന്ന ഭാഗ്യങ്ങൾ, അങ്ങനെ...അങ്ങനെ..പക്ഷേ ഉപ്പ ഒന്നുമാത്രം തിരിച്ചു ചോദിച്ചുള്ളൂ

." അവക്കി ബന്ധത്തിന് താല്പര്യമുണ്ടോ?ഫോൺ മോൾക്ക് കൊടുക്ക്. "

അതിനു മറുപടിയായി ഉമ്മ പറഞ്ഞത് അവളുടെ ഇഷ്ടം നോക്കിയാണോ തീരുമാനിക്കുന്നത് വീട്ടുകാർ അല്ലേ...എന്ന്.

ഉപ്പ :"വീട്ടുകാരെ കടമ പഠിപ്പിക്കാ സംരക്ഷിക്കുക, യോജിച്ച പങ്കാളിക് കൈ പിടിച്ചു കൊടുക്കുക.ശരിയാ.പക്ഷേ കൂടെ ജീവിക്കേണ്ടത് അവളല്ലേ.അപ്പോൾ അവളുടെ ആഗ്രഹത്തിന് ഒത്ത ആളാണോ. നമ്മുടെ മകൾ ആണെങ്കിൽ പോലും അവൾ ഒരു വ്യക്തിയാ.അവളുടെ വ്യക്തിത്വത്തിന് പറ്റിയ ആളാണോ.. ആദ്യം അധ് നോക്കണം.അല്ലാതെ വീടും പത്രാസും നോക്കിയിട്ടല്ല.. നീ ഫോൺ മോൾക്ക് കൊടുക്ക്".

ഉമ്മ ഫോൺ എന്റെ നേർക്ക് നീട്ടിയിട്ട് സ്വകാര്യമായി പറഞ്ഞു സമ്മതമാണെന്ന് പറയാൻ.പക്ഷേ ഉപ്പ എന്നോട് ചോദിച്ചു :"മോളെ ഞാൻ അവിടെ ഇല്ലാതെപോയി ഇങ്ങനെയൊരു സംഭവം പ്രതീക്ഷിച്ചതല്ല. ആട്ടെ നിന്റെ പ്രായം എന്താ..ഇഷ്ടായോ.പയ്യനുമായി സംസാരി ചോനീ....

ഞാൻ :"ഇല്ല ഉപ്പ കുഴപ്പമൊന്നുമില്ല.നല്ല പയ്യനാ.തെറ്റൊന്നുമില്ല. പക്ഷേ എനിക്ക് ബന്ധത്തിൽ താല്പര്യമില്ല.ഇനി ഇങ്ങനെ എന്നെ കോമാളി കെട്ടിക്കില്ലെന്ന് ഉമ്മയോട് പറയണം. എനിക്ക് ഞാൻ ആഗ്രഹിച്ച പോലെ ഒരു ഡോക്ടർ ആകണം. അതുവരെ വെയിറ്റ് ചെയ്യാൻ ഉമ്മാനോട് പറ.

ഉമ്മ തർക്കിക്കുന്നു.:"നീ ഏതുകാലത്ത് ഡോക്ടറായി കെട്ടാനാണ്,അപ്പോഴേക്കും നിന്റെ താഴെ ഒന്നില്ലേ. ഞാൻ ഇടയ്ക്ക് കയറി ചൂടായി.:" അതിന് എന്റെ ജീവിതം ഹോമിക്കണോ...അവളെ കെട്ടിക്കാൻ പ്രായമാകുമ്പോൾ കെട്ടിച്ചോളൂ. എനിക്ക് കുറച്ച് സമയം വേണം.പ്ലീസ്, ഞാൻ ഒരിക്കലും നിങ്ങളെ ചതിക്കില്ല. ഉപ്പയോട് തർക്കിച്ചുകൊണ്ട് ഉമ്മ ഫോൺ കട്ട് ചെയ്തു.

രാത്രി സാധാരണ ചപ്പാത്തിയാണ് പതിവ്. ഇന്ന് ഉപ്പയില്ല മാത്രമല്ല ഉച്ചക്കൽത്തെ ചോറ് ഒരുപാട് ബാക്കിയുണ്ട് ഞാനും അമ്മയും ടിവി കണ്ടുകൊണ്ടിരിക്കെ, ഉമ്മ ഭക്ഷണം വാരിത്തുന്നു. എനിക്കെന്തോ എന്നൊരു മൂഡില്ല ഭക്ഷണം മതിയാക്കി ഞാൻ.മുറിയിലേക്ക് പോയി ഒന്ന് ഫ്രഷ് ആയി. മുടി ഒന്ന് ചീകി. എന്റെ നൈറ്റ് വെള്ളുത്ത സാറ്റേൺ പാന്റും ഷർട്ടും ആയ നൈറ്റ് ഡ്രസ്സ് ധരിച്ചു.ശേഷം പതിവുപോലെ ഡയറി എഴുതാൻ ഇരുന്നു.എഴുതിക്കഴിഞ്ഞാൽ ആകും ഒരാശ്വാസം, അല്ലെങ്കിൽ അതുവരെ വല്ലാത്ത ശ്വാസംമുട്ടൽ ആണ്. ഞാൻ ഡയറി എഴുതി തുടങ്ങി.

" ജീവിതത്തിൽ ആദ്യമായി ഒരാളെന്നെ പെണ്ണുകാണാൻ വന്നു. പക്ഷെ ഞാൻ ആശിച്ച പുരുഷന് ആയിരുന്നില്ല. ഇനിയും ഇതുപോലെ ഒരുപാട് ആലോചനകൾ വന്നേക്കാം. ഇന്ന് ഞാൻ രക്ഷപ്പെട്ടു. ഒന്നാമത് ഉപ്പ ഉണ്ടായിരുന്നില്ല. എങ്കിൽ ഇതൊന്നും സംഭവിക്കില്ലായിരുന്നു. ഒരു വിധത്തിലും പുഷ് വരാത്തോടത്തോളം കാലം ഞാൻ സേഫ്. സോ,ബി പേഷ്യൻസ്... ഇനി വരുന്നവരൊക്കെ

എന്ദ് പറഞ്ഞ് തടസ്സപ്പെടുത്തും. എങ്ങനെ പിടിച്ചുനിൽക്കും. എനിക്കറിയില്ല. സ്വന്തമായി ഒരു ഐഡന്റിറ്റി ഉണ്ടാവണം എന്നത് വാസ്തവം തന്നെ. എന്നാൽ യഥാർത്ഥ പ്രശ്നം ഇവിടംകൊണ്ട് തീരുന്നില്ല.ഞാൻ അറിയാതെ ഏതോ ഒരാൾ എന്റെ മനസ്സിനെയും ശരീരത്തെയും എന്റെ പ്രസിഡന്റ് ലൈഫിൽ അല്ലാതെ തന്നെ കീഴ്പെടുത്തി കളഞ്ഞിരിക്കുന്നു.കേൾക്കുന്നവർ കരുതും ഇത് പ്രാന്താകും. എന്ന് എന്നാൽ എന്റെ ഫീലിംഗ്സ് എത്ര നിയന്ത്രിച്ചാലും ഇതൊന്നും എന്റെ കൺട്രോളിൽ അല്ല.ഞാൻ പോലും അറിയാതെ ഇതുവരെ കണ്ടിട്ടില്ലാത്ത ഒരറിവും ഇല്ലാത്ത ഒരാളെ എന്റെ ഉള്ളിൽ ഉള്ളപ്പോൾ ഞാൻ എങ്ങനെ മറ്റൊരു പുരുഷനുമായി. ഇത് ചതിയല്ലേ..അങ്ങനെ ഞാൻ ചെയ്താൽ,എന്തായാലും ഒന്ന് അറിയാം ഒരു പരിധിക്ക് അപ്പുറം ആരോടും ഒന്നും ഒളിക്കാൻ എനിക്ക് കഴിയില്ല.

കുറച്ചുനേരം വാമേനിൽ പാട്ടും കേട്ട് അങ്ങനെ കിടന്നു പിന്നെ മെല്ലെ മെല്ലെ ഉറക്കത്തിലേക്ക് വഴുതിപ്പോയി.

ഇപ്പോൾ ഞാൻ കാണുന്നത് വലിയൊരു പ്രളയം. ജലനിരപ്പ് ഉയർന്നു.. ഉയർന്നു..കുത്തിയൊരിച്ച് പോകുന്നു.വീടുകളും മറ്റും തകർന്നുകൊണ്ടിരിക്കുന്നു. എവിടെയും വെള്ളം ഇരച്ചു കയറി,ചെറുമരങ്ങൾ കടപുഴകി വീഴുന്നു, മനുഷ്യരും ഉപകരണങ്ങളും വരെ പ്രളയത്തിൽപ്പെട്ടു ഒഴുകിപ്പോകുന്നു.കൂട്ടത്തിൽ ഞാനും ഉമ്മ, ഉപ്പ,അമേയ,ഇവരെയൊന്നും കാണുന്നില്ല. എങ്ങോട്ടെന്നില്ലാതെ ഒഴുക്കിൽപ്പെട്ട് ഞാൻ രക്ഷിക്കണേ എന്ന് വിളിച്ചുകൊണ്ട് രണ്ടു കൈകളും ഉയർത്തി വെള്ളത്തിൽ മുങ്ങി പൊങ്ങുന്നു. എന്തെങ്കിലുംകച്ചി തുരുമ്പ് കിട്ടും എന്ന് പ്രതീക്ഷയുണ്ട്.....

".രക്ഷിക്കണേ.................രക്ഷിക്കണേ".........."

പെട്ടെന്ന് ആരോ ഒരാൾ എന്റെ വലതു കൈ മുറുകെ പിടിച്ച് മുകളിലേക്ക് വലിച്ചുകയറ്റുന്നു.ശരിക്കും അതൊരു കച്ചിത്തുരുമ്പ് തന്നെ. മുഖം വ്യക്തമല്ല വലിയൊരു മരത്തിന്റെ വേരു ഭാഗം അതിന്മേലാണ് അയാളുടെ നിൽപ്. പുള്ളിക്കാരൻ തൽക്കാലം രക്ഷക്കായി അദ്ദേഹത്തിന്റെ മറ്റേ കൈമരത്തിൽ പിടിച്ചിരിക്കുകയാണ്.ഞാൻ പുറകിൽ തിരിഞ്ഞുനോക്കി ഒരുപാട് ആളുകൾ, മൃഗങ്ങൾ, വിലപിടിപ്പുള്ള പലതും ഒലിച്ചു പോകുന്നു."എന്നെ മാത്രം എന്തുകൊണ്ട് "....എന്ന ഭാവത്തിൽ ഞാനാ

കണ്ണുകളിലേക്ക് നോക്കി.ആ ജനപ്രളയത്തിന്റെ ബഹളത്തിൽ അയാൾ ഉറക്കെ വിളിച്ചുപറഞ്ഞു". രക്ഷപ്പെടാൻ ഒരു കച്ചിത്തു തുരുമ്പ് കിട്ടിയപ്പോൾ ആദ്യം സ്വയം രക്ഷിക്കപ്പെട്ടു. ഒരാളെ കൂടി രക്ഷിക്കാൻ കഴിഞ്ഞെങ്കിൽ എന്നോർത്തപ്പോൾ നിങ്ങളുടെ കൈ എനിക്ക് മുന്നിൽ നീട്ടി കണ്ടപ്പോൾ വേറൊന്ന് ചിന്തിച്ചില്ല.രക്ഷപ്പെട്ടു എന്ന് തീർത്ത് പറയാനായിട്ടില്ല. നമ്മുടെ ജീവന്റെ രക്ഷ ഈ മരം ഇവിടെ ഇങ്ങനെ നിൽക്കുന്നിടത്തോളം വരെ മാത്രം.കടപുഴകി വീണാൽ കഴിഞ്ഞു. ഞാൻ പതിയെ എന്റെ വലതു കാല് പുറകിലേക്ക് വച്ചതും പെട്ടെന്ന് കാലുവഴുതി വീഴാൻ പോയി. ഉടനെ അയാൾ എന്റെ അരക്കെട്ടിൽ വട്ടം വച്ചുപിടിച്ചു.അപ്പോഴാണ് ഞാൻ ആ മുഖം ശരിക്കും കാണുന്നത് അദേ അയാൾ തന്നെ.. എന്നെ നോക്കി അയാൾ ഒന്നു പുഞ്ചിരിച്ചു." ഭയപ്പെടേണ്ട ചേർന്നു നിന്നോളു ".. മധുരമാകുന്ന സ്വരത്തിൽ പറഞ്ഞു ഒരു കൈ എന്നെ മുറുകെപ്പിടിച്ച് മറുകൈ മരത്തിൽ അള്ളിപ്പിടിച്ചു നിൽക്കുന്നു. നല്ല മഴയുണ്ട് രാത്രിയാണോ പകലാണോ എന്നറിയില്ല ഇരുണ്ട ആകാശം. എങ്ങും ഇരുട്ട് പടർന്ന അവസ്ഥ അറിയാതെ ഞാൻ അദ്ദേഹത്തോട് ചേർന്ന് നിന്നു. കുറച്ചു കഴിഞ്ഞപ്പോൾ ക്ഷീണം കൊണ്ട് ആ മാറിലേക്ക് തല ചായ്ച്ചു. കണ്ണുകൾ അടച് ആ ശരീരത്തിന്റെ ഗന്ധം ആസ്വദിച്ചു.കുറെ നേരം ഞാൻ എന്റെ രണ്ടു കൈകൊണ്ടും അയാളെ കെട്ടിപ്പിടിച്ചു. മറ്റൊന്നും ചിന്തിക്കാതെ.തോരാ മഴയിൽ ഒരു മരത്തിന്റെ ബലത്തിൽ അങ്ങനെ അങ്ങിനെ നിന്നു.

നേരം 5:00 മണി ആയതും അലാം മുഴങ്ങുന്നു.ഞാൻ ഉണർന്നു ഒരു നിമിഷം ആലോചിച്ചു രാത്രി കണ്ട സ്വപ്നം. ആ നാച്ചുറൽ ഡിസാസ്റ്റർ,എന്നെ രക്ഷിക്കാൻ വന്ന എന്റെ ഹീറോ,ഞാൻ എന്തൊക്കെയോ ഇമേജ് നേഷൻ ചെയ്തു.....അവിടെ നിന്നും രക്ഷപ്പെടുന്നതും, ഞങ്ങൾ ഒരുമിക്കുന്നതും,എന്നിട്ട് "തന്നെ മുൻപ് ഞാൻ സ്വപ്നത്തിൽ കണ്ടിട്ടുണ്ട്."എന്നൊക്കെ അയാളോട് പറയുന്നതും അങ്ങനെ..അങ്ങനെ..സ്വപ്നമാണെങ്കിലും ആ നെഞ്ചോട് ചേർന്ന് കിടന്നപ്പോൾ. ഞാൻ അനുഭവിച്ച ആ ഹൃദയമിടിപ്പും,അയാളുടെ ചൂടും ചൂരും.എല്ലാം എനിക്ക് ഫീൽ ചെയ്തു.പ്രളയത്തെ ആദ്യം ഭയപ്പെട്ടെങ്കിലും അയാളുടെ എൻട്രിക്ക് ശേഷം ഞാൻ ശരിക്കും എൻജോയ് ചെയ്തു.ശരിക്കും,ഇത് വല്ലാത്ത

ഒരു ഫീൽ ആണ്. പെട്ടെന്ന് ഒരു ആശയം ഉള്ളിൽ വന്നു. അയാളെ കുറിച്ച്.പിന്നെ ഒട്ടും വൈകിയില്ല, ഞാൻ വേഗം എന്റെ ഡയറിയും പേനയും എടുത്ത് എഴുതി തുടങ്ങി.

My secret Desire
"You are the secret desire
Trapen my heart
You are the treasure
Which I'm haunted by my dreams,
You are the warrior
Always defeating my mind
If you are my soul
Comr close to me
How far you are
No matter
This is a deep connection
From the bottom of our heart
Connected by two souls
You are splendeour
In my dream journey...
My secret Desire".....

ഞാനെന്റെ ഡയറി അടച്ച് ഭദ്രമായി ഒളിപ്പിച്ചു വെച്ചു. നേരം വെളുത്തു തുടങ്ങി.അടുക്കളയിൽ ചെന്ന് കാപ്പിയും ഇട്ട് എനിക്കുള്ളത് ഒരു മഗ്ഗിൽ ഒഴിച്ച് ബാക്കി ഫ്ലാസ്കിലാക്കി വെച്ചു. ചൂടുകാപ്പിയും കൊണ്ട് പൂമുഖം പടിയിൽ ചെന്നിരുന്നു,കുടിക്കുകയായിരുന്നു. ഇന്നലെ കണ്ട സ്വപ്നം വീണ്ടും എന്നെ ഓരോന്ന് ചിന്തിപ്പിച്ചു തുടങ്ങി. നീലാകാശം, എങ്ങും ഇരുണ്ട വെളിച്ചം. അദ്ദേഹത്തിന്റെ ശരീരം എന്നെ പുളകം കൊള്ളിച്ച നിമിഷം. ആ ഒരു നിമിഷം ഞാൻ എന്റെ കണ്ണുകൾ കൊണ്ട് അയാളുടെ നയനങ്ങളിൽ നോക്കിനിൽക്കെ, അദ്ദേഹം ഉള്ളിൽ ഒളിപ്പിച്ചുവെച്ച പ്രണയം അതിന്റെ പ്രതിബിംബം ആ കറുത്ത നയനങ്ങളിൽ കണ്ടു.

"എന്താ മോളെ പകൽക്കിനാവ് കാണാ"... അമ്മു ചിരിച്ചുകൊണ്ട് ചോദിച്ചു.

പുള്ളിക്കാരി രാവിലെ തന്നെ ചെടികൾക്ക് വെള്ളം ഒഴിക്കുകയാണ്. ഈയിടെ പുള്ളിക്കാരി ചെടികളൊക്കെ നന്നായി പരിചരിക്കുന്നുണ്ട്. കാപ്പി അവിടെ വച്ചിട്ട് ഞാനും കൂടെ കൂടി.അവൾ പറഞ്ഞു "ഉമ്മ ദാ വരുന്നുണ്ട് "...രാവിലെ തന്നെ എന്തിനാണാവോ തൊടിയിൽ പോയത്.ഞാൻ ഉമ്മയെ നോക്കി.ദാ...കയ്യിൽ നല്ല മൂത്ത മത്തനും ഉണ്ട്,കുറച്ചു മത്തനിലെയും.ഉണ്ട് മത്തൻ ഉച്ചയ്ക്ക് ഊണിന് ആകും എരിശേരി മറ്റോ ഉണ്ടാക്കാനാകും.എന്നാൽ ഈ പച്ചില എന്തിന്. കറിക്കാണാവോ...ഉമ്മ പ്രത്യേകിച്ച് ഒന്നും പറയാതെ അകത്തേക്ക് പോയി ഞാനും അമ്മു വും ഞങ്ങളുടെ ജോലി തുടർന്നു.

കാറ്റിൽ പറക്കുന്ന അപ്പൂപ്പൻ താടികൾക്കിടയിലൂടെ ഞാൻ സ്കൂട്ടിയും പറപ്പിച്ച് പോകുകയാണ്.റോഡിന്റെ ഇരുവശങ്ങളിലും വയൽവരമ്പാണ്. വൈകാതെ വണ്ടി സ്കൂൾ ഗേറ്റിനു മുമ്പിൽ എത്തി.വലിയൊരു സ്വീകരണ ബോർഡ് ഉണ്ട്, ഇന്ന് സെന്റ് ഓഫ് ആണ്. അതിന് വെൽക്കം ബോർഡ്, താലപ്പൊലി ചെണ്ടമേളം, എല്ലാം അറേഞ്ച് ചെയ്തിട്ടുണ്ട്.സ്കൂൾ ഓഡിറ്റോറിയത്തിലേക്ക് ഞങ്ങൾ നടന്നു നീങ്ങി.ആദ്യമായി പ്രിൻസിപ്പൽ സാറിന്റെ സ്പീച്ച്, അതിനുശേഷം സ്കൂൾ മെയിൻ ടീച്ചർ,സ്കൂൾ ലീഡേഴ്സ്,ഞാൻ സെക്കന്റ് ലീഡറാണ്.അതുകൊണ്ട് എന്റെ പ്രസംഗവും ഉണ്ട് . പിന്നെ കുറച്ച് കലാപരിപാടികൾ. പ്ലസ് വൺ കാരുടെ വക. സ്കൂൾ(ഫസ്റ്റ്)ലീഡർ ആൽബിൻ ജേക്കബ് തന്റെ സ്കൂൾ ജീവിതാനുഭവങ്ങൾ വളരെ നന്നായി പ്രസംഗിച്ചു. എന്റെ ഹൃദയം വല്ലാതെ ഇടിക്കുന്നു അടുത്തത് എന്റെ ഊഴമാണ് സെക്കന്റ് ലീഡർ ഞാനാണല്ലോ, താമസിയാതെ എന്നെ വിളിച്ചു "സെക്കൻഡ് ലീഡർ അതീഭ അബ്ദുൽ വഹാബ് ". എന്റെ പേര് മൈക്കിൾ വിളിച്ചപ്പോൾ ഹൃദയത്തിന് വല്ലാത്തൊരു സഫൊക്കേഷൻ ഫീൽ.രണ്ടുവർഷത്തെ മധുരിക്കും ഓർമ്മകൾ ഞാൻ എങ്ങിനെയൊക്കെ വിവരിച്ചു തുടങ്ങി.പിന്നെ അറിവുകൾ തന്ന അധ്യാപകർക്ക് നന്ദിയും രേഖപ്പെടുത്തി. ടീച്ചർ എന്നോട് ഒരു ചോദ്യം ചോദിച്ചു." പ്ലസ് ടു ഒക്കെ ആയില്ലേ ഇനി പറയാം എന്താണ് ഭാവിവരനെ കുറിച്ചുള്ള സങ്കല്പം"?

ഞാൻ ചിരിച്ചുകൊണ്ട് നാണത്തോടെ പറഞ്ഞു :"എന്നെ മനസ്സിലാക്കുവാനും എനിക്ക് മനസ്സിലാക്കുവാനും എന്റെ നല്ലവശവും

ചീത്ത വശവും ഉൾക്കൊള്ളാനും എനിക്കും അയാളെ ഉൾകൊള്ളാനും കഴിയണം.ഓപ്പൺ മൈൻഡ് ആകണം.ഒരു ഹസ്ബന്റിൽ ഉപരി നല്ലൊരു ലൈഫ് പാർട്ണർ എല്ലാ അർത്ഥത്തിലും.എന്റെ സുഖങ്ങളിൽ കൂടെ നിൽക്കാനും, ദുഃഖങ്ങളിൽ എന്നെ ചേർത്തു പിടിക്കാനും, ചെറിയ ചെറിയ വിഷയങ്ങളിൽ പോലും പ്രശംസിക്കാനും,ഒരുല്ല ഗൈഡ്.പ്രൈവറ്റ് സ്പേസിൽ എനിക്ക് എന്റേത് മാത്രമായി ഒരാൾ.ബെസ്റ്റ് ഫ്രണ്ട് ലോവബിൾ റിലേറ്റീവ്.അങ്ങനെ.. "ഉടൻതന്നെ ഫ്രണ്ട്സിന്റെ വക മറ്റൊരു ചോദ്യം.

"അറേഞ്ച് മാര്യേജ് ഓർ,ലവ് ഏതാ താല്പര്യം?".

ഞാനൊരു കള്ളച്ചിരി ചിരിച്ചുകൊണ്ട് തുടർന്നു :"ലവ് ആയാലും അറേഞ്ച്ഡ് ആയാലും മാറ്റർ പരസ്പരം എല്ലാം അറിയുന്ന മനസ്സിലാക്കാൻ കഴിയുന്ന രണ്ടാൾതമ്മിൽ ഒന്നാവാം.എങ്കിൽ ലൈഫ് എൻജോയ് ആകും.ഒന്നുമറിയാത്ത ഒരാളെ കല്യാണം കഴിച്ച് ലൈഫ് അഡ്ജസ്റ്റ് ചെയ്യുന്നതിലും ഭേദം എല്ലാം അറിയുന്ന ആളെ കല്യാണം കഴിച്ച് എൻജോയ് ചെയ്യാം.പ്രേമിച്ച് കെട്ടാൻ അല്ലാട്ടോ...അങ്ങനെയാണെങ്കിൽ എത്ര ആൾക്കാർ പ്രേമിച്ച വേർപിരിഞ്ഞു പോകുന്നുണ്ട്.കല്യാണത്തിന് മുമ്പ് പരസ്പരം സംസാരിച്ചു ഒത്തുപോകും എന്ന് ഉറപ്പായാൽ മാത്രം കല്യാണം കഴിക്കാ. അറേഞ്ച്ഡ് ആയ പോലും ഓപ്പൺ ആയി സംസാരിക്കുക.പിന്നെ ഈ ക്രിസ്ത്യൻ ചെയ്യുന്ന പോലെ ഈ പ്രീമിരേജ് കൗൺസിൽ ഒക്കെ എല്ലാ കാസ്റ്റിലും ഉണ്ടായിരുന്നെങ്കിൽ നന്നായേനെ.

(കയ്യടികൾ ഉയർന്നു).

അമനോടും ടീച്ചേഴ്സ് ഇതേ ചോദ്യം തന്നെയാണ് ചോദിച്ചത്.എന്റെ മറുപടി തന്നെയാണ് അവനും ഇപ്പോൾ പറയുന്നത്. അദീബ പറഞ്ഞ പോലെ പരസ്പരം മനസ്സിലാക്കാൻ ഒക്കെ കഴിയുന്ന ഒരാൾ. പിന്നെ മനുഷ്യർ പലരും പല ചിന്താഗതിക്കാരാണ്. ഒരുപക്ഷേ എന്റെ പരൻസ് ചിന്തിക്കുന്ന പോലെ ആകില്ല ഞാൻ കെട്ടാൻ പോണ പെണ്ണിന്റെ പേരൻസ് ചിന്തിക്കുക.അവളുടെ വീട്ടുകാരുടെ പാരന്റിങ്ങിൽ വളർന്ന അവൾക്ക് ഇവിടത്തെ പാരന്റിങ് പറ്റണമെന്നില്ല.ഇങ്ങനെ പ്രീ മാരേജ് കൗൺസിൽ ഒക്കെ എല്ലാവരും

അറ്റൻഡ് ചെയ്യുകയാണെങ്കിൽ കോമൺ ആയി എല്ലാവർക്കും കിട്ടുന്ന ഉപദേശം.ഐ തിങ്ക്. കോമൺ ആയിട്ടുള്ള ഇത്തരം ഉപദേശങ്ങൾ ഇത്തരം ക്ലാസുകൾ ഒക്കെ കേട്ട്കിട്ടുന്ന അറിവുകൾ എല്ലാം ഒരു നല്ല കുടുംബ ബന്ധം ഉണ്ടാക്കിയെടുക്കാൻ ഉപകാരപ്രദമാകും.എന്ന് എനിക്ക് തോന്നുന്നു.ഐ തിങ്ക് ഇറ്റ് വിൽ ബി വർക്സ്.".

എല്ലാവരുടെയും സ്പീച്ചിന്റെ അവസാനമായിരുന്നു അൻവിൻ സംസാരിക്കാൻ അവസരം കിട്ടിയത്.ഞാൻ ഈ സ്കൂളിൽ ഫസ്റ്റ് ടൈം വന്നപ്പോൾ എന്നെ കമന്റ് അടിച്ച പയ്യൻ ആണല്ലോ.. ഞാൻ ചിന്തിച്ചു.അവൻ പറഞ്ഞു തുടങ്ങി. ഞാൻ ഈ സ്കൂളിൽ കെ.ജി മുതലുണ്ട്. ഡോക്ടർ ആകണമെന്ന അംബീഷൻ വെച്ചിട്ടാണ് പ്ലസ് വണ്ണിന് ബയോളജി സയൻസ് എടുത്തദ്.എന്നാലും ബയോളജി ക്ലാസ് ഇരിക്കുമ്പോൾ വല്ലാത്ത ഒരു ഇന്ററസ്റ്റ് ആണ്.ഒരു ഫീൽ വേറെ ക്ലാസ്സിൽ കിട്ടൂല (എല്ലാവരും ഇത് കേട്ടപ്പോൾ പൊട്ടിച്ചിരിച്ചു പോയി).അവൻ തുടർന്നും സത്യത്തി പ്ലസ് വൺ ആയപ്പോൾ ഞാൻ വലിയ ആളായി ഇനി ഒരു ലൈൻ ഒക്കെ ആകാം എന്നൊക്കെ കരുതി പുതുതായി വന്നവരെട്യൂൺ ചെയ്യാനായിട്ടുള്ള ഒരുക്കത്തിൽ ആയിരുന്നു. (എല്ലാവരും പിന്നെയും ചിരിക്കുന്നു). പക്ഷേ എന്റെ പ്രതീക്ഷകളെ ഒക്കെ കാറ്റിൽ പറത്തി കൊണ്ടാണ് അദീബ ഞങ്ങളുടെ ക്ലാസ്സിൽ വന്നത്. അവളുടെ സംസാരവും ക്യാരക്ടറും ഗേൾസിനോടുള്ള ഞങ്ങൾക്ക് അതുവരെ തോന്നിയ ആ ഒരു ഫീൽ ഒന്നും പിന്നീട് അവളോടൊപ്പം ഇരിക്കുമ്പോൾ തോന്നിയിട്ടില്ല. അവളുടെ ഇംപ്രഷൻ..ഫ്രണ്ട്സ്, ക്ലാസ്മേറ്റ്സ് ഒറ്റക്കെട്ട് ഫാമിലി എന്ന കോൺസെപ്റ്റ്,ഞങ്ങൾ മൊത്തം ബോയ്സ് ആൻഡ് ഗേൾസ് ആക്സെപ്റ്റ് ചെയ്തു. ഇവിടെ മറ്റു പ്ലസ് വൺ പ്ലസ് ടു ക്ലാസിലൊക്കെ പ്രേമം മറ്റ് ഉണ്ടെങ്കിലും ഞങ്ങൾ പ്ലസ് ടു സയൻസ് കാർക്കിടയിൽ തികച്ച വ്യത്യസ്തമാണ്. ഇവിടെ ഒരു പ്രണയ ജോലി പോലും തളിർത്തിട്ടില്ല.വി ആർ പ്യൂവർ ഫ്രണ്ട്സ് ജീവിതാവസാനം വരെ.ഇവിടെ ഗേൾസ്, ബോയ്സ് എന്ന വേലിക്കെട്ടില്ല.ഈ ഒരു തോട്ട് ഞങ്ങളിൽ എത്തിച്ച അദീബ. എന്നും ഞങ്ങളുടെ പ്രിയ സുഹൃത്തിന്റെ ഈ സ്കൂളിലെ മറക്കാൻ പറ്റാത്ത ഞങ്ങളുടെ എനർജി ബൂസ്റ്റ് ആണ്.

ഞാൻ പൊട്ടിക്കരഞ്ഞു പോയി.എന്റെ ഫ്രണ്ട്സ് എന്നെ ചേർത്തുപിടിച്ചു.ടീച്ചർമാർക്ക് പരസ്പരം ഹഗ്ഗ് കൊടുത്തു.ഉച്ച ഭക്ഷണം കഴിച്ചശേഷം, ഓട്ടോഗ്രാഫ്,ഫോട്ടോഗ്രാഫ് ഒക്കെ കഴിഞ്ഞ് അവസാനം ഒരു കേക്ക് കൂടി മുറിച്ച് പങ്കിട്ട് വേർപെയിലിന്റെ നൊമ്പരവും,പുതിയൊരു ഭാവിയുടെ പ്രതീക്ഷകളും,നേർന്നു കൊണ്ടാണ് ഞങ്ങൾ വീട്ടിലേക്ക് മടങ്ങിയത്..

കോയമ്പത്തൂർ റെയിൽവേ സ്റ്റേഷനിൽ നിന്നും ഒരു ടാക്സി വിളിച്ചിട്ടാണ് മാമന്റെ വീട്ടിലേക്ക് പോകുന്നത്.ടൗണിൽ നിന്നും അല്പം ദൂരെ ഗ്രാമത്തിലാണ്.വളരെ ചെറുപ്പത്തിൽ വന്നതാണ്. നാളെ ആണ് ജിനിയുടെ കല്യാണം. ഇപ്പോ തന്നെ വൈകി, അധികം വൈകാതെ ഞങ്ങൾ മാമന്റെ വീടിനു മുൻപിൽ എത്തി.പ്രിയപ്പെട്ട അമ്മാവൻ പുറത്ത് തന്നെ നിൽക്കുന്നുണ്ട്. ചെറിയൊരു പന്തൽ ഒക്കെ ഇട്ട് വീടൊക്കെ അലങ്കരിച്ചിട്ടുണ്ട്. ഞങ്ങളെ കണ്ടതും മാമ ഓടി വന്നു. ഞങ്ങൾ കാറിൽ നിന്നും ഇറങ്ങി. ഉപ്പയും,മാമയും പരസ്പരം സലാം പറഞ്ഞു. ഞങ്ങളുടെ ബാഗുകൾ ഡിക്കിയിൽ നിന്നും ആരോ പുറത്തേക്ക് എടുത്തു,അകത്തേക്ക് കൊണ്ടുപോയി. ഉമ്മയും ഞാനും അമ്മുവും അകത്തേക്ക് കയറി. ഉമ്മ നല്ല ആഹ്ലാദത്തിലാണ് പുള്ളിക്കാരത്തിയുടെ മൊത്തം സെറ്റും എത്തിയിട്ടുണ്ട്, ഇതിനോടകം.ഞങ്ങൾ ചെന്ന് കയറിയതും ഭക്ഷണം കഴിക്കുന്നിടത്തേക്കാണ് അമ്മായി ഞങ്ങളെ കൂട്ടിക്കൊണ്ടുപോയത് ഒരുപാട് യാത്ര ചെയ്തതിന്റെ ക്ഷീണം ഉണ്ടായിരുന്നെങ്കിലും പോലും അതൊന്നും ഇപ്പോൾ ഒട്ടും തോന്നുന്നില്ല. വീടിന്റെ ടെറസിന്റെ മുകളിലാണ് ഫുഡ് വിളമ്പുന്നത്. നല്ല നാടൻ പൊന്നിയരിച്ചോറ്,ഫ്രഷ് പുഴമീൻ കറി,വറുത്ത മീനും, തമിഴ് നാടൻ പപ്പടവും, ഇതെല്ലാം നല്ല തൂഷനിലയിൽ വിളമ്പിയത് കണ്ടിട്ട് വായിൽ കപ്പൽ ഓടുന്നുണ്ട്.പോരാത്തത് നല്ല ഒട്ടുമാങ്ങിയിട്ട സ്പെഷ്യൽ മീൻകറി ആണത്.ഞാൻ എത്രകാലമായി ഇതൊക്കെ കഴിച്ചിട്ട്. പണ്ട് കഴിച്ചതിന്റെ രുചി ഇപ്പോഴും നാവിൽ അങ്ങനെ തന്നെ ഉണ്ട്. നല്ല തട്ട് തട്ടി എഴുന്നേറ്റ് ശേഷം, കൈ കഴുകുന്ന ബക്കറ്റിനും കപ്പിനും അരികിൽ ചെന്നു കൈ കഴുകി.അവിടെ വലിയൊരു താമ്പൂലം നിറയെ

വെറ്റിലയും ചുണ്ണാമ്പും വച്ചിരിക്കുന്നത് കണ്ടു. ഇവരുടെ ഒരു രീതിയാണത്രേ,. ഞാൻ ആ ഗ്രാമഭംഗി ഇങ്ങനെ നോക്കി നിൽകേ,സ്വർണ്ണ നൂലിഴകൾ കാറ്റിൽ ആടിക്കളിക്കുന്ന പോലെ വയൽ വരമ്പും,അങ്ങകലെ പട്ടം പറത്തുന്ന കുട്ടികളെയും കണ്ടു അമ്മുവും കൂടെ കൂടിയിട്ടുണ്ട് കുട്ടികൾക്ക് എന്ത് ഭാഷ. ഞാൻ ഈ കാഴ്ചകളും കണ്ട് ആസ്വദിച്ച ശേഷം താഴേക്ക് ഇറങ്ങിച്ചെന്നു. അവിടെ മുറിയിലേക്ക് പോയതും എന്റെ കണ്ണു തള്ളിപ്പോയി.

ഞാൻ അമ്മായിയോട് ചോദിച്ചു :"അല്ല നിങ്ങൾ ഈ വീട് മാറാൻ പോവുകയ."

അമ്മായി പറഞ്ഞു :"അല്ല മോളെ ഇത് ഇവിടത്തെ ഒരു ചടങ്ങാണ്. മക്കളെ കെട്ടിച്ച് അയക്കുമ്പോൾ ഇങ്ങനെ അടുക്കളേക്കുള്ള ചെമ്പുപാത്രങ്ങൾ മുതൽ സ്റ്റീൽ പാത്രങ്ങൾ വരെ വാങ്ങിക്കൊടുത്തയക്കും.അതും പോരാത്തതിന് അലമാര,സാരി ചുരുങ്ങിയത് 35 എണ്ണം എങ്കിലും.പിന്നെ ചെരുപ്പ് അങ്ങനെ പല പല ഐറ്റംസും. എത്ര ഇല്ലാത്തവരും കൊടുക്കും ചെക്കൻ മലയാളി ആണെങ്കിലും ഞങ്ങൾ ഇവിടെയല്ലേ ജീവിക്കുന്നത് ഇതൊക്കെ കൊടുത്തില്ലെങ്കിൽ അയൽക്കാർ എന്ത് കരുതും നമ്മുടെ നാട്ടിൽ ഇങ്ങനെയൊന്നുമില്ലെന്നൊന്നും അവർക്കറിയില്ലല്ലോ.മാത്രമല്ല നിന്റെ മാമാക്ക് ഇവിടത്തെ രീതിയിൽ തന്നെ എല്ലാ ചടങ്ങും ചെയ്യണമെന്നാണ് വാശി. "

ഞാൻ:" അപ്പോ പയ്യന്റെ വീട് എവിടെയാണ്? ".

അമ്മായി:" പാലക്കാട് ആണ്..കല്യാണം പക്ഷേ ഇവിടത്തെ മണ്ഡപത്തിൽ വച്ചായിരിക്കും. ഇവിടുത്തെ രീതി അനുസരിച്ച്. "

ഞാൻ ഇതൊന്നും അംഗീകരിക്കാൻ കഴിയാത്ത മട്ടിൽ ഒന്ന് തലയാട്ടിയതിനു ശേഷം ഉമ്മയോട് :"ചോദിച്ചു അല്ല വലിയുപ്പയെ കണ്ടില്ലല്ലോ വന്നിട്ട്, "

ഉമ്മ :"നാളത്തേക്കുള്ള സദ്യക്കുള്ളതൊക്കെ മണ്ഡപത്തിൽ എത്തിക്കാൻ പോയേക്കാണ്. സോറി സദ്യ അല്ല ഇവിടത്തെ സ്പെഷ്യൽ മട്ടൻ ബിരിയാണിക്കുള്ള സാധനങ്ങൾ. "

വൈകിട്ട് ഞങ്ങൾ കുറച്ച് മലയാളിസ് ഒന്ന് കറങ്ങാൻ പോയി. നാടോക്കെ ഒന്ന് കാണട്ടെ രാത്രിയാണെങ്കിലും സ്ട്രീറ്റിൽ

ചെറുകടകളിൽ നല്ല കച്ചവടം ഉണ്ട് നല്ല ചൂടുവടചട്നി. ശേഷംആണുങ്ങളൊക്കെ മണ്ഡപത്തിലേക്കും പെണ്ണുങ്ങൾ വീട്ടിലേക്കുമാണ് ഉറങ്ങാൻ തീരുമാനിച്ചത്. ഞാൻ നേരെ ജിനിയുടെ കൂടെ കടന്നു.

രാവിലെ നേരത്തെ എഴുന്നേറ്റു, പുതു പെണ്ണിന് ഒരുക്കാൻ ആയിട്ട്. അവളെ മണ്ഡപത്തിലെ ക്കയച്ചശേഷം ഞാൻ സ്വസ്ഥമായി ഒരുങ്ങി.ഒരു പച്ച വാൻ ആണ് ങ്ങൾക്ക് വേണ്ടിവന്നിരിക്കുന്നത്. വാനിൽ വച്ച് അമ്മു എന്നോട് പറഞ്ഞു.:"എടാഇവിടെയൊക്കെ കല്യാണം കഴിക്കും താലികെട്ടുന്നത് ചെക്കന്റെ കുടുംബത്തിലെ പെണ്ണുങ്ങൾ ആണെന്ന്,".ഞാൻ അത് കേട്ട് അന്തം വിട്ടു നിന്നുപോയി. അവൾ പിന്നെയും പറഞ്ഞു :"അതേടി, ചെക്കനും പെണ്ണും ആദ്യമായി കാണുന്നതും ഫസ്റ്റ് നൈറ്റിലാ എന്നിട്ടും എത്ര ഹാപ്പി ആണ് അവർ ജീവിക്കുന്നത്. നമ്മൾ സംസാരിച്ചും ഒക്കെ റെഡിയാക്കി കല്യാണം കഴിച്ചു കഴിഞ്ഞാലോ പ്രശ്നങ്ങൾ തന്നെ.

ഞാൻ അവളോട് ചൂടായി:" കുഞ്ഞുനാവി വലിയ വർത്താനം വേണ്ട".

വണ്ടി ഇറങ്ങിയതും ഞാൻ നേരെ ജിനിയുടെ അടുത്തേക്ക് ഓടിപ്പോയി എന്നിട്ട് അവളോട് ചോദിച്ചു:" ഡി നിന്നെ കെട്ടുന്നത് ചെക്കനാണ് അതാ അവരുടെ കുടുംബത്തിലെ പെണ്ണുങ്ങളോ".

ചിരിച്ചുകൊണ്ടു പറഞ്ഞു :"അവര് മലയാളീസ് അല്ലേ,...അതൊന്നും ഉണ്ടാവാൻ പോണില്ല,ഇക്ക തന്നെ കെട്ടിക്കോളും. "

ഞാൻ:" ഉമ്..നിന്റെ ഉപ്പയല്ലേ...ഇവിടുത്തെ കാരനെ പോലെ ചടങ്ങൊന്നും പറഞ്ഞ് എന്തൊക്കെയോ ചെയ്തുകൂട്ടാൻ പോകുന്നത്".

അല്പസമയം കഴിഞ്ഞപ്പോൾ അമ്മു "ഓടിവന്നു."ജനിതാത്ത...ചെക്കൻ വന്നു".

:"ആണോ അമ്മു ഒന്നു പോയി നോക്കിക്കേ..എങ്ങനെയുണ്ടെന്ന്."

ഞാൻ:" കഴിഞ്ഞ രണ്ടു വർഷമായി ഉറപ്പിച്ചിട്ട്.ഇതിന്റെ ഇടയിൽ നിനക്ക് ഇതുവരെ മുഖം ഒന്ന് കാണാൻ കഴിഞ്ഞില്ല. "

ജിനി :"ഇല്ലടാ ചെക്കൻ ഗൾഫിലായിരുന്നു, എന്റെ ഫോട്ടോ കൊടുത്തു വിട്ടിരുന്നു, പിന്നെ തിരിച്ചു ഒരു ഫോട്ടോ അവർ തന്നു പക്ഷേ ഉപ്പ അത് കാട്ടി തന്നില്ല, ഇതിന്റെ പേരിൽ ഉമ്മ വഴക്കുണ്ടാക്കിയിട്ടുണ്ടായിരുന്നെങ്കിലും രണ്ടാൾക്കും

ഇഷ്ടപ്പെട്ടതുകൊണ്ട് കല്യാണം ഇവിടം വരെ എത്തി. പിന്നെ അയാൾ മുൻപേ കണ്ടിട്ടുണ്ടെന്ന പറഞ്ഞത് കേട്ടത്.

ഞാൻ :"നമിച്ചു മോളെ...നിന്റെ സ്ഥാനത് ഞാൻ കുടുംബത്തിന് എന്നെ ഒളിച്ചോടിയേനെ"...

ജിനി :"എന്റെ ഉപ്പ എനിക്ക് നല്ലതേ ചെയ്യൂ. എനിക്കുറപ്പുണ്ട് ഉപ്പാക് തെറ്റു പറ്റില്ല.

ഞാൻ ":എന്തൊക്കെയാണ്...നമ്മളെപ്പോലെ ബെസ്റ്റ് ഫ്രണ്ട്സ് ആയ ആളെ കൊണ്ട് കെട്ടണം എന്നൊക്കെ പറഞ്ഞു നടന്ന പാർട്ടിസാ..."

ജിനി :"സാരുല്ലടി ഞാൻ നോക്കട്ടെ പുള്ളിക്കാര ഡേ സുഹൃത്ത് കൂട്ടത്തില് നല്ല ഗ്ലാമർ ഉള്ള നിനക്ക് പറ്റിയ ചെക്കന്മാർ ഉണ്ടോ എന്ന്.

ഞാൻ :"നീ പോയിക്കേ..പോയി ഫസ്റ്റ് നൈറ്റ് കുട്ടികളൊക്കെ ആയിട്ട് ചെക്കന്റെ മുഖത്ത് നോക്കിക്കോ.എന്നിട്ട് എനിക്കുള്ള ചെക്കനെ കണ്ടുപിടിച്ചാൽ മതി.

അവൾ എന്നെ ഒന്നു നുള്ളി എത്ര ശ്രമിച്ചിട്ടും ചെക്കന്റെ മുഖം ഒന്ന് കാണാൻ കഴിഞ്ഞില്ല മുല്ലപ്പൂ കൊണ്ട് മറച്ചിരിക്കുകയാണ്.ഇപ്പോൾ അവളുടെ മുഖത്തും അങ്ങനെ മറച്ചു.

കല്യാണമൊക്കെ കഴിഞ്ഞു അങ്ങനെ ഞങ്ങൾ ചെക്കന്റെ വീട്ടിലേക്ക് യാത്രയായി.ചെക്കന്റെ കാറിൽ ബാക്കിൽ ചെക്കനും പെണ്ണും മുൻപിൽ ഒരു സുഹൃത്തും ഡ്രൈവറും. അവളുടെ പരിഭവവും കണ്ട് എന്നെയും അവളുടെ കൂട്ടിനായി കാറിൽ കയറ്റി അവളുടെ ഉപ്പ. അവരുടെ കൂടെ ബാക്ക് സീറ്റിൽ ഒരു കട്ടുറുമ്പായി തന്നെ ഞാൻ ഇരുന്നു.കയറി യപ്പോഴാണ് ഞാൻ അറിഞ്ഞത്,ഡ്രൈവറല്ല അതും പുള്ളിക്കാരന്റെ ഫ്രണ്ട് ആണെന്ന്. വണ്ടി യാത്ര തുടങ്ങിയതും ചെക്കൻ മുഖത്തെ മുല്ലപ്പൂ മാല വലിച്ചു ഊരി മാറ്റി.:"സമാധാനമായി നിങ്ങടെ ഓരോ ആചാരങ്ങളും ഇതും വെച്ച് എന്റെ നാട്ടിൽ ചെന്നാൽ".....

ഞാൻ പറഞ്ഞു :"ഞങ്ങടെ നാടോ ആചാരങ്ങളോ.... നല്ല നാടൻ മലയാളി സാണ് ഞങ്ങൾ ഇതൊക്കെ ഇവക്കടെ ഉപ്പാന്റെ കിർക്കാണ്.വർഷങ്ങളായി ഇവിടെ ജീവിക്കുന്നൊരല്ലേ ഇങ്ങനെയൊക്കെ ഇവിടത്തെ കാരെപോലെയൊക്കെ മോളെ കെട്ടിക്കണം എന്ന് പുള്ളിയുടെ ഒരു ആഗ്രഹം. ഞാൻ ജിനിയുടെ

മുഖത്തെ മാല അഴിച്ചുമാറ്റിയിട്ട് പതുക്കെ ചെവിയിൽ സ്വകാര്യമായി പറഞ്ഞു എന്നാ ഗ്ലാമറാ നിന്റെ ചെക്കൻ ഞാൻ പേടിച്ചത് പോലെയല്ല. നീ ഭാഗ്യവതി ആ ആ മുഖത്തോട്ട് ഇനിയെങ്കിലും ഒന്ന് നോക്ക് ടാ.

അങ്ങനെ അവർ രണ്ടുപേരും ആദ്യമായി മുഖത്തോട്ട് മുഖം നോക്കിയതും വണ്ടിയിൽ ഒരു അടിപൊളി പാട്ട് വന്നതും ഒരുമിച്ചായിരുന്നു. എല്ലാവരും ചിരിച്ചു ഞാൻ പറഞ്ഞു :"അവൾ ഫോട്ടോ പോലും കണ്ടിട്ടില്ലായിരുന്നു".

ഫ്രണ്ടിൽ ഇരുന്ന കൂട്ടുകാരൻ പറഞ്ഞു "ഇനി ജീവിതകാലം മുതൽ കാണാലോ".

ഞാൻ അവരോട് ചോദിച്ചു ":നിങ്ങൾ എല്ലാവരും ബെസ്റ്റ് ഫ്രണ്ട്സാണോ".

ഡ്രൈവർ പറഞ്ഞു :"അതെ,പക്ഷേ ഞങ്ങളെക്കാളും വലിയൊരു ചങ്ക് ഉണ്ട് ഇവന്.ഒരു ഒരമ്മ പെറ്റ മക്കളെപ്പോലെ ഇണക്കുരുവികളാ..അവനിന്ന് ഇവിടെയില്ല,അതിന്റെ വിഷമത്തിലാണ് ഇവൻ.

ഞാൻ :"എന്തുപറ്റി"?.

ജിനിടെ ഹസ്സ് :ഇന്നലെ രാത്രി കൂടി ഉണ്ടായിരുന്നു. അവന്റെ വൈഫിന് പെട്ടെന്ന് എന്തോ ഒരു വയ്യായ പോലെ.രാവിലെ വീട്ടിൽ നിന്ന് കോൾ വന്നു ഉടൻ പോയി തിരക്കൊക്കെ കഴിഞ്ഞിട്ട് വിളിച്ചു നോക്കണം.

കൂട്ടുകാരൻ :"അവന് ഒരു മാസം കൂടി വെയിറ്റ് ചെയ്യാനു എങ്കിൽ രണ്ടാളുടെയും വൈഫ് മാരെ ഒരുമിച്ച് ലേബർ റൂമിലേക്ക് കേറ്റായിരുന്നു.ഞങ്ങളെല്ലാവരും പൊട്ടിച്ചിരിച്ചു പോയി

ജിനി ചോദിച്ചു:" പ്രഗ്നൻസി"?...

ഹസ്ബൻഡ് :"അറിയില്ല വയ്യാന്ന് മാത്രം പറഞ്ഞുള്ളൂ കല്യാണം കഴിഞ്ഞിട്ട് ഇപ്പോ വണ്ണമന്ത് ആയിട്ടേ ഉള്ളൂ.... "

പയ്യന്റെ വീട്ടിലെത്തിയപ്പോഴേക്കും സന്ധ്യ കഴിഞ്ഞു അവിടെ നിന്നും പാർട്ടി കഴിഞ്ഞ് രാത്രി 10 മണിയോടെ ജിനിയുടെ വീട്ടിലേക്ക് തിരിച്ചു. "ഇന്ന്നിന്റെ ഫസ്റ്റ് നൈറ്റ് അല്ലേ ഡി "ഞാൻ രഹസ്യമായി അവളോട് ചോദിച്ചു.അവൾ ഒന്നും മിണ്ടിയില്ല.

രാവിലെ എല്ലാവരും നേരത്തെ എണീറ്റു. ഇന്നിനി എന്തൊക്കെയോ ആഘോഷങ്ങൾ,ചടങ്ങുകൾ ഇവിടെ ഉണ്ട്. നമ്മുടെ നാട്ടിലെ

ബ്രാഹ്മിൻസ് നമ്പൂതിരി ഒക്കെയാണ് ഇങ്ങനെ ചെയ്യാ. ഇവിടെ എല്ലാ കാസ്റ്റിലും ഇതു പതിവാണ്.ചെക്കനെ റാഗിംഗ് ചെയ്യാൻ ഞങ്ങൾ പെണ്ണുങ്ങൾ കുറെയുണ്ട് ഇവിടെ. പക്ഷേ ചില ചടങ്ങുകൾ എനിക്ക് അത്ര പിടിച്ചില്ല എന്നാലും കാണാൻ നല്ല രസമുണ്ട്.ഞാൻ ഉമ്മയോട് പറഞ്ഞു:" ഉമ്മ എന്റെ കല്യാണത്തിനും ഇതുപോലെയൊക്കെ വെക്കണം ട്ടോ"...

അതിനു ഉമ്മ പറഞ്ഞ മറുപടി :"അതിന് നീ ആദ്യം കല്യാണം കഴിക്കാൻ തയ്യാറാക് എന്നിട്ട് നമുക്ക് ആലോചിക്കാ"..

ഒരു കുടം അലങ്കരിച്ചു വച്ചിരിക്കുന്നു. അതിൽ രണ്ടു മോതിരം ഇട്ടിട്ടുണ്ട് രണ്ടുപേരും അതിൽ കയ്യിട്ടു വെള്ളത്തിൽ നിന്നും മോതിരം എടുത്തിട്ട് വിരലുകളിൽ അണിയിക്കണം. പിന്നെ അരിവാരി ദേഹത്ത് എറിയുക.അതാണ് എനിക്ക് ഇഷ്ടപ്പെടാത്തത് അന്നം അല്ലേ... പലഹാരം പരസ്പരം വായിൽ വച്ച് കൊടുക്കുക,ദുഷ്ടൻ എന്റെ ജിനി വിരലുകൾ കടിച്ചു മുറിച്ചു,അവളും വിട്ടുകൊടുത്തില്ല.അല്ല പിന്നെ.രണ്ടാളുടെയും ഉച്ചഭക്ഷണ ശേഷം അവരുടെ മണിയറയിലേക്ക് തന്നെ വിട്ടു.

ഇപ്പോൾ സമയം രാത്രി ഏറെയായി ഞങ്ങൾ കുടുംബക്കാർ ഒക്കെ ടെറസിൽ കുറെ പായൊക്കെ വിരിച്ച് നല്ല പനയോല വിശറിയും വീശി അങ്ങനെ ഓരോ പഴംകഥകളും തമാശകളും പറഞ്ഞ് ഇങ്ങനെ ഇരുന്നു. ഞാൻ ഇടയ്ക്ക് ചിന്തിച്ചു. പാവം ജിനി എന്തായോ....എന്തോ. കല്യാണത്തിന്റെ ചിലവുകളും മറ്റും ഇതിനിടെ മാമൻ പറയുന്നതും കേൾക്കുന്നുണ്ട്. വല്യപ്പ വല്ലിമ്മ,അമ്മായിമാർ, കുഞ്ഞുമ്മമാർ അമ്മായിടെ കുടുംബക്കാർ, പിന്നെ ഞങ്ങൾ കുറെ പിള്ളേര് സെറ്റ്. ഒട്ടും ഉറങ്ങിയിട്ടില്ല. ഓരോന്നും പറഞ്ഞു നേരം വെളുപ്പിച്ചു. ഇതിനുമുൻപ് എല്ലാവരും കൂടിയത് രണ്ടുകൊല്ലം മുൻപ് എന്റെ ഫംഗ്ഷനിൽ ആയിരുന്നു.

അങ്ങിനെ വിവാഹം വിരുന്നും എല്ലാം കഴിഞ്ഞു പുറപ്പെടാനുള്ള സമയമായി ഞങ്ങൾ ഇറങ്ങാനുള്ള ഒരുക്കത്തിലാണ്. മാമ എന്തൊക്കെയോ പലഹാരങ്ങൾ പാക്ക് ചെയ്യുന്നുണ്ട്.അമായിടെ വക സ്പെഷൽ ലെമൺ റൈസും.അമായി ടെ സഹായിയായ തമിഴ് സ്ത്രീ വന്ന് ഉമ്മയോട് എന്തോ പറയുന്നുണ്ട്.ഉമ്മയ്ക്ക് സംഗതി പിടി

കിട്ടാത്തത് കൊണ്ട് അമ്മായി തന്നെ അത് മലയാളത്തിൽ പറഞ്ഞു കൊടുത്തു.ഇവരുടെ മകൻ ജന്മനാ തളർന്നു കിടപ്പിലായിരുന്നു കുറെ മരുന്നുകൾ നോക്കി ഒരു ഫലവും ഉണ്ടായില്ല.ഇപ്പോൾ ഒരു സന്യാസി മല അടിവാരത്തു നിന്നും ഒരു ധാരാളം പച്ചമരുന്നുകൾ കൊണ്ടുവന്ന് ചികിത്സിച്ചിട്ട് ഭേദം ആകുന്നുണ്ടത്രേ. ഇപ്പോൾ എഴുന്നേറ്റ് ഇരുന്ന് നിരങ്ങി നിരങ്ങി,പോകുന്നുണ്ട്....മഹാസിദ്ധനാണ് അയാൾ .ഒരുപാട് ആളുകൾ ഫലം കണ്ടിട്ടുണ്ട്.അയാളുടെ ചികിത്സയിൽ. അയാളിപ്പോൾ അവരുടെ വീട്ടിൽ വന്നിട്ടുണ്ടത്രേ. അതുകൊണ്ട് തിരിച്ച് വീട്ടിൽ പോകാ എന്നൊക്കെയാണ് പുള്ളിക്കാരി പറയുന്നത്. ഇത് കേട്ടപ്പോൾ എനിക്കും ഒരാഗ്രഹം. ഈ സന്യാസി എന്നൊക്കെ കേട്ടിട്ടുണ്ട് എൽ കെ ജി യിൽ എന്നും ഫോട്ടോ നോക്കി പഠിച്ചിട്ടുമുണ്ട് ഇത്ര അടുത്ത് ഉണ്ടായിട്ടും ഒന്നു പോയി കാണാമായിരുന്നു. ഈ രൂപത്തെ.

അമ്മായി എന്നെ വിലയ്ക്കി

:"വേണ്ടാട്ടോ മാമാക്ക് ഇതൊന്നും ഇഷ്ടമല്ല".

ഞാൻ അമ്മായിയോട് കെഞ്ചി :"ഇല്ലമ്മായി അടുക്കള വഴി പോയി ജസ്റ്റ് 10 മിനിറ്റ് വേഗം

ഞാൻ.അടുക്കളയിലൂടെ വരാം".

അങ്ങനെ ഞാൻ വാശിപിടിച്ചു ഉമ്മയെ കൂടെ കൂട്ടി ജോലിക്കാരിയുടെ കൂടെ അമ്മായിയുടെ വീടിന്റെ അടുക്കള പുറകിലൂടെ അവരുടെ കുടിലിലേക്ക് എത്തി. പിന്നാലെ അമ്മായിയും കൂടി.

അയാൾ എന്നെ നോക്കി പുഞ്ചിരിച്ചു.പേര് ചോദിച്ചു.ഞാനാകെ അന്തം വിട്ടുനിൽക്കാ.ആദ്യമായിട്ടല്ലേ ഒരു സന്യാസിയെ കാണുന്നത്. എന്തോ ഒരു ഭയം പോലെ.അമ്മായി അദ്ദേഹത്തോട് പറഞ്ഞു:" ഇത് എന്റെ ഭർത്താവിന്റെ പെങ്ങളും മകളും ആണ്. "

അയാൾ എന്നെ ഒന്ന് സൂക്ഷിച്ചു നോക്കി എന്നിട്ട് അമ്മായിയോട് ആയി എന്തോ തമിഴിൽ പറഞ്ഞതും അമ്മായി ആകെ വല്ലാണ്ടായി. സത്യത്തിൽ എനിക്ക് ഒരു ഓട്ടോഗ്രാഫ് വാങ്ങിയാലോ എന്നുണ്ടായിരുന്നു അയാൾ എന്താ പറഞ്ഞെന്ന് ഉമ്മ എത്ര ചോദിച്ചിട്ടും അമ്മായി ഒന്നും പറഞ്ഞതുമില്ല.ഞങ്ങൾ വീട്ടിൽ വന്നപ്പോൾ ഉപ്പ ഇറങ്ങാൻ തയ്യാറെടുക്കുകയാണ്. ഭാഗുമായി മുറ്റത്ത് ഇറങ്ങിയ ഞാൻ തിരിച്ച് അടുക്കളയിലേക്ക് ഒരല്പം വെള്ളം കുടിക്കാൻ

പോയതാണ്.യാദൃശ്ചികമായാണ് ഞാൻ കേട്ടത് അമ്മായി അവരുടെ അനുജത്തിയോട് പറയുന്നു."ഈ കുട്ടിക്ക് നല്ല ഭാവിയുണ്ട്.പേര്,പ്രശസ്തിയും ഉയർന്ന,പദവി ഒക്കെ ലഭിക്കും. പക്ഷേ മംഗല്യഭാഗം കാണുന്നില്ല എന്ന് സ്വാമി പറഞ്ഞു."ഞാൻ ഇങ്ങനെ ഇദ് നാത്തൂനോട് പറയും അതാ ഒന്നും മിണ്ടാതെ പൊന്നെ അമ്മായിയുടെ അനുജത്തി പറഞ്ഞു.

:"നമ്മൾ ഇതൊന്നും വിശ്വസിക്കരുത്.അവർക്കെന്താ കുഴപ്പം നല്ല തറവാടും പണവും സമ്പത്തും പോരാത്തതിന് സൗന്ദര്യവും ഉണ്ട്. ആള് പടച്ചോനോട് ഒന്നുമല്ലല്ലോ. ഇത് അവരോട് ഒന്നും പറയാൻ പോകണ്ട.

അമ്മായി :"എന്നാലും കേട്ടപ്പോ വല്ലാത്തൊരു വിഷമം".

ഞാൻ ഒന്നും കേൾക്കാത്ത മട്ടിൽ ബാഗുമെടുത്ത് തിരിച്ചു പുറത്തേക്കിറങ്ങി. കുറേശ്ശെ എന്റെ കണ്ണുനീർ പൊഴിയുന്നുണ്ട്.ആരും അറിയാതെ ഞാൻ എന്റെ കണ്ണുകൾ തുടച്ചു എല്ലാവരോടും യാത്ര ചോദിച്ചു.അവസാനം അമ്മായിയുടെ അടുക്കൽ പോയി ഞാൻ അവിടെ ഉണ്ടായത് പുള്ളിക്കാരി അറിഞ്ഞിട്ടില്ല. അറിഞ്ഞതായി ഞാൻ ഭാവിച്ചതും ഇല്ല.

അവർഎന്റെനെറുകിൽതലോടി.

.:"നന്നായി പഠിക്കുട്ടോ.. ഉമ്മ പറയുന്നത് അനുസരിക്കണം.ഇനി വരുന്ന ആലോചനകൾ ഒന്നും മുടക്കരുത് ട്ടോ. "

അമ്മായി പറഞ്ഞതിന്റെ പൊരുൾ മനസ്സിലാക്കിയത് കൊണ്ട് തന്നെ അമ്മായിയെ കെട്ടിപ്പിടിച്ച് ഒരുമ്മ കൊടുത്തു അങ്ങനെ ഞങ്ങൾ നാട്ടിലേക്ക് യാത്ര തിരിച്ചു.

പാലയിലെ മെഡിക്കൽ എൻട്രൻസ് കോച്ചിങ്ങിന് മൊത്തം ഫാമിലി ആയിട്ടാണ് ഞാൻ ചേരാൻ പോയത്. എന്നെ അവിടെ വിട്ടിട്ട് പോരുമ്പോൾ ഉമ്മ കരഞ്ഞതായി എനിക്ക് ഫീൽ ചെയ്തു. എനിക്കും സങ്കടം അടക്കാൻ കഴിഞ്ഞില്ല. അവർ ഗേറ്റ് കടന്നു പോകുന്നതുവരെ ഞാൻ അവരെയും നോക്കി അങ്ങനെ നിന്നു. ഡോർമെട്രിയിൽ ചെന്നതിനുശേഷം,

ഞാൻ കണ്ണാടിക്കു മുൻപിൽ നിന്ന് ഇങ്ങനെ പിറുപിറുത്തു :"

ഏതുനേരത്താണ് എനിക്കിവിടെ വരാൻ തോന്നിയത് വേണ്ടായിരുന്നു. അവിടെ വേറെയും കുട്ടികൾ കിടന്നു ഇങ്ങനെ കരുതുന്നുണ്ട്.

ആരും അങ്ങോട്ടുമിങ്ങോട്ടും മിണ്ടാൻ ഉള്ള അവസ്ഥയിലല്ല. മിണ്ടാൻ ആയിട്ട് അധികമാരും എത്തിയിട്ടുമില്ല. ആകെ അഞ്ചാറു പേർ മാത്രം.എല്ലാവർക്കും ഹോം സിഗ്നസ് പിടിപെട്ടിരിക്കുന്നു. എല്ലാവർക്കും സ്വന്തം കട്ടിൽ ഒരേ കിടപ്പാണ്. ചെരിഞ്ഞും,മറിഞ്ഞും കമിഴ്ന്നും, ഒരേ കരച്ചിൽ. ഭക്ഷണം പോലും വേണ്ട എന്തെങ്കിലും പഠിച്ച് എങ്ങിനെയെങ്കിലും വീട് പിടിക്കണം. വന്നു പെട്ടുപോയി.. ഇതിപ്പോ മതി ഇറക്കാനും വയ്യ കഴിച്ചിട്ട് തുപ്പാനും വയ്യ എന്ന അവസ്ഥയിലാണ്.

ഞങ്ങളുടെ അവസ്ഥ മനസ്സിലാക്കിയ വാർഡ്നർ ഞങ്ങളോട് പറഞ്ഞു :'ഇത് ഇപ്പോൾ നാളെ തന്നെ ക്ലാസ് തുടങ്ങൂലെ? പിന്നെ ഇതൊന്നും ആലോചിക്കാൻ നിങ്ങൾക്ക് സമയമേ ഉണ്ടാവില്ല"

ഇതുപോലെ എത്രയെത്ര കുട്ടികളെ അവർ ഇതിനോടകം കണ്ടിട്ടുണ്ടാകും. അതിൽ ഒരുവൾ മാത്രം ഞാൻ.വീട്ടിലേക്ക് എത്തിയ ഉടൻ ഉമ്മ ഫോൺ ചെയ്തു. ഞങ്ങൾക്ക് രണ്ടുകൂട്ടർക്കും പറയാൻ വാക്കുകൾ കിട്ടുന്നില്ല.ഞാൻ പറഞ്ഞു ":ലീവ് കിട്ടിയ വേഗം വരാം". പിന്നെ കൂട്ടക്കരച്ചിലായി.

ഞാൻ ഇങ്ങോട്ട് പോരുന്നതിന് തലേന്ന് പത്താം ക്ലാസ് ബാച്ചിന്റെ ഗറ്റ് ടു ഗദർ പാർട്ടി ഉണ്ടായിരുന്നു.അവടെ വെച്ച് അമ്മ്മു പറയുന്നുണ്ടായിരുന്നു." ഇവള് പോയിട്ട് വേണം ഭരണം കയ്യിലെടുക്കാൻ.

" ഇപ്പോൾ പൊട്ടിക്കരയുകയാണ് ഫോണിലൂടെ. :"ഡീ....നീ..ങ്ങുവാ നീയില്ലാതെ ഇവിടെ ഒരു സുഖമില്ല,ഇവിടെ ഇരുന്നു പഠിചോ ഞാനിനി ശല്യം ചെയ്യില്ല. നീ ഇല്ലാത്തോണ്ട് ഒരു സുഖമില്ല. "ഞാൻ പൊട്ടിക്കരഞ്ഞു പോയി.ജനിച്ചിട്ട് ഇതുവരെ പിരിഞ്ഞിരുന്നിട്ടില്ല ഞങ്ങൾ ഇങ്ങനെ പിരിഞ്ഞിരുന്നിട്ടില്ല.

ഇതേ അവസ്ഥയിൽ എന്റെ ബാക്കിൽ കുട്ടികൾ ക്യൂ നിൽക്കുന്നുണ്ട്.വീട്ടിലേക്കൊന്നു വിളിക്കാൻ മാക്സിമം 60 സെക്കൻഡ് അതാണ് സമയം.ഞാൻ പെട്ടെന്ന് ഫോൺ കട്ട് ചെയ്തു കിടക്കാനായി പോയി.കരഞ്ഞു കരഞ്ഞു എന്റെ ബെഡ് പുതപ്പ് പോലും കണ്ണീരിൽ

കുതിർന്നു പോയി.

എന്നത്തേയും പോലെ കൃത്യമായി രാവിലെ 5 മണിക്ക് ഉറക്കമുണർന്നു. പ്രഭാത ചര്യകൾ ചെയ്യാൻ ഇന്ന് കുറച്ച് ബുദ്ധിമുട്ടുകൾ നേരിടേണ്ടി വന്നു. സ്വന്തം വീടല്ലല്ലോ അതിന്റേതായ ബുദ്ധിമുട്ടുകൾ ഉണ്ട്. ഡോർമെട്രിയിൽ നിന്ന് ബാത്റൂമിലോട്ട് വരാന്തയിലൂടെ നടന്നു പോണം. പക്ഷേ നല്ല ഇരുട്ട് ആരും തന്നെ ഉണർന്നിട്ടുമില്ല.ഞാൻ ലൈറ്റ് ഇട്ടാൽ അവർക്ക് അത്ശല്യമാകും.ഞാൻ കയ്യിലുള്ള മൊബൈലിൽ ഫ്ലാഷ് അടിച്ചു. ഒന്നാമത് എനിക്ക് ഇരുട്ട് ഭയമാണ്.പിന്നെ ഒറ്റയ്ക്ക് വരാന്തയിലൂടെ നടക്കുകയും വേണം.വുളൂ എടുത്ത് കട്ടിലിന്റെ ചാരെ തന്നെനമസ്കരിച്ചു. പ്രാർത്ഥിച്ചു അല്പം കോൺഫിഡൻസ് ഉണ്ട്. ഒന്നുമില്ലെങ്കിലും രണ്ടുവർഷം പ്ലസ്ടുവിന്റെ കൂടെ എൻട്രൻസ് പഠിച്ചതല്ലേ... കൂടുതൽ ഫോക്കസ് കൊടുത്തതും എൻട്രൻസ് ന് ആയിരുന്നു.അതിന്റെ ഒരു ഹോപ്പ്,.

ആദ്യ ദിവസത്തെ ക്ലാസ് നല്ല എക്സൈറ്റഡ് ഉണ്ട്.പുതിയ സ്ഥലം.പുതിയആളുകൾ. ഞങ്ങൾ ക്ലാസിലേക്ക് പോകുന്നതിനു മുൻപ് എന്റെ കയ്യിലെ മൊബൈൽ വാർഡ്നർ കണ്ടു, അവരത് വാങ്ങിവെച്ചു. സത്യം പറഞ്ഞാൽ ക്ലാസിലെത്തിയിട്ടാണ് പരസ്പരം ഇന്നലെ ഒരുമിച്ച് ഒരു മുറിയിൽ കഴിഞ്ഞവരായ ഞങ്ങൾക് പരിചയപ്പെടാൻ തന്നെ തോന്നിയത്.പലരും മലയാളം മീഡിയം ആണ്.അവർക്ക് പ്രശ്നം ലാംഗ്വേജ് ആണ്പ്രശ്നം. മറ്റുചിലർ വീട്ടുകാരുടെ നിർബന്ധത്തിനു വഴങ്ങി വന്നവരും.ഏതാനും ഒരാഴ്ച അതിനുള്ളിൽ ഞങ്ങൾ വിഷമങ്ങൾ മറികടന്നു. സാഹചര്യത്തോട് ഇണങ്ങി ചേർന്നു..... "കുറച്ചൊക്കെ സഫർ ചെയ്താൽ അല്ലേ,സാക്രിഫൈ ചെയ്താൽ അല്ലേ....ലൈഫിൽ എന്തെങ്കിലും ചെയ്യാൻ കഴിയ.ഒരു നോർമൽ ലൈഫ് അല്ല.. ഞാൻ ഉദ്ദേശിക്കുന്നത് അതാർക്കും കഴിയും എന്തെങ്കിലും നേടണമെങ്കിൽ കുറച്ചൊക്കെ ഹാർഡ് വർക്ക് വേണം ". (എന്റെ സർ ഞങ്ങൾക്ക് നൽകിയ ഈ ഉപദേശം സാഹചര്യവുമായി പൊരുത്തപ്പെട്ട് പോകാൻ ഞങ്ങളെ പ്രേരിപ്പിച്ചു). നന്നായി മോട്ടിവേഷൻ ചെയ്യുന്നുണ്ട് ഇടയ്ക്കിടക്ക്.പിന്നെ തൊലി കട്ടി കുറച്ച് കൂടുതൽ ഉള്ളതുകൊണ്ടാവാം റാഗിങ്ങിൽ ഒക്കെ പിടിച്ച് നിൽക്കാൻ എനിക്ക് കഴിഞ്ഞു. ഇവിടെ ഫുൾ സിസ്റ്റമാറ്റിക് ആണ് പഠിപ്പും മറ്റു

കാര്യങ്ങളും. എല്ലാം ടൈംടേബിൾ വച്ച് ഞാൻ എന്റേതായ ശൈലിയിൽ തുടർന്നു.

ഒന്ന് രണ്ട് വട്ടം ലീവ് കിട്ടി. ഞാൻ വീട്ടിലേക്ക് പോയില്ല. മറ്റൊന്നും കൊണ്ടല്ല, ഇനി തിരിച്ചു വരാൻ തോന്നിയില്ലെങ്കിലും ഇടക്ക് ഞാൻ റൂംമേ റ്റ്സ് നോട് പറയും." ഇതൊരു മെനകെട്ട പണിയാട്ടോ...എന്ന്.(അവർ അപ്പോൾ തിരിച്ചു പറയും). "" ശരിയാ എത്ര എത്ര കല്യാണങ്ങൾ, ഇവൻസ്,എൻഗേജ്മെന്റ്, എന്തിനു മരിപ്പുകൾ പോലും...ഒന്നിനും ഇവിടെ വന്നിട്ട് പോകാൻ പറ്റിയിട്ടില്ല. ഒന്ന് കഴിഞ്ഞ് കിട്ടിയാൽ മതിയായിരുന്നു. "

കൂട്ടത്തിൽ മറ്റൊരാൾ പറഞ്ഞു :"പണ്ട് എല്ലാവരും പറഞ്ഞു കേട്ടത് 10 ആണ് മെയിൻ എന്ന്.അത് കഴിഞ്ഞ് ആ ശ്വാസം ആശ്വാസമായപ്പോൾ കിട്ടിയ അടുത്ത ഉപദേശം പ്ലസ് വൺ ആണ് മെയിൻ.ഇത് കഴിഞ്ഞ് കിട്ടണം.ഒടുവിൽ അതും കഴിഞ്ഞ് ശ്വാസം വിട്ടില്ല...പഠിച്ച് പഠിച്ച് മടുത്തു.പത്തില് 99%, പ്ലസ് ടുവിനും അതേപോലെ തന്നെ 99% മാർക്ക് എങ്ങനെയൊക്കെയോ വാങ്ങിക്കൂട്ടി... ഇനി ഇത് എന്താവോ എന്തോ...:

ഞാൻ :"ശരിയാ നമ്മളൊക്കെ പഠിച്ച സ്കൂളിലെ ടോപ് സ്റ്റുഡൻസ്, പക്ഷേ ഇവിടെ വന്നപ്പോൾ ആവറേജ് ആയി ഇതെങ്ങനെ സംഭവിച്ചു.

അവൾ :നിനക്ക് അവറേജോ... നിനക്ക് ഈ കഴിഞ്ഞ എക്സാമിൽ കൂടെ ഫുൾ മാർക്ക് ഉണ്ടായിരുന്നല്ലോ.

ഞാൻ തുടർന്നു :"അതിന് നിങ്ങൾ നേരത്തെ എഴുന്നേൽക്കാഞ്ഞിട്ടല്ലേ,നിങ്ങൾക്കൊന്നു നേരത്തെ എണീറ്റ് ശീലിച്ചൂടെ... രാത്രി എന്തിനാ ഇങ്ങനെ വൈകി ഉറങ്ങുന്നത്?.ഇതൊക്കെ ശരീരത്തിന് കേടാ...

അവർ :"കേട്ടോ".

ഞാൻ:" സോറി എന്റെ സ്ലാങ്കാണത് ഞാൻ ചിരിച്ചു".

ഞാൻ തുടർന്നു :"പുലർച്ചെ,എഴുന്നേറ്റു കുളിച്ച് പ്രാർത്ഥിച്ചു വേണം പഠിക്കാൻ ഇരിക്കാൻ.ആദ്യം ഫ്രഷായി പ്രാർത്ഥിച് ആദ്യം ആ ഒരു ലെവലിൽ ഒന്ന് പോയി നോക്ക്. നിങ്ങൾ വേറെ ലെവലിൽ എത്തും. മോണിംഗ് 5 മിനിറ്റ് മെഡിറ്റേറ്റ് ചെയ്ത് ഏകാഗ്രത വർദ്ധിച്ച തന്നെ മതി,ഞാൻ എന്റെ ഫോർമുല പറഞ്ഞുതരാം... ഫസ്റ്റ് ചെയ്തു

പടി ക്കണം എന്തും ഒരു കോൺസെപ്റ്റ് വെച്ച് പഠിക്കണം. ഞാനിപ്പോ ബയോളജി അരച്ചു കലക്കി കുടിച്ചു കഴിഞ്ഞു.

മറ്റൊരാൾ :"കെമിസ്ട്രി നല്ല ടഫ്ഫാ. "

ഞാൻ:" ശരിയാ ഫിസിക്സ് ഒന്നും അത്ര ടഫ് തോന്നിയിട്ടില്ല.ഓക്കേ ആണ് പക്ഷേ കെമിസ്ട്രി ടഫ് തന്നെ. ഞാൻ പറഞ്ഞ തീയറി വെച്ച് പഠിച്ചു നോക്ക്. എനിക്ക് അങ്ങനെയാണ് റെഡിയായി. നിങ്ങൾ ട്രൈ ചെയ്തു നോക്ക്. ഞാൻ രാവിലെ എണീക്കുമ്പോൾ അലാം വയ്ക്കാം പരസ്പരം സഹായിച്ചു നമുക്ക് മുന്നേറാം".

അങ്ങിനെ പിറ്റേന്ന് മുതൽ ഞങ്ങൾ കമ്പൈൻഡ് സ്റ്റഡി ആയി. പിന്നെ ഒന്നിനും സമയമില്ല. പുലർച്ചെ അഞ്ചുമണിക്ക് എണീക്കണം പഠിക്കണം. പഠിക്കാൻ തുടങ്ങിയാൽ രാവിലെ ക്ലാസ്സിലോട്ട് പോകാൻ യാത്ര ചെയ്യാവുന്നതുവരെ പരന്ന വായന.ക്ലാസിൽ നിന്നും തിരിച്ചെത്തിയ കുളിക്കുക ഫ്രഷ് കിട്ടാൻ 5 മിനിറ്റ് മെഡിറ്റേറ്റ് ചെയ്തിട്ട് രാത്രി ഫുഡ് അടിക്കുന്നത് വരെ ഇരുന്ന് എഴുതി പഠിക്കും.വർക്കുകളൊക്കെ ചെയ്തുചെയ്ത് പഠിക്കും.രാത്രി ഭക്ഷണം എട്ടര ആകുമ്പോൾ തന്നെ കഴിച്ചിട്ട് കിടക്കാൻ ഒരുങ്ങും ഡെയിലി 60 സെക്കൻഡ് വീട്ടിലോക്കെ വിളിച് രണ്ടുവാക്ക്. എക്സാമിന്റെ ദിവസങ്ങളിൽ ഹോസ്റ്റലിൽ അടുത്തുള്ള കപ്പേളയിൽ ക്രിസ്ത്യൻ കുട്ടികൾക്കൊപ്പം ഞങ്ങളും പോയിരുന്നു പ്രാർത്ഥിക്കും.ഇടക്ക് ബസ്റ്റോപ്പിൽ അടുത്തുള്ള പെട്ടി കടയിൽ നിന്നും നല്ല ചൂടുപരിപ്പ് വരെയും,കാപ്പിയും കഴിക്കും. അതാണ് ആകെ കിട്ടുന്ന റിലാക്സാക്ഷൻ ബസ്റ്റോപ്പിൽ നിന്നും ബസ് കയറിയാൽ ഹോസ്റ്റലിലേക്ക് എത്തുന്ന ആ 5 മിനിറ്റ് ആണ് ആകെ ടൈംപാസ് .ബസ്സിൽ നല്ല അടിപൊളി മെലഡി ഗാനങ്ങൾ കേൾക്കാം, കാട്ടുകോഴി ആയ കണ്ടക്ടർ ആണ് ഈ പാട്ടൊക്കെ പ്ലേ ചെയ്യുന്നത്.

ഒരിക്കൽ ഞാൻ ബസ്സിൽ കയറി സീറ്റിൽ ഇങ്ങനെ കണ്ണടച്ച് കിടക്കുകയായിരുന്നു,അന്ന് ബസ്സിൽ ഒരു തമിഴ് ഗാനം പ്ലേ ചെയ്തിരുന്നു.

"മുതൽ കനവേ..മുതൽ കനവേ മറുപടി എൻ വന്തായി..."..

"നീ മറുപടി ഏൻ വന്തായി...".

ഞാനാ ഗാനം ആസ്വദിച്ചിങ്ങനെ ചാരികിടന്നു. ആ പാട്ടിലെ ഓരോ വരികളും എനിക്ക് വേണ്ടി ആരോ എഴുതിയ പോലെ തോന്നി. ഓരോ വരിയും ആസ്വദിച്ചു കേൾക്കുമ്പോഴും ഞാൻ അറിയാതെ അദ്ദേഹത്തെ ഓർത്തുപോയി.എന്നും കാണുന്ന സ്വപ്ന ദൃശ്യങ്ങൾ ഓർത്തുപോയി. പാട്ട് കഴിഞ്ഞതും ഞാൻ ഇറങ്ങേണ്ട സ്ഥലം എത്തി. എന്റെ കൂട്ടുകാരി എന്നെ തട്ടി എഴുന്നേൽപ്പിച്ചു. ഞാൻ ചാടി എഴുന്നേറ്റു,ബസ്സിൽ നിന്നും ഇറങ്ങുന്ന വേളയിൽ ഞാൻ പോലും അറിയാതെ കണ്ണുനീർ പൊഴിയുന്നതു കൂട്ടുകാരികൾ ശ്രദ്ധിച്ചു.അവർ വല്ലാതെ പരിഭ്രമിച്ചു."എന്തുണ്ടായി.നീ എന്തിനാ കരയുന്നത്?.നിനക്ക് വീട്ടിൽ പോണോ..

ഞാൻ എന്തു പറയും എനിക്ക് വേണ്ടത് ഒരു വട്ടമെങ്കിലും ഇയാളെ ജീവനോടെ ഒന്ന് കാണണം. സംസാരിക്കണം.അല്ലെങ്കിൽ ഈ നശിച്ച സ്വപ്നം ഒരിക്കലും കാണരുത്.ഞാൻ പറഞ്ഞു ഒന്നുമില്ല വെറുതെ പെട്ടെന്ന് എന്തോ ഓർത്തപ്പോൾ അതു പറഞ്ഞു തീർന്നില്ല,അതാ ഹോസ്റ്റലിനു മുൻപിൽ സർപ്രൈസ്.....

ഉപ്പ,ഉമ്മ,അമ്മു അവർ എന്നെ വിഷ് ചെയ്തു :"ഹാപ്പി ബർത്ത് ഡേ....

".ഇന്നെന്റെ ബർത്ത് ഡേ ആയിരുന്നു പരീക്ഷയുടെ ചൂടിൽ മറന്നുപോയി,ഉപ്പ കേക്കും മിഠായും എനിക്ക് പുതിയ ഡ്രസ്സ് ഒക്കെ വാങ്ങിയിട്ടുണ്ട്.കൂട്ടുകാരികൾ ചുറ്റും കൂടി.ഞാൻ ഓടിപ്പോയി ഉമ്മയെയും ഉപ്പയെയും കെട്ടിപ്പിടിച്ച് കരഞ്ഞു,അമ്മുവിനെയും. കൂട്ടുകാരികൾ ആശ്വസിപ്പിച്ചു. ഉമ്മയോടും ഉപ്പയോടും കൂട്ടുകാരികൾ പരിചയപ്പെടുന്നു.ഞാൻ അമ്മുവിനെയും കൂട്ടി എന്റെ ഡോർമെറ്ററിലേക്ക് പോയി. ഇതുപോലൊരു കട്ടിൽ കുറെയായി ചോദിക്കുന്നുണ്ട് അനാവശ്യമായി പൈസ ചെലവാക്കുന്നത് ഇഷ്ടമല്ല.ഉമ്മ വാങ്ങിയ ചുരിദാർ ഞാൻ ഇട്ടു നോക്കി. കറക്റ്റ് ആണ്.

അമ്മു പറഞ്ഞു :"ഞാൻ ആ സെലക്റ്റ് ചെയ്ത് എന്റെ അളവിന് അഡ്രസ്സ് എടുത്തത്."(ഞാൻ അപ്പോഴാണ് ശ്രദ്ധിച്ചത് ശരിയാണ് അമ്മു ആകെ മാറി വലുതായി.. ഇപ്പോൾ ഞങ്ങളെ കണ്ടാൽ ഇരട്ടകൾ ആണെന്ന് തോന്നുന്ന)

ഞാൻ വസ്ത്രം മാറിക്കഴിഞ്ഞപ്പോൾ തന്നെ ഉമ്മ മുകളിലോട്ട് വന്നു. ഉമ്മ ഞങ്ങളുടെ അടുത്തേക്ക് വന്നു എന്നിട്ട് ചിരിച്ചുകൊണ്ട്

സ്വകാര്യമായി എന്നോട്പറഞ്ഞു. ഒരു വിശേഷം ഉണ്ട് കഴിഞ്ഞ ആഴ്ചയിൽ ഇവൾ വലിയ കുട്ടിയായി. ഇന്നലെ ആയിരുന്നു കുളിച്ച് കയറിയത്, ഞാൻ ആചര്യത്തോടെ അവളെ ഒന്ന് നോക്കി. (അവൾ എന്നെ നോക്കി പുഞ്ചിരിച്ചുകൊണ്ട് കണ്ണടച്ചു കാണിച്ചു).:"നിനക്ക് ഇപ്പോൾ വീട്ടിലേക്കൊക്കെ ഒന്ന് വിളിച്ച് സംസാരിക്കാൻ എവിടെയാ സമയം എന്തേലും രണ്ട് വാക്ക് പറയും നിർത്തും.

ഞാൻ :"എന്നിട്ട് എല്ലാവരും ഉണ്ടായിരുന്നു".

ഉമ്മ :"നീ ഇല്ലാത്തതുകൊണ്ട് ഒരു ആഘോഷവും ഇല്ല"..

അമ്മു ഇടയ്ക്ക് കയറി :"നല്ല ഭക്ഷണം പോലുമില്ല നീ ഇങ്ങോട്ട് വന്നതിനുശേഷം,ഉമ്മ ഒരു ബിരിയാണി പോലും ഉണ്ടാക്കിയിട്ടില്ല."

:"അത് പറഞ്ഞാൽ നിനക്കിപ്പോ മനസ്സിലാകില്ല, ഇവിടെ തിന്നാൻ കിട്ടാഞ്ഞിട്ടല്ല എന്നറിയാം.എങ്കിലും ഉമ്മമാരുടെ മനസ്സ് അങ്ങനെയാ മക്കൾ അടുത്തുള്ള ഇല്ലെങ്കിൽ ഒരാൾക്ക് മാത്രം നല്ലത് വിളമ്പിക്കൊടുക്കുമ്പോൾ മറ്റൊരാളുടെ കാര്യം ഓർത്ത് സങ്കടമാവും.മോൾ ഒരു കാര്യം ചെയ്യ്. രണ്ടാഴ്ച കഴിഞ്ഞാൽ ലീവ് അല്ലേ ഈ ലീവിന് എങ്കിലും വിളിക്കാൻ അപ്പോൾ നമുക്ക് ബിരിയാണിയോ നെയ്ച്ചോറോ," എന്താന്ന് വച്ചാ..."

അപ്പോഴേക്കും ഞാൻ ഇടയ്ക്ക് കയറി വീണ്ടും :"നിങ്ങൾ വെച്ച് കൊടുത്തേരെ ഞാൻ വന്ന പിന്നെ തിരിച്ചിങ്ങോട്ട് ഒരിക്കലും വരാൻ പോണില്ല,അത്രയ്ക്ക് സങ്കടമുണ്ട് ഞാൻ വരാത്തത്

ഞങ്ങൾ. താഴെ പോയി കേക്കൊക്കെ കട്ട് ചെയ്തു എല്ലാവർക്കും വിളമ്പി. അധികനേരം അവരവിടെ നിന്നില്ല. ആറു മണിക്കുള്ള ട്രെയിനിൽ പോകാനുള്ളതുകൊണ്ട് വേഗം ഹോസ്റ്റലിൽ നിന്നും ഇറങ്ങി. ശേഷം രാത്രി ഞാൻ ഒരുപാട് കരഞ്ഞു.അവർ പോയത് കൊണ്ട് മാത്രമല്ല. എനിക്ക് വല്ലാത്തൊരു കുറ്റബോധം. എനിക്ക് വേണ്ടി എന്റെ അനുജത്തി അവളുടെ ജീവിതത്തിലെ വിശേഷപ്പെട്ട ഒരു ദിവസം ആഘോഷം മാറ്റിവെച്ചു. എന്റെ പ്രസൻസ് ഇല്ലാത്ത ഒരാഘോഷവും എന്റെ കുടുംബത്തിൽ ആരും തന്നെ ആഗ്രഹിക്കുന്നില്ല,ഇഷ്ടപ്പെടുന്നില്ല.അത്രയ്ക്ക് സ്നേഹം ഞാൻ അവർക്ക് കൊടുത്തിട്ടുണ്ടോ ആവോ.. എനിക്ക് സങ്കടം വല്ലാതെ ഇരട്ടിച്ചു. ഞാൻ പിന്നെയും ചിന്തിച്ചു.ദൈവം എന്നെ എന്തിന് ഈ ജീവിതം പരീക്ഷിക്കുന്നു,കൃത്യമായ നമസ്കരിക്കുന്നില്ലേ എന്റെ എല്ലാ

കാര്യങ്ങളും ചിട്ടയോടെ ചെയ്യുന്നില്ലേ,വല്ലാത്തൊരു ടോക്സിക് സിറ്റുവേഷൻ ആണിത്. ആലോചിച്ചിട്ട് പ്രാന്താകുന്നു.ഞാൻ കരഞ്ഞു കരഞ്ഞു ഉറങ്ങിപ്പോയി. എങ്കിലും നിരന്തരം എന്നെ വേട്ടയാടുന്ന സ്വപ്നങ്ങൾ. പ്രണയമോ വിരഹമോ എന്താണെന്ന് അറിയില്ല ഇപ്പോൾ എന്റെ അവസ്ഥ.

വെറുക്കപ്പെട്ട ദിനങ്ങൾ ആയിരുന്നു. എൻട്രൻസ് കാലം എങ്ങനെയെങ്കിലും ഈ കടമ്പ് ഒന്ന് കടക്കണം.എക്സാം കഴിഞ്ഞ് ഇവിടം വിട്ടാൽ പിന്നെ എൻട്രൻസ് രണ്ടാം പ്രാവശ്യം എന്ന ഒരു വാക്ക് ഉണ്ടാകാൻ പാടില്ല. അതിനുള്ള ഇടവരരുത് ആരോടൊക്കെയുള്ള വാശി ഒക്കെ ഞാൻ തീർത്തത് പഠനത്തിലൂടെ,പഠിച്ചു പഠിച്ച പ്രാന്ത് ആകുന്ന അവസ്ഥ.വെറുതെ പാസായ പോരാ...ഒന്നാം റാങ്ക് അതാണ് എന്റെ ഗോൾ.ആവറേജിൽ തുടങ്ങിയ ഞാൻ ടോപ്പ് ആയി മാറിയെങ്കിൽ അതിനും പ്രധാന പങ്കുവഹിച്ചത് എന്റെ ഈ ഒരു മാനസികാവസ്ഥ തന്നെയാണ്. പിന്നെ പ്രാർത്ഥന ഏകാഗ്രത ചിട്ടയായ ജീവിതം അതിലുപരി അഞ്ച് നേരം മുടങ്ങാത്ത നമസ്കാരം. ഇതാണ് എന്റെ പ്ലസ് പോയിന്റ് ഞാൻ എന്നോട് തന്നെ എപ്പോഴും പറയും.അല്ലെങ്കിൽ ഈ വേദനകൾ എങ്ങനെ മറികടക്കണം എന്ന് ചിന്തിച്ച് ചിന്തിച്ച് അയാളെ തേടി നടന്ന ഒടുവിൽ ജീവിതം പാഴാക്കരുത്.ജീവിതം ഒന്നുമില്ലാതെ ആയി പോകരുത്,ഞാൻ ആഗ്രഹിച്ച പോലെ ഒരു പൊസിഷൻലെത്തണം . ദൈവം കാണിച്ചു തന്ന സ്വ പ്നമാണെങ്കിൽ, അതിനുള്ള ഉത്തരമായി സമയം ആവുമ്പോൾ അയാൾ എന്റെ മുന്നിൽ നിർത്തി തരും. അതുവരെ മറ്റൊരു പ്രണയത്തിലേക്ക് മനസ്സ് ചാടരുത് എന്ന നല്ല വിചാരം ആകാൻ ആകും പടച്ചോൻ ഒരു പക്ഷെ നേരത്തെ സിഗ്നൽ തന്നത്.ഇതാണ് നിന്റെ ആൾ എന്ന രൂപം കാണിച്ചു കൊണ്ടിരിക്കുന്നത് എന്നൊക്കെ കരുതി സ്വയം അഷ്യസിപ്പിച്ചു ജീവിക്കുന്നു.

എക്സാം കഴിഞ്ഞ് വലിയൊരു ഭാരം തലയിൽ നിന്നും ഒഴിഞ്ഞുമാറ്റി.വീട് പിടിക്കാൻ നിൽക്കുമ്പോൾ ആണ് റൂം മേറ്റ്സിൽ ചിലർക്ക് ഒരു മോഹം. ഇത്ര ദിവസം നമ്മൾ ഒന്നിച്ചു കഴിഞ്ഞിട്ട് ഒരു ദിവസം പോലും സ്വസ്ഥമായി സംസാരിച്ചിട്ടില്ല.ഇനി കാണുമോ എന്തോ..സൊ ഒരു ദിവസം കൂടി നമുക്ക് സന്തോഷത്തോടെ

ഒന്നിരിക്കാൻ പുറത്ത് എവിടെയെങ്കിലും പോയി ഇന്നൊരു ദിവസം അടിച്ചുപൊളിച്ചു തിരിച്ചു വീട്ടിലേക്ക് പോകാം. ചിലർക്ക് ഫണ്ട് ഇല്ലാത്ത പ്രശ്നം. അതും ഞങ്ങൾ പരിഹരിച്ചു. പണം ഇല്ലാത്തവരെ ഉള്ളവർ സഹായിക്കുക,ആദ്യം വീട്ടിൽ അവതരിപ്പിക്കണം. അതിന്റെ ഭയ മൂലം ചിലർക്ക് പോണം.. ചിലർക്ക് പോണ്ട. ഹെഡ് ടെയിൽ ഇട്ടു ഹെഡ് വീണു ടൂർ പോണം. അടുത്ത ടാസ്ക് ആരു വീട്ടുകാരെ അവതരിപ്പിക്കും.എല്ലാവരും അവരവരുടെ വീട്ടുകാരെ വിളിച്ച് സങ്കടം പറഞ്ഞ് കാലുപിടിച്ച്,ഒടുക്കം എല്ലാവർക്കും സമ്മതം കിട്ടി ഞങ്ങൾ ആർത്തു വിളിച്ചു യേ......

ഞങ്ങളുടെ ബക്കറ്റ്, മറ്റ് സാധനങ്ങൾ വീട്ടിൽ നിന്നും കൂട്ടാൻ വന്നവർ കൊണ്ടുപോയി.ഞങ്ങൾ രണ്ടു ജോഡി ഡ്രസ്സ് മേക്കപ്പ്,കിറ്റ്, എല്ലാം ബാഗ് പാക്ക് ചെയ്തു. പക്ഷേ ഒരു പ്രശ്നം കൂടി..എങ്ങോട്ട് പോകും, ഞാൻ പറഞ്ഞു താജ്മഹൽകണ്ടിട്ടില്ല. പക്ഷെ ഫണ്ട് പോരാ ഞങ്ങൾ വയനാട് ഉറപ്പിച്ചു.ഒരുതരം.. രണ്ടുതരം.. മൂന്നുതരം....ഹോസ്റ്റലിൽ ഇറങ്ങുന്നേരം ഒരിക്കൽ കൂടി ഞാൻ റൂമിനോട്ബൈ പറഞ്ഞു. ടൂർ നു കൂട്ടത്തിൽ ഞങ്ങളുടെ കൂടെ എൻട്രൻസ് പഠിച്ച ബോയ്സും ഉണ്ടായിരുന്നു. മൂന്നു നാല് പേർ മാത്രം.

അങ്ങനെ ഞങ്ങൾ ചുരം കയറി മാനന്തവാടിയിലേക്ക് യാത്ര തിരിച്ചു.

ബസ്സിലിരുന്ന് ഞാൻ ഓർത്തു.ഡോർമെറ്ററി, സ്റ്റഡി, ടേബിൾ ഇതൊന്നും ഇനി എന്റേതല്ല. എത്രപേർ വന്നു പോയി.ഞാനും അതിൽ ഒരാൾ മാത്രം.സത്യത്തിൽ ഇവിടുന്ന് പോകുന്നതുവരെ ഓർത്തില്ല.ഞാൻ ഇന്നലെ രാത്രി കരഞ്ഞു.. ശേഷം ചിന്തിച്ചു, എന്ത് പ്രാന്താണിത്,ഇന്നലെവരെ ഇവിടുന്ന് പോകണമെന്ന് മനസ്സിന് ഫ്രീ ആകുന്നില്ല. യാത്രാമധ്യേ കാണുന്ന ചില സ്ഥലങ്ങൾ..എന്റെ ഡ്രീമും ആയി നല്ല കണക്ഷൻ ഉണ്ട്. .ഇതൊന്നും ഇപ്പോൾ

ഓർക്കേണ്ട..

പാർക്ക് ബോട്ടിംഗ് ശേഷം വീട്ടുകാർക്ക് കുറച്ചു ഷോപ്പിംഗ് വനത്തിലൂടെ ഒരു ട്രക്കിംഗ്.

വൈകിട്ട് 5 മണിയോടെ കറക്കം കഴിഞ്ഞ് ഏതാണ്ട് 7 മണി ആകാറായി. ചുരമിറങ്ങാൻ തുടങ്ങിയപ്പോൾ ഊട്ടിക്ക് 90 കിലോമീറ്റർ

മാത്രമുള്ള ഇവിടുന്ന് കണ്ടു പോണമെന്നു ഉള്ളിൽ ഒരു ആഗ്രഹം ഇല്ലാതില്ല.ഇപ്പോൾ നല്ല കോടമഞ്ഞുണ്ട്. ചുരം ഇറങ്ങുന്ന നേരം ഭയം മൂലം എന്റെ ഹൃദയം വല്ലാതെ പിടച്ചു.

നാട്ടിലേക്കുള്ള ബസ് കയറാൻ നിൽക്കുമ്പോൾ ആണ് ഉമ്മ വിളിക്കുന്നത് മൊബൈലാണെങ്കിൽ ചാർജ് കഴിയാറുമായി.

:"എവിടെ എത്തി നിന്റെ ടൂർ ഒക്കെ കഴിഞ്ഞോ?. "

ഞാൻ :"ബസ് വെയിറ്റ് ചെയ്യാ...ഉമ്മ.നേരം പുളരുമ്പോഴേക്കും ഞങ്ങൾ ഇങ്ങെത്തും.കഴിച്ചിട്ട് കിടന്നോ..

ഉമ്മ :"പിന്നെ നീ പാലക്കാട്ടേക്ക് അവിടേക്ക് കൂടെ ആരെങ്കിലും കാണുമല്ലോ കൂട്ടത്തിൽ"...

ഞാൻ :"ആ ഒന്ന് രണ്ട് ആളുണ്ട്, എന്താ കാര്യം? ".

ഉമ്മ :"ഞങ്ങൾ പാലക്കാട് ആണ് നാളെ ആണ് ജിനിയുടെ വീട് താമസം ഞങ്ങളെല്ലാവരും ഇവിടുണ്ട്.എത്താറായ..വിളിച്ചാൽ മതി.ആരെങ്കിലും വരും സ്റ്റാൻഡിലോട്ട്.പുലർച്ചെ അഞ്ചുമണിക്കാണ് പാലുകാച്ചൽ.നീയുണ്ടെങ്കിൽ അവർക്ക് അത് വലിയ ആശ്വാസമാകും..സന്തോഷവും.

ഞാൻ :"നിങ്ങൾ ജിനിനെ കെട്ടിച്ച വീട്ടിലാണോ?അയ്യേ...എന്തിനാ അവിടൊക്കെ പോയിരിക്കുന്നത്."

ഉമ്മ :"ഇല്ലെടീ,ഞങ്ങൾ നമ്മുടെ തറവാട്ടിലെ വല്ലിമ്മാന്റെ വീട്ടിൽ ആണ്.ഞാൻ രാവിലെ എത്തും. നീ എത്തിയ റൂമിൽ പോയി പോത്തുപോലെ കിടന്നുറങ്ങാതെ അവളെ സഹായിക്കണം. അവളുടെ സൈഡിൽ നിന്ന് ഒരാൾ ഉണ്ടാകും എന്ന് പറഞ്ഞ് അവൾക്ക് അത് ആശ്വാസം അല്ലേ. മാത്രമല്ല നിങ്ങൾ ആത്മസുഹൃത്തുക്കളും അല്ലേ? പിന്നെ തലയിൽ തട്ടം ഒക്കെ ഇടണം അവരൊക്കെ സാധാരണക്കാരാ.വെറുതെ പറയിക്കരുത് അവരെ കൊണ്ട്.

ഞാൻ ഓക്കേ ചാർജ് കഴിഞ്ഞാൽ പോയി കാര്യം ഞാൻ വക്കാ ബാറ്ററി ലോ ആണ്.

എന്തായാലും ബസ് വരാൻ ഇനിയും 5,10 മിനിറ്റ് ഉണ്ട്. കൂടെ മൂന്ന് നാല് പേരുണ്ട് പാലക്കാട്ടേക്ക്. ബാക്കിയുള്ളവരൊക്കെ പലവഴിക്കും പിരിഞ്ഞു.കൂട്ടത്തിൽ ഉള്ള ട്രീസ കരാട്ടെ ബ്ലാക്ക് ബെൽറ്റ് ആണ്

വേണ്ടി വന്നാൽ ആരെയും എടുത്തിട്ട് പെരുമാറിക്കോളും അവളാണ് ഞങ്ങൾ പെണ്ണുങ്ങളുടെ ആകെയുള്ള ആശ്രയം. പിന്നെ കൂട്ടത്തിൽ പയ്യന്മാരും ഉണ്ടല്ലോ. വീട്ടുകാർ ഇവരെ കണ്ടിട്ടാണ് ഈ ട്രിപ്പിനു തന്നെ ഞങ്ങളെ വിട്ടതും.ഞങ്ങൾ അടുത്തുള്ള ഒരു തട്ടുകടയിൽ നിന്ന് അല്പം കട്ടനും,ദോശയും കഴിച്ചു. അപ്പോളേക്കും ബസ് വന്നു ഞങ്ങൾ ആദ്യം തന്നെ ഓടിപ്പിടിച്ച് കയറി സീറ്റ് ഒപ്പിച്ചു.രാത്രി ആയതുകൊണ്ട് അധികം തിരക്കില്ല.ഒന്ന് രണ്ട് ഫാമിലി കൂടി കയറിയിട്ടുണ്ട്. ഞാൻ സീറ്റിൽ ഇരുന്ന ശേഷം ബാഗിൽ നിന്നും ഒരു ഷാൾ എടുത്ത് തലമുടി മറച്ചു തട്ടമിട്ടു.കൂട്ടത്തിൽ കൂടെ പഠിക്കുന്ന ചെക്കന്മാരെ കൂട്ടിയതിൽ ആദ്യം ദേഷ്യം ഉണ്ടായിരുന്നെങ്കിലും ഇപ്പോൾ അത് ഉപകാരമായി.ഞങ്ങൾ രണ്ടു പെൺകുട്ടികൾക്ക് ഇപ്പോൾ ആശ്രയം അവരാണ്.ഞങ്ങളുടെ നേരെ ബാക്ക് സീറ്റിൽ ബോഡിഗാർഡ് അവരങ്ങനെ ഇരിക്കുന്നു.പോണിൽ ചാർജ് ഉണ്ടാരുന്നെങ്കി ഹെഡ് സെറ്റ് വച്ചു ഒരു പാട്ടൊക്കെ കേട്ട് പോകാമായിരുന്നു.സാരില്ല ഇവടെ ബസ്സിൽ ഡി ജെ ഒക്കെ ഉണ്ട്.അല്ലെങ്കിലും എനിക് യാത്ര ചെയ്യാൻ പണ്ടേ ഇഷ്ടമാണ്. പ്രതേകിച്ചു പാട്ടുകെട്ട് യാത്ര ചെയ്യാൻ. ഓരോ കാഴ്ചകൾ കണ്ടങ്ങനെ ഉറങ്ങാതെ ഞാൻ എത്ര വേണെങ്കിലും യാത്ര ചെയ്യും. എന്നാൽ ഇത്തവണ അക്കിടി പറ്റി.ഞങ്ങൾ എല്ലാവരും ഉറങ്ങിപ്പോയി. ഭാഗ്യം പാലക്കാട് എത്താറായപ്പോൾ കണ്ടക്ടർ ഞങ്ങളെ തട്ടി എഴുന്നേൽപ്പിച്ചു. ഞാൻ പെട്ടെന്ന് ചാടി എഴുന്നേറ്റു കൊണ്ട് ഫോണിൽ സമയം നോക്കി. നേരം പുലരാറായിരിക്കുന്നു. വാട്സാപ്പിൽ ഉമ്മ ജിനിയുടെ ഹസ്ബന്റിന്റെ നമ്പർ അയച്ചിട്ടുണ്ട്. ഈ സമയത്ത് അവരെ ഒന്നും ബുദ്ധിമുട്ടിക്കാൻ ഞാൻ ആഗ്രഹിക്കുന്നില്ല. പക്ഷേ വേറെ നിവൃത്തിയില്ലല്ലോ.. അല്ലെങ്കിൽ പാലക്കാട് ഇറങ്ങി ബസ്റ്റോപ്പിൽ പോസ്റ്റ് ആയി നിൽക്കേണ്ടിവരും. അതുകൊണ്ട് മറ്റൊന്നും ആലോചിക്കാതെ അപ്പോ തന്നെ ഞാൻ ജിനിയുടെ ഹസ്ബന്റിനെ ഫോൺ വിളിച്ചു.പക്ഷേ വിചാരിച്ച പോലെ അവിടെ ആരും ഉറങ്ങിയിട്ട് ഒന്നുമില്ല.നല്ല ബഹളം ഒക്കെ കേൾക്കുന്നുണ്ട്. ബസ് ഇറങ്ങിയതും ജിനിയുടെ ഹസ്ബൻഡ് അതാ എന്റെ മുന്നിൽ തന്നെനിൽക്കുന്നു.കൂട്ടുകാരോടൊക്കെ യാത്രപറഞ്ഞു ഞാൻ കാറിൽ കയറി.

:"ഞാൻ ബുദ്ധിമുട്ടിച്ചല്ലേ"....

അദ്ദേഹം :"ഇങ്ങനെയൊക്കെയല്ലേ കുടുംബക്കാരായ,ഇതൊക്കെ ഒരു ബുദ്ധിമുട്ടാണോ".

എന്തായാലും കറക്റ്റ് ടൈമിൽ ഞങ്ങൾ വീട്ടിലോട്ടെത്തി. പറഞ്ഞ സമയത് തന്നെ പാലുകാച്ചൽ ചടങ്ങ് ഗംഭീരമായി നടന്നു. എല്ലാവരും സുബിഹി നമസ്കരിച്ച ശേഷം,പെണ്ണുങ്ങൾ പത്തിരി പണിയുമായി അടുക്കളയിലോട്ട് കയറി. ജിനിയുടെ അമ്മോയിയമ്മ എന്നോട് പറഞ്ഞു :"കുറച്ചുനേരം പോയി കിടന്നു ഉറങ്ങിക്കോളൂ മോളെ... ഒരു ദൂര യാത്രയൊക്കെ കഴിഞ്ഞ് വന്നതല്ലേ. നല്ല ക്ഷീണം കാണും."

ഞാൻ :"ഹേ സാരമില്ല ഞാൻ ബസ്സിന് നന്നായി ഉറങ്ങി ഉമ്മാ.ഉറക്കം ഒക്കെ ഇനി വീട്ടിൽ ചെന്നിട്ട്.ഇവിടെ ഇത്രയും വലിയ പരിപാടി നടക്കുമ്പോൾ ഞാൻ കിടന്നുറങ്ങാ.... "

സത്യത്തിൽ എനിക്ക് എന്താന്നറിയില്ല വല്ലാത്ത ആഹ്ലാദം. ഇത് നല്ല ദിവസമാണെന്ന് എന്റെ മനസ്സ് പറയുന്നു. ജിനി എനിക്ക് ഒരു വെള്ള ലഹങ്കയും ഫാൻസി യും തന്നു അവൾ ഒരു സാധാരണ ചുരിദാർ ആണ് ധരിച്ചിട്ടുള്ളത് കാരണം അവൾക്ക് അവിടെ ഒരുപാട് ജോലി തിരക്കുകളുണ്ട്. എനിക്ക് അഡ്രസ്സ് തന്നതിന് പിന്നിലുള്ള ഉദ്ദേശം ഞാൻ അറിയാൻ ഏറെ വൈകി. അവൾ ടെ ഭർത്താവിന്റെ കൂട്ടുകാരനെ ഇമ്പ്രെസ്സ് ചെയ്യിക്കാൻ വേണ്ടി ആണെന്ന് ഇടക് അവളുടെ ഭർത്താവ് എന്നോട് പറഞ്ഞു. ഞാൻ ആകെ വല്ലാണ്ടായി. ഇതിനോടകം, എന്റെ ഒരുപാട് ഫോട്ടോസ് അയാളെ കൊണ്ട് അവൾ എടുപ്പിച്ചിരുന്നു. അയാളാണെങ്കി എന്നെ കണ്ട് ഫ്ലാറ്റ് ആയ ലക്ഷണമാണ്.കാരണം ഇടക് പുള്ളി പറഞ്ഞു,:"ഈ വസ്ത്രത്തിൽ നിന്റെ കണ്ണുകൾക്ക് ഒരു പ്രത്യേക സ്പാർക്ക് ഫീൽ ചെയ്യുന്നുണ്ട്.". ഞാനിതൊന്നും നേരത്തെ അറിഞ്ഞില്ലല്ലോ അവളുടെ ഈ ഫോട്ടോ എടുക്കൽ എല്ലാം ഫുൾ പ്ലാന്റായിരുന്നു. എന്റെ ഉമ്മയ്ക്കും ഉപ്പയ്ക്കും ഒക്കെ പുള്ളി യെ പരിചയപ്പെടുത്തുന്നത് മുകളിലത്തെ സ്റ്റെയർകേസിൽ നിന്നുകൊണ്ട് ഞാൻ കണ്ടു.എന്താണെന്നറിയില്ല, നെഞ്ചിൽ ഒരു പിടപ്പ്. കരോക്കെകാർ വന്നതും പാട്ട് വെച്ചതും ആ നാട്ടിൻപുറത്തെ പതിവിന് വിപരീതമായി ജിനിയുടെ ചെക്കനും മറ്റു കൂട്ടുകാരും അവിടെ ഡാൻസ് ഒക്കെ കളിച്ചു പൊളിച്ചടുക്കുകയാണ്. ഞങ്ങളും വിട്ടുകൊടുത്തില്ല, തകർത്തു കളിച്ചു ഞാനും ജിനിയും. അവളുടെ അമ്മായി അമ്മയ്ക്ക് ഇതൊന്നും അത്ര ധഹി

ച്ചിട്ടില്ല,ഞങ്ങൾ എന്നാലും കളിച്ചു. പെട്ടെന്നാണ് ഞാൻ ആ കാഴ്ച കണ്ടത്.അങ്ങ് അകലെ പരിചിതമായ ഒരാൾ രൂപം. ഞാൻ അവിടെ സ്തംഭിച്ചു പോയി. സ്വപ്നമാണോ സത്യമാണോ എന്തോ... ഏറെക്കാലമായി ഞാൻ കാത്തിരിക്കുന്ന ആ പുരുഷരൂപം അതാ എന്റെ മുന്നിൽ. അയാൾ പക്ഷെ ജിനിയുടെ ഭർത്താവിന്റെ നേർക് നടന്നു നീങ്ങുന്നു. കയ്യിൽ ഒരു സമ്മാനപ്പൊതി ഒക്കെയുണ്ട്.അതെ...ഇത് അയാൾ തന്നെ. ജിനിയുടെ ഭർത്താവിന്റെ ചെവിയിൽ അദ്ദേഹം എന്തോ പറയുന്നുണ്ട്. ഞാൻ വിറച്ച് വിറച്ച് അങ്ങോട്ടേക്ക് നടന്നു നീങ്ങി. എന്തു പറയണം എങ്ങിനെ തുടങ്ങണം ആകെ വല്ലാത്ത പരിഭ്രമം. ഞാൻ അയാളെ ശ്രദ്ധിച്ചുനോക്കി.ബ്രൗൺ പാന്റ് ബ്ലാക്ക് ഫുൾ സ്ലീവ് ഷർട്ട് ഇൻസ്റ്റാൾ ചെയ്തിട്ടുണ്ട്.നല്ല വൃത്തിയിൽ ഷർട്ടിന്റെ കൈകൾ മടക്കി കൈമുട്ട് വരെ വച്ചിട്ടുണ്ട്.മിലിറ്ററി സ്റ്റൈലിൽ മുടി വെട്ടി,ചീകി മിനുക്കിയമുടി.

ഒറ്റനോട്ടത്തിൽ കണ്ടാൽ അറിയാം ജെന്റ്ൽ ലുക്ക്, വെൽ സെറ്റിൽഡാണ്.നല്ല പൊസിഷനിൽ ആണിരിക്കുന്നത്.

നല്ല തലയെടുപ്പ് ഉണ്ട് വെൽ എഡ്യൂക്കേറ്റഡ് ആണെന്ന് ആറ്റിറ്റ്യൂഡ് കണ്ടാൽ അറിയാം. ഞാൻ അയാളെ തന്നെ നോക്കി. ജിനിയുടെ അടുത്തേക്ക് ചെന്നു.ജനിക്കു മുന്നിൽ അയാൾ നീട്ടിയ സമ്മാന വാങ്ങിയത് ഞാനാണ്. സത്യത്തിൽ ഞാൻ ഇപ്പോൾ പരിസരം മറന്നു. ജിനി പറഞ്ഞു :"ഇത് എന്റെ കസിനാണ് പാലിൽ എൻട്രൻസ് ഒക്കെ കഴിഞ്ഞ് മടങ്ങി വന്നിരിക്കുകയാണ്".

ഞാൻ അയാളിൽ വല്ലാതെ അങ്ങ് ആകൃഷ്ടയായി.അയാൾ എന്നെ നോക്കി ഒന്ന് ചിരിച്ചത്പോലുമില്ല. ഗൗരമായ നോട്ടം ഞാൻ ആകെ ഐസ് ആയി പോകുന്ന പോലെ.എന്നാലും ഇമവെട്ടാതെ ഞാൻ അയാളുടെ കണ്ണുകളിലേക്ക് തന്നെ നോക്കി നിന്നു. ആ ചിരിയിൽ ഒളിച്ചിരിക്കുന്ന കള്ളത്തരം പോലെയുള്ള മുഖലക്ഷണം. ഞാൻ അയാളെ ശ്രദ്ധിക്കുന്നുണ്ടെന്ന് മനസ്സിലാക്കിയത് കൊണ്ടായിരിക്കണം അയാൾ വേഗം അവിടെ നിന്നും പുറത്ത് കസേരയിൽ മറ്റു ഗസ്റ്റുകളുടെ കൂടെ ചെന്നിരുന്നു. സത്യത്തിൽ ഞാൻ അയാളെ നോക്കിയപ്പോൾ ആ ഒരു സെക്കൻഡ് അയാൾ എന്റെ കണ്ണുകൾ

നോക്കി നിന്നു.പിന്നെ മൈൻഡ് കൺട്രോൾ ചെയ്തിട്ടാണ് അവിടെ നിന്നും പോയിരുന്നത്. ഒരു സുനാമി തന്നെ എന്റെ ഉള്ളിൽ ഇരച്ചു കയറിയ പോലെ ആ ഒരു നിമിഷം അനുഭവപ്പെട്ടു. ജിനി കൊണ്ടുവന്ന ജ്യൂസ് ഞാൻ തട്ടിപ്പറിച്ച് വാങ്ങി വേഗം അയാൾക്ക് മുന്നിൽ ചെന്നുനിന്നു.എനിക്ക് മിണ്ടിയല്ലേപറ്റൂ. ജ്യൂസ് വേണ്ടെന്ന മട്ടിൽ അയാൾ കൈ ഉരർത്തി വേണ്ട എന്ന് അംഗ്യം കാണിച്ചു. മാത്രമല്ല എന്റെ പ്രെസെൻസ് ആളെ ബുദ്ധിമുട്ടിക്കുന്നുണ്ട്. സൊ ഇനി അവിടെ നിന്നു നാണം കെടാൻ എന്റെ ഈഗോ സമ്മതിച്ചതുമില്ല ഞാൻ അവിടെന്നും സിറ്റ് ഔട്ടിനു അടുത്തുള്ള ഗസ്റ്റ് റൂമിൽ ഇരുന്നു വാച്ച് ചെയ്തു അയാളെ ഒന്ന് ഒറ്റക് കിട്ടാനായി. പുള്ളി കാരൻ ആണെങ്കി ഇതൊന്നും ഗൗനിച്ചതേയില്ല.നെഞ്ചു വിരിച്ച് കൈകൾ കെട്ടിയിട്ട്,കാലുകൾ ആട്ടി ഒറ്റയിരിപ്പാണ്. ഞാനും അവിടെ അയാളെ നോക്കി അങ്ങനെ ഇരുന്നു.അയാൾ വേറെ എന്തോ തിരക്കിൽ പെട്ടിരിക്കുന്നു. എത്ര നോക്കിയിട്ട് മുഖത്ത് ഒന്ന് കണ്ണെടുക്കാൻ തോന്നുന്നില്ല.ആദ്യമായി കാണുമ്പോൾ എന്തൊക്കെയോ പറയണം എന്നുണ്ടായിരുന്നു. ഇപ്പോൾ നോ കമൻസ്.എനിക്ക് അങ്ങോട്ട് പോയി ഒരുപാട് കാര്യങ്ങൾ സംസാരിക്കണം എന്നുണ്ട്. പക്ഷേ എന്തോ എന്നിലെ എന്തോ ഒന്ന് എന്നെ കെട്ടി പൂട്ടി വച്ചിരിക്കുന്നു.

മാത്രമല്ല അയാൾ അയാളുടെ തിരക്കുകളിലാണ്.ഒന്ന് ഒറ്റയ്ക്ക് കിട്ടിയിരുന്നെങ്കിൽ ഞാൻ ആഗ്രഹിച്ചുപോയി. ആദ്യമായി കണ്ടതും വല്ലാത്തൊരു ക്രഷ്.ഭക്ഷണം പോലും കഴിക്കാതെ ഞാൻ അയാളെ തന്നെ ഒളിഞ്ഞും മറിഞ്ഞു നോക്കിനിൽക്കുന്നതിനിടയിലാണ് ശ്രദ്ധിച്ചത്, അയാൾ കുടി വെള്ളം കുടിച്ച് ഗ്ലാസ് പ്ലേറ്റിനടുത്ത് വച്ച് കർച്ചീഫ്,,എന്തോ നിലത്ത് വീണത് എടുക്കാൻ കുനിഞ്ഞതും ഞാൻ മറ്റൊന്ന്നും നോക്കാതെ പരിസരം പോലും ഓർക്കാതെ ആ ഗ്ലാസ് റാഞ്ചി കൊണ്ടുപോയി ആരും കാണാതെ ഒരു മൂലയിൽ ഒളിച്ചിരുന്നു ആാ ഗ്ലാസ്സിൽ അയാൾ കുടിച്ചതിന്റെ ബാക്കി വെള്ളം കുടിച്ചു തീർത്തു. ശേഷം ആ ഗ്ലാസ് എടുത്ത് ഞാൻ എന്റെ ബാഗിൽ ഒളിപ്പിച്ചു വെച്ചിട്ട് പിന്നെയും അയാളെ തന്നെ തിരിഞ്ഞു നടന്നു. ഇപ്പോൾ ഫുഡ് ഒക്കെ കഴിച്ചു കഴിഞ്ഞിരി കയാണ്.ഇവിടത്തെ മെയിൻ ആളാണെന്ന് തോന്നുന്നു കണ്ടിട്ട്.

എല്ലാവരും ആയി സംസാരിക്കുന്നുണ്ട്.

കൈകഴുകി പോക്കറ്റിൽ നിന്നും കർചീഫ് എടുത്ത് ചുണ്ടുകൾ തുടച്ച് തിരിച്ചു പോക്കറ്റിൽ തന്നെ ഭദ്രമായി വയ്ക്കുന്നത് കണ്ട്,ഞാൻ മെല്ലെ അതുവഴി പാസ് ചെയ്ത് അയാൾ അറിയാതെ അടിച്ചുമാറ്റി. ആ തൂവാല.എന്റെ കന്നി മോഷണം. ഒരിടത്തൊളിഞ്ഞു നിന്ന് ആ തൂവാല കൊണ്ട് ഞാനെന്റെ ചുണ്ടുകൾ തുടച്ചു.ശേഷംഞാൻ മെല്ലെ അയാളെ വീണ്ടും ഒളിഞ്ഞു നോക്കി. പോക്കറ്റിൽ നിന്നും എന്തോ ഒന്ന് പോയിട്ടുണ്ടെന്ന് ഫീൽ അയാൾക്കുണ്ട്. അയാൾ വേഗം സ്വന്തം പെയ്സടുത്ത് തപ്പി നോക്കി.ഭാഗ്യം ഒന്നും പോയിട്ടില്ല എന്ന മട്ടിൽ പേഴ്സ് പോക്കറ്റിൽ തിരിച്ചുവച്ചു.അത് കണ്ടതും ഞാൻ കണ്ണും തുറിച്ച് നിന്നുപോയി സത്യത്തിൽ ഞാൻ എടുക്കുന്ന സമയത്ത് അദ്ദേഹത്തിന്റെ കൈകളിൽ എന്റെ കൈകൾ സ്പർശിച്ചിരുന്നു. ഞാൻ മനസ്സുകൊണ്ട് പറഞ്ഞു എനിക്ക് ഇതൊന്നും മുൻപ് വശമില്ലല്ലോ അപ്പോൾ അത്രയ്ക്ക് പെർഫെക്ഷൻ ഒക്കെ.. കാണു.

സമയം ഇപ്പോൾ ഏതാണ്ട് നാലുമണി ആയിക്കഴിഞ്ഞു. കുറച്ചു കട്ടൻ ഒക്കെ ഇട്ട് ട്രെ യിലാക്കി ഉമ്മറത്തേക്ക് ഇറങ്ങി വരുന്നുണ്ട് ജിനി ഞാൻ വേഗം അവളെ സഹായിക്കുകയാണ് എന്ന മട്ടിൽ ആ ട്രേ വാങ്ങി നേരെ ചെന്നു നിന്നതും അയാളുടെ മുന്നിലേക്ക് തന്നെ.ഇത് അയാൾ നിരസിക്കാതിരിക്കില്ല. എനിക്കുറപ്പുണ്ട്.നല്ല ബിരിയാണി ഒക്കെ കേറ്റീട്ട് ഇരിക്കല്ലേ,പ്രതീക്ഷിച്ച പോലെ എന്റെ കയ്യിൽ നിന്നും ചായ ഗ്ലാസ് വാങ്ങിയതും, ഞാൻ വിക്കി വിക്കി പറഞ്ഞു തുടങ്ങി.:"എസ്ക്യൂസ്മി എനിക്ക്." (പറഞ്ഞു പൂർത്തിയാക്കാൻ കഴിഞ്ഞില്ല ഉടൻതന്നെ അയാളുടെ ഫോൺ ബെല്ലടിക്കുന്നു)

എന്നോട് എസ്ക്യൂസ് പറഞ്ഞയാൾ ഫോണും എടുത്ത് അല്പം മാറി നിന്നു. എന്തോ പരിഭ്രമത്തോടെ ആണ് ആള് സംസാരിക്കുന്നദ്.

ഫോൺ കട്ട് ചെയ്തതിനുശേഷം എന്നെ ഒന്ന് നോക്കി ശേഷം വേണ്ട എന്ന മട്ടിൽ ജിനിയുടെ യുടെ ഭർത്താവിന്റെ അടുക്കൽ ചെന്ന് എന്തോ പറഞ്ഞു അദ്ദേഹം തലക്ക് കൈ കൊടുത്ത് നിൽക്കുന്നുണ്ട്. അദ്ദേഹം പുറത്തേട്ടിറങ്ങിയതും ഞാൻ പിന്നാലെ ചെന്നു. എനിക്ക് സംസാരിക്കണം എന്നുണ്ടായിരുന്നു വീടിന് പുറത്ത് ഓടുന്ന എന്നെ അമ്മു വിളിക്കുന്നുണ്ട്. ഞാൻ അത് കാര്യമാക്കാതെ അദ്ദേഹത്തിന്റെ പുറകെ പാഞ്ഞു..പക്ഷേ അപ്പോഴേക്കും അതുവഴി പോയ ഒരു ബൈക്കുകാരനോട് ലിഫ്റ്റ് ചോദിച്ച് അയാൾ പോയിക്കഴിഞ്ഞു.

സത്യത്തിൽ ഞാൻ ഇതുവരെ ഭക്ഷണം പോലും കഴിക്കാതെയാണ് അയാളെ ഒന്ന് ഒറ്റയ്ക്ക് കിട്ടാൻ പുറകെ നടക്കുകയായിരുന്നു. ഞാൻ ആകെ തളർന്നുപോയി. ആകെ കിട്ടിയ ഒരു കർച്ചീഫ് ഡിസ്പോസ് ഗ്ലാസ് ആണ് ഈ സമയം കൊണ്ട് ഞാൻ നേടിയത്.

രാത്രി ജിനിയുടെ തിരക്കൊക്കെ കഴിഞ്ഞ് അവൾ ഭർത്താവുമൊത്ത് സ്വസ്ഥമായി ഇരിക്കുന്ന സമയം ഞാൻ മെല്ലെ അവരുടെ അടുക്കൽ ചെന്നു അവരുടെ സ്വർഗ്ഗത്തിലെ കട്ടുറുമ്പ് എന്ന് അറിയാം എന്നാൽ കൂടി അവർ എന്നോട് ചോദിച്ചു.

:"എന്താ ഉറങ്ങിയില്ലേ?.

ഞാൻ :"ഇല്ല ഉറങ്ങണം".

ജിനി :"എന്താ അടുത്ത പരിപാടി? ".

ഞാൻ:" ഉറങ്ങാൻ പോവാണ്".

ജിനി :"അതല്ല,റിസൾട്ട് വരുന്നവരെ എന്താ പ്ലാൻ?. "

ഞാൻ :"പ്രത്യേകിച്ചൊരു പ്ലാനിങ് ഒന്നുമില്ല കുറെ ആയില്ലേ എൻഗേജ്ഡ് ആയിട്ട് കുറച്ചു ദിവസം ഫ്രീ ബേർഡ് ആയി അങ്ങ് നടക്കണം"."

ജിനി :"അത് എന്തായാലും നന്നായി.

ഞാൻ :"ഞാനിപ്പോൾ ഇവിടെ കട്ടുറുമ്പ് ആണെന്ന് അറിയാം പാട്ട് ഒരു ഡൗട്ട് ക്ലീൻ ആക്കാൻ ആണ് വന്നത്. "

ജിനി :""അതെന്താ ഡൗട്ട്"......

ഞാൻ :"ഇന്ന് ഇവിടെ ബ്ലാക്ക് ഷർട്ട് ഇട്ട് ഇന്നൊരാൾ വന്നിരുന്നില്ലേ.... എനിക്കയാളെ കുറിച്ചറിയണം."

ജിനി :"ബ്ലാക്ക് ഷർട്ടോ?...ഒരുപാട് പേരുണ്ടായിരുന്നു പലരും ഒരേ കളർ ഷർട്ട് അല്ലേ....അതുപോട്ടെ ഞാൻ ഇന്ന് പരിചയപ്പെടുത്തിയ ആളെ എങ്ങനുണ്ട്

.

ഞാൻ :"അതൊന്നും അല്ല അതിനല്ല".

ജിനി :"പിന്ന്നെ.

ഞാൻ :"അതൊക്കെയുണ്ട് നീ ആദ്യം ആളെ പറഞ്ഞ് വേറാരുംകാര്യത്തിന്നാ തൽക്കാലം ആരും അറിയേണ്ട."

ജിനി ഭർത്താവ് :"ആദ്യം നീ കാര്യം പറ ഒന്നും ഇല്ലാണ്ട് പറയണ്ട എന്തോ കള്ളത്തരം ഉണ്ടല്ലോ ആരാ.... "

ഞാൻ :"ആരാണെന്ന് അറിയമെങ്കിൽ ഇവിടുന്ന് ചോയിക്കോ. "

ജിനി :"എന്നാലും ഇവളാരുടെ കാര്യാണോ പറയുന്നത് എനിക്കൊരു ഓർമയും കിട്ടുന്നില്ലല്ലോ. "

അവളുടെ ഭർത്താവ് :"ഇങ്ങള് രണ്ടാളും ബേജാറാവല്ലേ.....ന്ന്,നമുക്ക് പരിഹാരമുണ്ടാക്കാം. ഒരു കാര്യം ചെയ്യാം ഇന്ന് ഫോട്ടോസ് ഒക്കെ എടുത്തില്ലേ നാളെ ഞാൻ ഫോട്ടോഗ്രാഫറിനോട് ഫോട്ടോസ് ഒക്കെ ഒന്ന് പെട്ടെന്ന് റെഡിയാക്കി തരാൻ പറയാം. ഇന്നിപ്പോ ഇത്രയും നേരമായില്ലേ ഒന്ന് വെയിറ്റ് ചെയ്യൂ.അപ്പോൾ നോക്കാം ആളാരാണെന്ന്.

ഞാൻ :"വേവോളം കാക്കാമെങ്കിൽ ആറോളം കാക്ക"..

ജിനി " ഇനി എന്താടാ"...

ഞാൻ :"അതല്ലടി

പറയാനാണെങ്കിൽ...എനിക്ക് അറിയണം അയാൾ ആരാണെന്ന്.

ഞാൻ അധികം നേരം അവിടെ നിൽക്കാൻ ഇഷ്ടപ്പെടുന്നില്ല.അവർ സ്വസ്ഥമായി ഉറങ്ങിക്കോട്ടെ പ്രതീക്ഷകളുടെ ഒരു നേരത്തെ വെളിച്ചം എനിക്കുണ്ട്.

പുലർച്ചെ തന്നെ ഞാൻ നാട്ടിലേക്ക് പുറപ്പെട്ടു ഉമ്മയും ഉപ്പയും അനുജത്തിയും അടങ്ങിയ എന്റെ കൊച്ചു ലോകത്തിലേക്ക്. ഒരുപാട് നാളായി നാട് വിട്ടുനിൽക്കുന്നത് കയ്യെത്തും ദൂരത്ത് എത്തിപ്പെട്ടിട്ടും കിട്ടാതെ പോയ ഒന്ന് അത് തന്നെ വല്ലാതെ വേദനിപ്പിക്കുന്നുണ്ടെങ്കിൽ പോലും കുടുംബത്തോടൊപ്പം തിരിച്ച് നാട്ടിൽ പോകത്തി ആഹ്ലാദം ഉള്ളിൽ ഇല്ലാതെ ഇല്ല. ഇത്രകാലം എനിക്ക് ഒരു ക്രഷ് മാത്രം ഉണ്ടായിരുന്നുള്ളൂ പക്ഷേ ഇപ്പോൾ മനസ്സ് നിറയെ പ്രണയമാണ്.ആരും കാണാതെ ഞാൻ മുറിയിൽ ഒളിപ്പിച്ചുവെച്ച അദ്ദേഹത്തിന്റെ ചിത്രം ഞാൻ ചേർത്തു പിടിക്കാൻ ആഗ്രഹിക്കുന്നു.

ഇനിയങ്ങോട്ട് കുറച്ചുദിവസം സ്വസ്ഥതയുടെയും ദിനങ്ങൾ ആണ് തീർച്ച.... നോ ടെൻഷൻ,എൻജോയ്.ചെയ്യണം ഇത്തിരി പ്രണയിക്കണം ഇത് കഴിഞ്ഞാൽ വലിയൊരു യുദ്ധം വരും എംബിബിഎസ് ഞാൻ ഗോൾ സെറ്റ് ചെയ്തു കഴിഞ്ഞു.

വീട്ടിൽ എത്തിയതും ഞാൻ ആദ്യം കയറിച്ചെന്നത് എന്റെ മുറിയിലോട്ടാണ്.എന്റെ പ്രൈവറ്റ് സ്പേസ്.പെട്ടിക്കുള്ളിൽ ശീല

കൊണ്ട് പൊതിഞ്ഞു വെച്ച എന്റെ ചിലങ്ക എടുത്തു നോക്കി. ആരും കാണാതെ ഒളിപ്പിച്ചുവെച്ച അദ്ദേഹത്തിന്റെ ചിത്രവും. " എന്റെ ഓർമ്മച്ചെപ്പ് "അതാണ് പെട്ടിയിൽ എഴുതിയ ടൈറ്റിൽ. ഉച്ച ഭക്ഷണം വഴിയിൽ നിന്നും. അതുകൊണ്ടാ ഇപ്പൊ വലിയ വിശപ്പില്ല. ഉമ്മ തന്ന കട്ടൻ കഴിച്ചൊന്നു ഫ്രഷ് ആയി.അന്നത്തെ സായാഹ്നത്തിൽ കുറെ നാളുകൾക്ക് ശേഷം ഞാൻ രണ്ട് ചുവട് നൃത്തം വച്ചു എന്റെ കാൽ ചിലമ്പ് അണിഞ്ഞുകൊണ്ട്.

" ഈ മന്ദഹാസം നീ തന്നതാ
ണെനിക്കിനി എന്തു വേണം
നിന്നിൽ,
ആദ്യാനുരാഗ മിഴികൾ പറഞ്ഞ
പൊരുളിന്നുമുള്ളിൽ.....

ആദ്യമായി ഇന്നലെ അദ്ദേഹത്തെ കണ്ട മാത്രയിൽ മനസ്സിൽ വിടർന്ന് രണ്ടുവരി കവിത ഞാൻ മറക്കാതെ എന്റെ ഡയറിയിൽ കുറിച്ചു.

"Special vibes"
When you chase my heart
Fell you sparking fire
When you draggin my heart
Feel as soulmate power
If you are the fire
If you are the wizard
In meeee.......
It's too much for me
I'm a frozen flower
My fragrance are spelling
Only your side...,
It's surrounding you...
Ligate me with your magnet eyes
Kill me within your special vibes.

പ്രണയത്തിന്റെ കൊടുമുടിയിൽ എത്തിപ്പെട്ട് ആ ഒരു ആനന്ദ ലഹരിയിൽ മതി മറന്നുപോയ ഞാൻ അറിഞ്ഞിരുന്നില്ല എന്റെ ഉമ്മയുടെ ഇപ്പോഴത്തെ മാനസികാവസ്ഥ.

അവർ സന്തോഷവതി അല്ല അവരെ എന്തോ അലട്ടുന്നുണ്ട്. ജീവിതത്തിൽ ഇന്ന് വരെ ഉപ്പയോട് ഉമ്മ ഞാൻ തർക്കിക്കുന്നത് കണ്ടിട്ടേയില്ല. വല്ലപ്പോഴും അവർക്കിടയിൽ നടക്കുന്ന സൗന്ദര്യ പിണക്കം ഒന്നുമല്ല. ഉപ്പ എന്തുതന്നെ പറഞ്ഞിട്ടും ഉമ്മ അമ്പിനും വില്ലിനും അടുക്കുന്നില്ല. ഇപ്പോഴാണ് എനിക്ക് കാര്യം മനസ്സിലായത് ഉമ്മയ്ക്ക് എന്നെ എത്രയും പെട്ടെന്ന് കെട്ടിച്ചു വിടണം. "എൻട്രൻസ് എക്സാമും കഴിഞ്ഞ് എംബിബിഎസും സ്വപ്നം കണ്ട് നടക്കുന്ന എന്റെ മോളെ യാണോ നിനക്ക് ഇപ്പോ കെട്ടിക്കേണ്ടത്". ഉപ്പ തർക്കിക്കുകയാണ് അതും പറഞ്ഞു.

ഉപ്പ ഇടയ്ക്ക് ചോദിക്കുന്നത് കേട്ടു ".നിനക്ക് ഇതെന്തുപറ്റി... മക്കളെ കെട്ടിക്കൽ മാത്രമാണോ മാതാപിതാക്കളുടെ ലക്ഷ്യം?. അവരെ ഉയരത്തിൽ എത്തിക്കണം. ജീവിതം അവർക്ക് കൂടി കംഫർട്ടബിൾ ആക്കി കൊണ്ട് തന്നെ. നീ വെറുതെ വല്ലോരും പറയുന്ന പിച്ചും പേരും കേട്ട് എന്റെ മോളുടെ ഭാവി കളയാൻ ശ്രമിക്കരുത് എന്റെ രണ്ടു പെൺമക്കളും സ്വന്തം കാലിൽ ജീവിതം അറിയുന്ന കാലത്ത് കെട്ടിക്കാനാണ് എനിക്കിഷ്ടം.".

എന്നാൽ വല്ലിമ്മ നാട്ടിൽനിന്ന് വിരുന്നു വന്നപ്പോഴാണ് സംഭവം എന്താണെന്ന് എനിക്ക്.

അന്നൊരിക്കൽ ജിനിയുടെ കല്യാണത്തിന് വച്ച് ഏതോ ഒരു സ്വാമിജിയുടെ ജിനി ടെ ഉമ്മയോട് പറഞ്ഞിരുന്നില്ലേ എനിക്ക് മംഗല്യം ഭാഗ്യമുണ്ടാവില്ല എന്നത് അത് ആരോ പറഞ്ഞു ഇവരൊക്കെ അറിഞ്ഞിട്ടുണ്ട്.

അമ്മായി അതാരും അറിയേണ്ട എന്നും പറഞ്ഞ് അവരുടെ അനുജത്തിയോട് പറഞ്ഞു പറഞ്ഞിട്ട് എന്ത് കാര്യം പെണ്ണല്ലേ വർഗ്ഗം വേറെ ആരോടൊക്കെയോ പറഞ്ഞു സംഗതി കാട്ടുതീ പോലെ പടർന്നു കുടുംബം മൊത്തം അറിഞ്ഞു പിന്നെ ബുദ്ധി ബുദ്ധിയുള്ള പെണ്ണുങ്ങൾ അത് തള്ളിക്കളഞ്ഞു അന്ധവിശ്വാസികളായ പലരും ഇത് കേട്ട് ടെൻഷൻ അടിച്ചു നടക്കുന്ന ഉണ്ട് എന്നാൽ ഞാൻ ചിന്തിച്ചത് ഇതൊന്നുമല്ല ഈ കണ്ണോടെയല്ലേ ഇവരൊക്കെ ഇന്നലെ വരെ

എന്നെ നോക്കി കണ്ടത് അല്ല ഇനി സത്യമാവോ ഇതൊക്കെ ഉള്ളിൽ ലേശം ഭയമില്ലാതില്ല കാരണം ഇതുവരെ കാത്തുനിന്ന ആളെ കണ്ടിട്ട് പോലും ഒന്നും മിണ്ടാനോ പരിചയങ്ങൾ പങ്കുവയ്ക്കാനോ കഴിഞ്ഞില്ല ജിനിയെ വിളിച്ചിട്ട് അവൾ തിരക്കിലും ആണ് എന്തായോ എന്തോ ഇത് കേട്ടതും കാര്യമായി തന്നെ ഉമ്മയെ ഉപ്പ കളിയാക്കിയിട്ടുണ്ട് പഠിപ്പും വിവരമില്ലാത്ത പട്ടിക്കാട്ട് പെണ്ണിനെ കെട്ടിയിട്ട് ഇപ്പോൾ എന്റെ മക്കളെ ഭാവി കളിയാടി എന്നൊക്കെ ശരിക്കും കളിയാക്കുന്നുണ്ട് എന്നാലും ഉമ്മ വിട്ടുകൊടുക്കുന്നില്ല എന്നെ കെട്ടിക്കാൻ പഠിച്ച പണി പതിനെട്ടും പയറ്റുന്നുണ്ട് തൽക്കാലം പിടിച്ചുനിൽക്കാൻ എനിക്ക് കഴിഞ്ഞത് എൻട്രൻസ് പരീക്ഷയുടെ റിസൾട്ട് മൂലമാണ് ആഗ്രഹിച്ചത് പോലെ തന്നെ അച്ചീവ് ചെയ്തു ഒന്നരയോടെ എൻട്രൻസ് പാസായ ഞാൻ

ഉപ്പ ഏറെ മാനത്തോടെ പറഞ്ഞു:" കാത്തു നിന്റെ വാക്ക് കേട്ട് വല്ലവനും ഞാനിപ്പോ വാക്ക് കൊടുത്തെങ്കിൽ എന്റെ മോളുടെ ഭാവി വല്ല വീട്ടിലും അടുക്കളയിൽ കത്തിയമർന്ന് തീർന്നേനെ കണ്ടവന്റെ വഴക്കും കേട്ട് കുട്ടിയും ചട്ടിയും കെട്ടിപ്പിടിച്ച് അവൾ ജീവിതം തള്ളിനീക്കിയേനെ (ഇതേ ഡയലോഗ് തന്നെ ഉപ്പ എല്ലാവരോടും നടന്നു പറയുന്നുണ്ട്. കൂട്ടത്തിൽ ഒന്നുകൂടി പറയുന്നുണ്ട്)

:" ഇതാണ് എന്റെ മാനം രണ്ട് പെൺമക്കൾക്ക് ജന്മം നൽകിയതിന്റെ പേരിൽ സമൂഹം എന്നെ വല്ലാതെ പരിഹസിച്ചിരുന്നു ഒരുകാലത്ത് പുച്ഛരിച്ചു അന്നൊക്കെ ഞാൻ എന്നോട് തന്നെ പറഞ്ഞിട്ടുണ്ട് ഇന്ന് ഏത് സമൂഹമാണ് എന്നെ പുച്ഛരിച്ചത് അതേ സമൂഹം എന്റെ മുന്നിൽ തിരിച്ചു പറയും നിന്റെ പെൺമക്കളാണ് നിന്റെ മാനം എന്ന്. ഇതുപോലെ രണ്ടു മക്കളെ ജനിപ്പിച്ച നീയാണ് ഭാഗ്യവാൻ എന്നൊക്കെ എന്റെ മക്കൾ ജനിച്ച അന്നുമുതലുള്ള എന്റെ ഈ തേട്ടം കേട്ടിരിക്കുന്നു ".

എന്നാൽ ഉപ്പയുടെ കട്ട സപ്പോർട്ട് സ്നേഹം ഇതാണ് എന്റെ വിജയത്തിന്റെ രഹസ്യം.

ചിട്ടയോടെയുള്ള ജീവിതശൈലി ഇതൊക്കെ ഉപ്പയിൽ നിന്നുമാണ് എനിക്ക് കിട്ടിയത് ഒരു സുഹൃത്തിനെ പോലെ എന്നും തുറന്ന് പറയാമെങ്കിൽ കൂടി ജീവിതത്തിലെ പ്രധാന ഒരു കാര്യം വന്നപ്പോൾ എനിക്ക് തുറന്ന് സംസാരിക്കാൻ ഒരു മടി പറയണം സമയം ആവട്ടെ ഇപ്പോൾ എനിക്ക് കഴിയില്ല ആരാണെന്ന് പോലും അറിയാതെ ഞാൻ

എന്തു പറയും എങ്ങനെ തുടങ്ങും ഇതൊക്കെ ആരോടെങ്കിലും പറയാൻ ഒക്കു ഒരു പക്ഷേ സ്വപ്നമാണ് എന്ന് കണ്ടതെന്ന് ആരെങ്കിലും ചോദിച്ചാൽ ഇനി ഞാൻ എങ്ങനെ ഈ കാര്യങ്ങളൊക്കെ തുറന്നുപറയും.

ഉപ്പ ആഗ്രഹിച്ച പോലെ നാട്ടിലും കുടുംബത്തിലും പഠിച്ച സ്കൂളിലും മാധ്യമപ്രവർത്തകർക്കിടയിലും എല്ലാം എന്റെ വിജയം ആഘോഷിച്ചു മറ്റൊരു വിശേഷം കൂടി അമേയയുടെ പത്താം ക്ലാസ് റിസൾട്ട് ഇതിനോടകം വന്നു കഴിഞ്ഞു അവൾക്ക് ഫുൾ എ പ്ലസ് ഉണ്ട് എല്ലാ സബ്ജക്റ്റിലും ബെസ്റ്റ് സ്റ്റുഡൻസ് ഓഫ് ദി സ്കൂൾ അവാർഡ് ഞങ്ങളുടെ രണ്ടുപേരുടെ ഫോട്ടോ വലിയ ഫ്ലക്സ് ആയി നാട്ടിലെങ്ങും ഇതിനോടകം കെട്ടി വച്ചിട്ടുണ്ട് ഞങ്ങളുടെ ഈ കൊച്ചു സന്തോഷത്തിൽ അല്പം ബ്രേക്ക് എടുത്തു കൊണ്ട് ഞാൻ മെഡിസിന് ചേർന്നു പ്ലസ് വൺ കോമേഴ്സ് എടുത്തു.

എനിക്ക് പാലക്കാട്ടേക്ക് പോകണമായിരുന്നു കാരണം എനിക്കറിയാം തേടിയ വള്ളി അവിടെയുണ്ടെന്ന്. അവിടെ ഹോസ്റ്റലിൽ നിന്നുകൊണ്ട് പഠിക്കാൻ തീരുമാനിച്ചു. ഞാൻ പ്രാർത്ഥിച്ചു(" ഒരുപക്ഷേ ഞാൻ പഠിക്കാൻ പോകുന്ന കോളേജിലെ ഡോക്ടർ പ്രൊഫസറോ അല്ലെങ്കിൽ കൂടെ പഠിക്കുന്ന ആൾ രോഗി ആവല്ലേ പടച്ചോനെ ഇങ്ങനെ ആരെങ്കിലും ആയി ഇയാളെന്റെ മുന്നിൽ പ്രത്യക്ഷപ്പെട്ട മതിയായിരുന്നു).

അങ്ങനെ പാലക്കാട് പി കെ ദാസ് ഹോസ്പിറ്റലിലേക്ക് മെഡിക്കൽ സ്റ്റുഡന്റ് ആയി ഞാൻ വണ്ടി കയറി ഇത്തവണ കുടുംബസമേതം അല്ല. ഉപ്പ മാത്രം കൂട്ടിനുള്ളൂ...ഒന്നും പ്രതീക്ഷിച്ചത് പോലെയുമായിരുന്നില്ല.

ആദ്യത്തെ രണ്ട് ദിവസം ശരിക്കും എക്സൈറ്റഡ് ആയിരുന്നു ഒക്കെ നടന്നു പോകുമ്പോൾ പഴയ ഗാനം ഓർമ്മവരും "എന്റെ മൗനരാഗം ഇന്ന് നീയറിഞ്ഞുവോ "......

അദ്ദേഹത്തിന്റെ നാട്ടിലാണ് ഞാനിപ്പോ എപ്പോ കാണും ഏതായിരിക്കും ഷോട്ട്.പ്രൊഫസർമാർ എന്റെ മുന്നിലൂടെ നടന്നു

നീങ്ങുമ്പോൾ അവർക്കിടയിൽ പോലും ഞാൻ തിരയുന്നത് ഒരേയൊരു മുഖം ഹോസ്പിറ്റലിലും കാന്റീനിലും എല്ലാം...

ഫസ്റ്റ് ഇയറിൽ അനാട്ടമി ബയോകെമിസ്റ്റ് ഫിസിയോളജി എന്ന മൂന്ന് വിഭാഗം ഉണ്ട് പഠിക്കാൻ പക്ഷേ എന്നെ ആകർഷിച്ചത് കാരണം മറ്റു ക്ലാസുകളിലെ പോലെയല്ല. ടോട്ടൽ ഡിഫറെന്റ് ആണ് സംഗതി.ക്ലാസ് തുടങ്ങി ഏതാണ്ട് മൂന്നാം ദിവസം ഞങ്ങൾ ആനാട്ടമി പഠിക്കാൻ ഡിസെക്ഷൻ ഹാളിലേക്ക് എത്തി.എല്ലാവരും വളരെയധികം രീതിയിലാണ് ആൺകുട്ടികൾക്ക് പോലും ഭയമുണ്ടെങ്കിലും അവർ ചിരിയിൽ ഒതുക്കുകയാണ്.ഹാളിനി അടുത്തേക്ക് എത്തുന്നതോറും കൈകാലുകൾ തണുത്ത് വിറയ്ക്കുന്നു ഭയമൂലം ഹൃദയം തുടിക്കുന്നു എന്റെ കാലുകൾ ഏതാണ്ട് തണുത്തു മരവിച്ച അവസ്ഥയാണ് വല്ലാത്തൊരു ഗന്ധം ഇപ്പൊ പരക്കുന്നുണ്ട്:" അത് കെമിക്കൽ ഫോർമാലിന്റേതാണ് ". (പ്രൊഫസർ പറഞ്ഞു).

ആ ഗന്ധം ഞങ്ങൾക്ക് വല്ലാത്ത തലവേദന പോലെ ചിലർക്ക് ചർദ്ദിക്കാനും വരുന്നുണ്ട് അങ്ങനെ ഞങ്ങൾ ഡിസെക്ഷൻ ഹാളിന്റെ ഡോറിന്റെ മുൻപിൽ എത്തി അവിടെ വലിയൊരു ബോർഡ് ഉണ്ട് ഞാൻ അത് വായിച്ചു നോക്കി :" ലെറ്റ് ദി കോൺവെർസേഷൻ സീസ്, ലെറ്റ് ദി ലാഫ് ഫ്ളീ, ദിസ് ഈസ് ദി പ്ലേസ് വേർ ദത്ത് ലൈവ് ദി ലിവിങ്. "

സത്യം പറഞ്ഞാൽ അത് വായിച്ചിട്ട് എനിക്കൊന്നും മനസ്സിലായില്ല. സാറിനദ് മനസ്സിലായിക്കാണും.ഞങ്ങൾക്കദ് മലയാളത്തിൽ സർ തർജ്ജമം ചെയ്തു തന്നു." ഇവിടെ സംഭാഷണങ്ങൾ നിലയ്ക്കട്ടെ, ഇവിടെ ചിരികൾ അപ്രത്യക്ഷമാവട്ടെ, ഇത് മരണം ജീവനുള്ളവർക്ക് വെളിച്ചം പകരുന്ന ഫലമാണ്".

(ശേഷം വല്ലതും മനസ്സിലായോ എന്ന് പാവത്തോട് സാർ കൈകൊണ്ട് ആദ്യം കാണിച്ചു)

ഏറെക്കുറെ എന്ന മട്ടിൽ ഞങ്ങൾ തലയാട്ടി.

ഞങ്ങൾ അകത്തേക്ക് കടന്നു. ഒരുപാട് മൃതശരീരങ്ങൾ.ഞങ്ങൾ വല്ലാതെയായി.ഒരു മരിച്ച വീട്ടിൽ പോയാൽ തന്നെ അന്നത്തെ ദിവസം ഉറങ്ങാൻ എനിക്ക് പേടിയാണ്. ഇന്ന് എത്രയെത്ര ശവങ്ങൾ....അതും എന്നോ മരിച്ചവർ.സാർ ഞങ്ങളെഅഞ്ചായി ഡിവൈഡ് ചെയ്തു

ഓരോ ഗ്രൂപ്പുകൾ ആക്കി. അഞ്ച് ഗ്രൂപ്പ് കാർക്കും 5 ബോഡിയും ഡിവൈഡ് ചെയ്തു കൊടുത്തു. ഞങ്ങൾക്ക് കിട്ടിയത് ഒരു മെയിൽ ബോഡിയാണ്. അത് കണ്ടപ്പോ തന്നെ എന്റെ കിളി പോയി. ഉള്ളിലുള്ള ക്രഷ് പോയിട്ട് മനസ്സിലുള്ള മറ്റെല്ലാ വികാരങ്ങളും,ബൈ പറഞ്ഞു ഓടിപ്പോയി. കൂട്ടത്തിൽ ഒരാൾക്ക് ബോധം പോലും പോയി പിന്നെ അതിനെ പൊക്കിയെടുത്ത് പുറത്തോട്ട് പോയി വേറെ ചിലർ. സർ ആദ്യം തന്നെ പറഞ്ഞു തുടങ്ങി. " ഇതിനെ ആരും ശവം എന്ന് വിളിക്കരുത് വി ഷുഡ് റെസ്പെക്ട് ദം സോ കോൾ ദം കേടാവാസ്.... പിന്നെ ഇവ നശിച്ചു പോകാതിരിക്കാൻ ആണ് ഫോർമാലിൻ യൂസ് ചെയ്തിരിക്കുന്നത് അതാണ് ഇവിടെ ഇത്ര ഗന്ധം മൂന്ന് മണിക്കൂർ സമയം ഉണ്ട് ഇവിടെ പഠിക്കാൻ.

(ഞാൻ അതിനെ നോക്കരുത് എന്ന് മനസ്സിൽ വിചാരിച്ചിട്ടും നോക്കി പോയി)

അതിന്റെ കണ്ണ് പുരികം നഖം ഞാനാകെ പെട്ടുപോയി എന്ന് തോന്നുന്നു സത്യത്തിൽ ഇതൊരു വെല്ലുവിളി തന്നെ.

സർ പറഞ്ഞു തുടങ്ങി:" ഈസ് മെൽ ഇത് നിങ്ങൾ അഡ്ജസ്റ്റ് ചെയ്യാൻ വൺ വീക്ക് എങ്കിലും പിടിക്കും".

പക്ഷേ ഇടയ്ക്ക് കയറി ഒരുത്ത നെന്റെ ചെവിയിൽ രഹസ്യമായി ചോദിച്ചു.

:" ഡി...ഇ കിടക്കുന്ന സാധനം എഴുന്നേൽക്കുമോ? ഇതാ... അനങ്ങുന്ന പോലെ,എനിക്കിപ്പോ വീട്ടിൽ പോണം".

ഞാനവനെ ഒന്ന് കണ്ണുരുട്ടി കാണിച്ചു

എന്നിട്ട് പറഞ്ഞു :"എന്നെ കൂടി പേടിപ്പിക്കല്ലേ"...

അങ്ങനെ സർ ആദ്യം സ്കാൽപ്പിൻ ബ്ലേഡ് വെച്ച് അതിന്റെ ശരീരം കീറിയതും എന്റെ ബോധം പോയി.പിന്നെ ആരൊക്കെയോ ചേർന്ന് എന്നെ ക്ലാസ് മുറിയിൽ എത്തിച്ചു ആ ഒരു മൂവ്മെന്റ് ധൈര്യത്തോടെ അതിജീവിക്കാൻ എനിക്ക് കഴിഞ്ഞില്ല.

ഇപ്പോൾ ഫുഡ് പോലും കഴിക്കാൻ പറ്റാത്ത അവസ്ഥയാണ് ഒരുതരം പേടി,മനുഷ്യ ശരീരത്തിനുള്ളിലെ ഭാഗങ്ങൾ കണ്ടതിന്റെ അറപ്പും.മാത്രമല്ല ഉറങ്ങാൻ പോലും പേടി തോന്നുന്നു ആൺകുട്ടികൾക്കും ഇതേ അവസ്ഥ തന്നെ.

അങ്ങിനെ പതുക്കെ പതുക്കെ, ഭയമൊക്കെ അങ്ങ് പോയി. ഇതിനോട് ഇണങ്ങി ഓരോ ഇന്റർനാഷണൽ പാർട്സും എക്സൈറ്റടോടെ നോക്കിക്കാണാൻ തുടങ്ങി.

ഇപ്പോൾ എക്സാം ആണ് മറ്റ് എക്സാം പോലെയല്ല വൈവ എക്സാം തികച്ചു വ്യത്യസ്ത അതുമായി ബന്ധപ്പെട്ട് ഓരോ സ്ട്രക്ച്ചർ കണ്ടുപിടിക്കാനുള്ള പെടാപ്പാടിലാണ് വല്ലാത്തൊരു ചലഞ്ച് എക്സാം. ഏതെങ്കിലും ഒരല്ല് കാണിച്ചു തന്നാൽ അത് ഏത് ഭാഗത്തെ എന്ന് കണ്ടുപിടിച്ചു കാണിച്ചു കൊടുക്കുമ്പോൾ ഒരു പസിൽ സോൾവ് ചെയ്ത ഫീലിംഗ് ആണ് കിട്ടുന്നത്.

ഓരോ തവണയും ശരീരകോശങ്ങളെ കണ്ടും അറിഞ്ഞു പഠിച്ച് പഠിക്കുന്തോറും ഞങ്ങൾക്ക് കിട്ടിയ കേഡാവാസിനോട് വല്ലാത്തൊരു ആത്മബന്ധം ഫീൽ ചെയ്തു തുടങ്ങി.

ഇപ്പോൾ കേഡാവാസിനോടുള്ള ഭയം മാറി. ഭക്ഷണമൊക്കെ ഒക്കെ വാരി വലിച്ച് കേറ്റുന്നുണ്ട്. ഇപ്പോൾ ചെക്കന്മാർ ബോർഡ് സെറ്റും കൈപിടിച്ച് നടക്കുന്ന കണ്ട.. ഒരു പ്രേത സ്കളളിനെ തോളിലിട്ട് നടക്കുന്ന ലാഘവത്തോടെയാണ്. എല്ലാവരും അങ്ങോട്ടുമിങ്ങോട്ടും ബോൺസെറ്റ് ഷെയർ ചെയ്തു പഠിക്കുന്നു.

പ്ലസ് ടു പഠിച്ച അതേ ഫീലിംഗ്സ് തന്നെ ഇവിടെ. ബോയ്സ് ഗേൾസ് അങ്ങനെയൊന്നുമില്ല. ഒരു കൈയിലെ അഞ്ച് ഫിംഗേഴ്സ് പോലെ ആണ് ഞങ്ങൾ ഇപ്പോൾ. ഇടക്കാരോക്കെയോ പ്രണയം മാങ്ങാത്തൊലി എന്നും പറഞ്ഞ് വരുന്നുമുണ്ട്.

എല്ലാവരും എല്ലാ എക്യുമെൻസും പരസ്പരം ഷെയർ ചെയ്തു പഠിത്തവും അല്ലറ ചില്ലറ അടിച്ചുപൊളിയും ഒക്കെ ആയി പഠിപ്പിൽ തന്നെ ഹരം കണ്ടെത്തി ഹാപ്പിയായി.പിന്നെ ആകെ കിട്ടിയ ഒരു എട്ടിന്റെ പണി ഇടക്ക് പുറത്തോട്ടൊക്കെ ഒന്ന് പോണെങ്കിൽ പാസ് വേണം.അതും വീട്ടീന്ന് റെക്കമെന്റ് ചെയ്തിട്ട്.ഇടക്കിടക്ക് എക്സാം ഉണ്ട് സൊ ഡെയിലി റിവേഴ്സ് ചെയ്യണം.

ഇതിനിടയ്ക്ക് അമ്മു കൽക്കത്തയിലെ ഫാഷൻ ഡിസൈനിങ് യൂണിവേഴ്സിറ്റിയിൽ ചേർന്നു ഫാഷൻ കൺസിസ്റ്റന്റ് ആയി മൂന്നുവർഷത്തെ പഠനം യൂറോപ്പിലെ ഫേമസ് ഫാഷൻ ഷോ കമ്പനിയിൽ പോയി അവിടെ ഡിസൈനേഴ്സിനെ ടീച്ചിങ് കൊടുക്കുക എന്നതാണ് പുള്ളിക്കാരിയുടെ എയിം. യുകെയിലെ യൂറോപ്യൻ

കൺട്രീസ് എവിടെയെങ്കിലും സെറ്റിൽഡ് ആവണം എന്നൊക്കെയാണ് ആളുടെ ആഗ്രഹം.

ഈ തവണ വെക്കേഷന് വീട്ടിൽ പോയിട്ട് വലിയ രസം തോന്നിയതേയില്ല.കാരണം അമ്മു ഇല്ല അവൾ ഉണ്ടെങ്കിൽ എന്ത് രസായിരുന്നു.വളരെ ചുരുക്കം മാത്രം ഇപ്പോൾ ഞങ്ങൾ കാണാറുള്ളൂ .അവൾ ഉണ്ടെങ്കിൽ ഞാൻ ഉണ്ടാകില്ല, ഞാൻ ഉണ്ടെങ്കിൽ അവളും ഉണ്ടാകില്ല.ഞങ്ങൾ ഒന്നിച്ചുണ്ടാകുന്ന അവസരം പറയേണ്ടതില്ല.ഞങ്ങൾ രണ്ട് ത്രിമൂർത്തികളും ചേർന്ന് കലവില കലപില... ഭക്ഷണം കഴിക്കുമ്പോൾ പോലും നോ ടേബിൾ മാനേഴ്സ്.അവൾ ഓരോ ഫാഷൻ രംഗങ്ങളെ കുറിച്ചും ഫിലിം സ്റ്റാറുകളെ കുറിച്ച് അവരുടെ പ്രൈവറ്റ് ലൈഫ് സ്റ്റൈലിനെ കുറിച്ചും ഒക്കെ പറയുമ്പോൾ.എനിക്ക് പറയാൻ മുന്നി ഇരിക്കുന്ന ഭക്ഷണത്തിന്റെ ബെനിഫിറ്റ്സും സൈഡ് എഫക്ടും അഡ്വാന്റ്റേജസും ബോഡിയിൽ വരുന്ന മാറ്റങ്ങൾ അതെല്ലാം ഉമ്മ വലിയ സംഭവം എന്നപോലെ കേട്ടിരിക്കും ഉമ്മ അവസാനം പറയും.

" പടച്ചോൻ എത്ര കൃത്യമായാണ് ഓരോ കാര്യങ്ങൾ ചെയ്തു വച്ചിരിക്കുന്നത് അൽഹംദുലില്ല എന്നിട്ടും നമുക്ക് പരാതികൾ മാത്രം അതില്ല,ഇതില്ല. പടച്ചോൻ നമ്മുടെ ശരീരത്തിൽ തന്ന ഓരോ അണുവും ഏതെങ്കിലും കൂടുകയോ കുറയുകയോ ചെയ്താൽ നമ്മുടെയൊക്കെ അവസ്ഥ എന്താല്ലേ..."

ഞാൻ:" ശരിയാണ് ഉമ്മ ഓരോ മൈന്യൂട്ടായ കാര്യങ്ങൾ പോലും നമ്മുടെ ശരീരത്തിൽ ഈവൻ എന്തെങ്കിലും പ്രോബ്ലം സംഭവിച്ച ഒരു പരിധിവരെ അതിനൊരു സൊലൂഷൻ കണ്ടെത്തും ഇടത്തും ഞാനും ഓർക്കാറുണ്ട് നമുക്കൊരു ടെൻഷൻ വന്ന ഉള്ളിൽ സംഭവിക്കുന്ന മാറ്റങ്ങൾ ചിലപ്പോൾ തലകറങ്ങി വീഴും ആ വീഴ്ചയിൽ തന്നെ സഡനായി കാലിൽ നിന്നും രക്തം തലയിലേക്ക് ഓട്ടോമാറ്റിക്കായി അങ്ങ് എത്തിക്കോളും ബോഡി വീണു കിടക്കുന്ന ആ അവസ്ഥയിൽ ഒരേ ലെവൽ അല്ലേ അങ്ങനെ അങ്ങേക്കോളും നമ്മുടെ ബോഡി കോൺഷ്യസ് സ്റ്റേജിലോട്ട് പോകും. ഇതും ഒരുതരം മെക്കാനിസം അല്ലേ? ".....

അങ്ങനെ ഞങ്ങൾ ക്ലിനിക്കിൽ പോയി പഠിക്കുന്ന കാലമെത്തി . പഠനത്തിനും അത് വലിയ യൂസുഫുൾ ആയെന്നുവേണം പറയാൻ. ഒന്നര കൊല്ലം കൊണ്ട് സെക്കന്ററി കമ്പ്ലീറ്റ് ആയി. ഓരോ വർഷവും പഠിക്കുന്നത് അവിടെത്തന്നെ ഇട്ടിട്ടു പോകാതെ എല്ലാം കണക്ട് ചെയ്തു പഠിച്ചാൽ കൂടുതൽ വേഗം എല്ലാം മനസ്സിലാക്കി പഠിച്ചെടുക്കാൻ കഴിയാം എന്ന് സാർ ആദ്യം തന്നെ പറഞ്ഞത് വളരെ നല്ലൊരു മെസ്സേജ് തന്നെ... ഞങ്ങളുടെ പഠനം നല്ല രീതിയിൽ തന്നെയാണ് പോകുന്നദ്.ക്ലിനിക്കിൽ പോകുമ്പോൾ ഉണ്ടാകുന്ന ഓരോ ഇൻസിഡന്റും വല്ലാത്തൊരു അനുഭവം തന്നെ എന്റെ ഈ കൊച്ചു കൊച്ചു സന്തോഷങ്ങൾ കാലത്തിന് പിടിച്ചില്ല എന്ന് തോന്നുന്നു.

ഇന്ന് പതിവിലും തിരക്കുള്ള ദിവസമാണ് ഞാനും എന്റെ ഗ്രൂപ്പ് മുകളിലെ തേനിലയിൽ പോകാൻ സ്റ്റെയർകേസിനോട് അടുത്ത് നിന്ന് കുറച്ചു ഫയൽസ് ഒക്കെ റഫർ ചെയ്തു കൊണ്ടിരിക്കുന്നതിനിടക്കാണ് എന്റെ ശ്രദ്ധയിൽ പെട്ടത് പരിചിതമായ ഒരാൾ രൂപം. ഇത് സത്യമാണോ.. അതെ...അത് ഇയാൾ തന്നെ.

ഞാൻ :" ഏയ്....ഏയ്...(ഞാൻ ഉറക്കെ വിളിച്ചു നോക്കി)

ആരു കേൾക്കാൻ എന്റെ കൂട്ടുകാർ എന്നെ വല്ലാതെ അങ്ങ് നോക്കി. എന്ത് വിളിക്കും എന്താ അയാളുടെ പേര്. ഞാൻ മറ്റൊന്നും ചിന്തിക്കാതെ തിരക്കിലൂടെ അയാളുടെ നേരെ പാഞ്ഞു. അയാൾക്ക് നേരെ ഞാൻ എത്തിയതും,എന്റെ സൈഡിൽ നിന്നും പർദ്ദയിട്ടൊരു സ്ത്രീ എന്നെക്കാൾ വേഗത്തിൽ അയാളുടെ അടുത്തേക്ക് ചെന്ന് രണ്ടുപേരും നടന്നു നീങ്ങി.

നല്ല തിരക്കുള്ളതുകൊണ്ട് അവരുടെ അടുത്തേക്ക് എത്താൻ എത്ര ശ്രമിച്ചിട്ടും എനിക്ക് കഴിഞ്ഞില്ല.എങ്കിലും ഞാൻ വേഗം അവരുടെ പുറകെ എങ്ങനെയൊക്കെയോ നടന്നു.പുറത്തുള്ള ഒരു ഓട്ടോയ്ക്ക് നേരെ കൈ കാണിച്ച് നിർത്തിയിട്ട് അവരതിൽ കയറി പോയി.ഞാൻ കരഞ്ഞുകൊണ്ട് ഓടി ഗേറ്റിനു മുൻപിൽ എത്തി. "ഹേയ് ഒന്ന് നിക്കണേ പ്ലീസ് പ്ലീസ് "......

ചുറ്റുമുള്ളവർ എന്നെ തന്നെ നോക്കി നിൽക്കെ, ഞാൻ അവിടെ നിന്നു കരഞ്ഞു പോയി ഞാൻ ഗേറ്റിനു പുറത്തേക്കോടാൻ ശ്രമിച്ചു പക്ഷേ സെക്യൂരിറ്റി എന്നെ പുറത്തേക്കിറങ്ങാൻ അനുവദിച്ചില്ല ഒന്നുറക്കെ വിളിക്കാൻ അയാളുടെ പേര് പോലും എനിക്കറിയില്ല ഞാൻ

ഒരുപാട് അവിടെ നിന്ന് കരഞ്ഞു.ഞാൻ ഓപിയിലെകോടി,ഹോസ്പിറ്റലിൽ റെക്കോർഡ് തിരഞ്ഞു നോക്കാൻ. പക്ഷേ പേരറിയില്ലല്ലോ ഞാൻ ആകെ കുഴഞ്ഞു പോയി.

സിക്കിലുമെടുത്ത് ഹോസ്റ്റലിലോട്ടു പോയി ഞാൻ വല്ലാത്തൊരു ദേഷ്യവും അമർഷവും വിഷമവും ദൈവത്തെപ്പോലെ ബഹുമാനിക്കുന്ന എന്റെ പാഠപുസ്തകങ്ങൾ അവിടെ വലിച്ചെറിഞ്ഞുകൊണ്ട് എന്റെ മുറിയിൽ തലതല്ലി കരഞ്ഞു ഒരു പ്രാന്തിയെ പോലെ എന്റെ മുടികൾ ഞാൻ വലിച്ചുപറിച്ച് തലക്കടിച്ചു കരഞ്ഞു ആത്മഹത്യ ചെയ്യണോ ഇറങ്ങി ഓടണോ എന്നൊക്കെ ചിന്തിച്ചു പോയി എന്റെ കണ്ണിൽ നിന്നും നിൽക്കാതെ പൊഴിയുന്ന കണ്ണീർ.........

ഈ ഒരു അവസ്ഥ നല്ല രീതിയിൽ പഠനത്തെ ബാധിച്ചു ലാസ്റ്റ് ഇയർ ആണ് പ്രൊഫസർ രാമൻ കറുത്ത സാർ ഞങ്ങളുടെ പ്രിൻസിപ്പൽ കൂടിയായ അദ്ദേഹം എന്നെ ഓഫീസിലോട്ട് വിളിച്ചു കുറെ മോട്ടിവേഷനും കൂടെ ഒരു വാണിംഗ് തന്ന് തിരിച്ചയച്ചു.

എന്റെ പ്രോബ്ലംസ് അതെന്റെ പേഴ്സണൽ ഫീലിംഗ് ആയി കണ്ടു കൊണ്ട് തന്നെ മറ്റൊന്നും തിരക്കാതെ അദ്ദേഹം എന്നോട് പറഞ്ഞു.:" എന്തുതന്നെയായാലും ഈ ഒരു അവസ്ഥ കുട്ടി മറികടക്കണം.സാമ്പത്തികമായി വെല്ലുവിളി നേരിട്ട് കൊണ്ട് എത്ര കുട്ടികൾ മുന്നേറുന്നു നിന്റെ പ്രശ്നം ചെറുതോ വലുതോ ആകട്ടെ വാട്ട് അവർ ഇറങ്ങിത്തിരിച്ചു ഇതുവരെ എത്തിയിട്ട് അവസാനം നിമിഷം കൂടം പൊട്ടിച്ച പോലെ ആകരുത് പ്രതിസന്ധികൾ തരണം ചെയ്തു മുന്നേറിയാൽ ലൈഫിൽ അജ്മെന്റ് ഉണ്ടാകും അതിനിടയ്ക്ക് ഈ വരുന്ന വേദനകൾ നാളത്തെ വലിയ സന്തോഷത്തിന്റെ മുന്നോടിയാണ്. താൻ ഒരിക്കലും ആവറേജ് സ്റ്റുഡന്റ് അല്ല ക്ലാസ് ആണ് ആ ഒരു കൺസിഡറേഷൻ വച്ച് കൂടിയാണ് ഞാൻ ഈ സംസാരിക്കുന്നത്. "

സാറിന്റെ ഈ വാക്കുകൾ എന്നെ പ്രതിസന്ധികളെ തരണം ചെയ്യാൻ തുണച്ചു വളരെ മികച്ച രീതിയിൽ തന്നെ ഫൈനൽ എക്സാം എഴുതി. എന്റെ മികച്ച കഴിവ് കാഴ്ചവച്ചു എക്സാം ഷീറ്റിൽ.അവസാനം ഞാൻ നേടിയെടുത്തു എം.ബി.ബി.എസ്.

ഇപ്പോൾ ഞാൻ എന്റെ ഗ്രാമത്തിലേക്കാണ്. ഒരു ഡോക്ടറാണ് ഞാൻ വെറും എംബിബിഎസ് ഉള്ളൂ എനിക്ക് സ്പെഷ്യലിസ്റ് കൂടി ആവണം.

കേട്ടിട്ട് ഉമ്മ വീണ്ടും വാളെടുത്തു കല്യാണക്കാര്യം പറഞ്ഞുകൊണ്ട് തന്നെ മാത്രമല്ല അമ്മുവിന് യുകെയിൽ ജോബ് ആയി ഉയർന്ന സാലറി പോരാത്തതിന് യുകെയിൽ നിന്നും ഒരു മലയാളി മുസ്ലിം കുടുംബത്തിൽ നിന്നും അവൾക്കൊരു ആലോചന വന്നിട്ടുണ്ട്. ജ്യേഷ്ഠത്തി ഇരിക്കുമ്പോൾ അനുജത്തിയെ എങ്ങനെ ഇറക്കി വിടും എന്നാണ് ഉമ്മയുടെ ചോദ്യം ഉത്തരം മുട്ടിനിൽക്കുകയാണ് ഉപ്പ. ഇക്കുറി എനിക്കാരും തുണയില്ല.

ഞാൻ ഒറ്റയ്ക്ക് ഫൈറ്റ് ചെയ്തു.:" നീ കാരണം അവൾക്ക് കിട്ടാൻ പോകുന്ന ഭാവി നശിപ്പിക്കരുത് ".

(ഉമ്മ വിക്കി വിക്കിയാണ് എന്നോട് സംസാരിക്കുന്നത് നല്ല സങ്കടവും അമർഷവും ഉണ്ട്. എങ്കിലും ഞാൻ സൗമ്യമായി തന്നെ മറുപടി പറഞ്ഞു).

ഞാൻ :" ഉമ്മ.... വെറും എംബിബിഎസ് പോര അതുകൊണ്ട് കഴിഞ്ഞില്ല ഇനിയും ഉണ്ട് എംഡി സ്പെഷ്യലിസ്റ്റ് അങ്ങനെ..... തൽക്കാലം അവളുടെ കാര്യം നടക്കട്ടെ നാട്ടുകാരോട് പോകാൻ പറ.

ഉമ്മ :" ചുരുക്കിപ്പറഞ്ഞ ഞങ്ങളുടെയൊക്കെ കാറ്റ് പോയിട്ട് അല്ലേ.... "

അല്ലെങ്കിൽ തന്നെ വീട്ടുകാരൊക്കെ പണ്ട് ആരോ എന്തോ പറഞ്ഞെന്നും പറഞ്ഞു അതേ പിടിച്ച് നിൽക്കുമ്പോൾ പെണ്ണിന്റെ ഒരു അല്ല സത്യം പറ നിനക്ക് വേറെ എന്തെങ്കിലും പറയാനുണ്ടോ.....

(ഇത് കേട്ടതും മറത്തു നിന്നും ഉള്ളിലോട്ടേക്ക് ഒന്ന് എത്തിനോക്കി നെഞ്ച് തടവിക്കൊണ്ട്).

ഞാൻ :" എന്തു പറയാൻ ഒന്ന് പോവും എനിക്കൊന്നുമില്ല എനിക്ക് ഡൽഹിക്ക് പോണം റേഡിയോളജി പഠിക്കണം ഓങ്കോളജിസ്റ്റ് ആവണം.

അങ്ങനെ നിരന്തരമായ വഴക്കിനൊടുവിൽ എന്റെ വാശി തന്നെ ജയിച്ചു അമേയയുടെ നിക്കാഹ് ലണ്ടനിലെ പയ്യനുമായി ഫാമിലി അവിടെ സെറ്റിൽ ആയതുകൊണ്ട് അവൾക്ക് പഴയ ജോലിയിൽ തന്നെ കണ്ടിന്യൂ ചെയ്യാം വീട്ടുകാരുടെ വിഷമം നാട്ടുകാരുടെ അടക്കം

പറച്ചിൽ എല്ലാം എനിക്ക് ഉപരിയാണ് കാരണക്കാരി ഞാൻ തന്നെ....

നിക്കാഹ് കഴിയാൻ കാത്തുനിൽക്കാതെ ഉമ്മയുടെയും ഉപ്പയുടെയും കണ്ണീര് കാണാൻ വയ്യാതെ ഞാനിറങ്ങി. എന്റെ വീട്ടിൽ നിന്നും അവസാനമായി അമ്മുവിന് ഒരു സ്നേഹ ചുംബനം മാത്രം. വിവാഹ സമ്മാനമായി വല്യമ്മ എനിക്കൊരു നെക്ലേസ് സമ്മാനിച്ചപ്പോൾ അവൾക്ക് നല്ല അസൂയ ഉണ്ടാർന്നു.ഇന്ന് ഞാൻ അത് അവൾക്ക് കൈമാറിയിട്ട് നിക്കാഹിന് മുന്നേ വരനെ പോലും കാത്തുനിൽക്കാതെ രാവിലെതന്നെ ആരും അറിയാതെ എന്റെ നാടും വീടും വിട്ടിറങ്ങി.

നാടും വീടും വിട്ട് ഒരു പരിചയമില്ലാത്ത അന്യഭാഷക്കാരുടെ കൂടെ കുറച്ചുകാലം ഡൽഹിയിൽ. എന്റെ അക്കൗണ്ടിൽ ഇപ്പോഴും പണം വരുന്നുണ്ട്. ആരും എന്നെ ഇങ്ങോട്ട് വിളിച്ച് ശല്യം ചെയ്യാണ്ടിരിക്കാൻ എന്റെ മൊബൈലിന്റെ സിമ്മ് പോലും പൂരിമാറ്റി പുതിയ സിം ഒക്കെ ഇട്ടിട്ടാണ് എങ്ങോട്ടേക്ക് എന്നു പോലും പറയാതെ ഞാൻ വീട്ടിൽ നിന്ന് അന്ന് ഇറങ്ങിയത്. ഉമ്മ അതൊക്കെ മുൻകൂട്ടി കണ്ടിട്ടുണ്ടാകും കാരണം ഞാൻ പോലും അറിയാതെ എന്റെ ബാഗിൽ ക്രെഡിറ്റ് കാർഡും പാസ്ബുക്കും ഒക്കെ വച്ചിരുന്നു പാവം. ഇത്രക്ക് സ്നേഹസമ്പന്നരായ മാതാപിതാക്കളുടെ വികാരം ആണോ ഇതിനുവേണ്ടി ഞാൻ കണ്ടില്ലെന്ന് നടിച്ചത്. ഇനിയും വിവാഹ കാര്യങ്ങൾ പറഞ്ഞ് എന്നെ ആരും ശല്യം ചെയ്യരുത് എന്ന ഒറ്റ ഒരു ഉദ്ദേശം കൊണ്ട് മാത്രമാണ് ഞാൻ എന്റെ മൊബൈൽ സിം വരെ മാറ്റിയത്. പക്ഷേ ഞാൻ പോലും അറിയാതെ എന്റെ ബാഗിൽ ഉമ്മ ഇട്ടുവച്ച ക്രെഡിറ്റ് കാർഡ് അതന്നെ മാനസികമായി വല്ലാതെ തകർത്തു കളഞ്ഞു.

എങ്കിലും എന്റെ പേഴ്സണൽ അഫയർ എന്റെ പ്രതീക്ഷകൾക്ക് എന്റെ എല്ലാ ഫീലിംഗ്സിനും അടിവരയിട്ടു കൊണ്ട് തന്നെ നല്ല രീതിയിൽ പഠനം തുടർന്നു. എന്നാലും ആ സ്വപ്നങ്ങൾ ഇപ്പോഴും എന്നും എന്നെ വേട്ടയാടി കൊണ്ടിരിക്കുന്നു. എത്ര മറക്കാൻ ശ്രമിച്ചിട്ടും. വീട്ടുകാരുടെ പൊരുത്തക്കേടും വാങ്ങി ഇറങ്ങിത്തിരിച്ച ഈ ജീവിതം.മുരടിച്ച ഏകാന്തത പ.രിചയമില്ലാത്ത ഭാഷ,ശരീരത്തിന്

പിടിക്കാത്ത ഭക്ഷണം, കാലാവസ്ഥ...എല്ലാം സഹിച്ചു വേദനകൾ കടിച്ചമർത്തിക്കൊണ്ടുതന്നെ പഠിച്ചു.തിരിച്ചു നാട്ടിൽ പോകാനോ വീട്ടുകാരെ കാണാനോ അന്വേഷിക്കാനോ ഒന്നും ധൈര്യപ്പെട്ടില്ല.ഒരുതരം ഒളിച്ചോട്ടം ജീവിതത്തോട് തന്നെ. പ്രിയപ്പെട്ട അനുജത്തി വിവാഹിതയാണ്. സന്തോഷത്തോടെയാണോ ജീവിക്കുന്നത് എന്ന് ആരോടും തിരക്കാൻ പോലും ഞാൻ ശ്രമിച്ചില്ല.പഠനം വളരെ പെട്ടെന്ന് തന്നെ കഴിഞ്ഞു.എം ബി ബി എസ് നു ശേഷം ഇപ്പൊ എം ഡി, ഓങ്കോളജി, റേഡിയോ തെറാപ്പി എല്ലാം പഠിച്ചു ഒരു ഡോക്ടർ ആയി സിർട്ടിഫിക്കറ്റ് വാങ്ങി മടങ്ങുകയാണ്.എങ്കിലും എനിക്ക് ഒരു യുഗം കഴിച്ചു കഴിച്ചുകൂട്ടിയ ഫീലിംഗ് ആണ്.ഇനി തിരിച്ചു നാട്ടിൽ പോകാൻ ധൈര്യം തോന്നില്ല അത്രയ്ക്ക് അപകർശത ബോധമുണ്ട്.

എന്ത് ചെയ്യണമെന്ന് അറിയാതെ റെയിൽവേ സ്റ്റേഷനിൽ അന്താളിച്ചു നിൽക്കുന്ന എന്റെ ചുമരിൽ ആരോ തട്ടി വിളിച്ചു

:" നീ ഏതു ട്രെയിൻ വെയിറ്റ് ചെയ്യുന്നദ്?

ഞാൻ :" തിരുവനന്തപുരം "....

(അത് നാൻസിഫറിന്റെ ഡെസ് ആയിരുന്നു എന്റെ ഒപ്പം പഠിക്കുന്ന കുട്ടി. അവളെ കാണുമ്പോൾ എനിക്ക് പഴയ എന്നെയാണ് ഓർമ്മ വരുന്നത് സത്യത്തിൽ ഇവിടെ എനിക്ക് ആരോടും ഒരു കമ്പനിയുമില്ല ഞാൻ ഒറ്റപ്പെട്ട മൈൻഡിൽ ആണ് നിൽക്കുന്നത്)

അവൾ :" എന്തായാലും തിരുവനന്തപുരം ഇറങ്ങും അപ്പോൾ രണ്ടുദിവസം വൈകി വീട്ടിൽ എത്തിയ പ്രശ്നം ഉണ്ടോ?"

ഞാൻ :"എന്താ കാര്യം"?.

അവൾ :"നാണിച്ചുകൊണ്ട് പറഞ്ഞു എന്റെ മാര്യേജ് ആണ് നെക്സ്റ്റ് വീക്ക്. ഇവിടുന്ന് മൊത്തം വരുന്നുണ്ട് പിന്നെ കോളേജിൽ വെച്ച് താൻ ഒന്നും സംസാരിക്കില്ലല്ലോ ആരോടും എപ്പോഴും ഒറ്റപ്പെട്ടല്ലേ അതുകൊണ്ടാണ് കോളേജ് വെച്ച് ഞാൻ അങ്ങനെ ഇൻവൈറ്റ് ചെയ്യാൻ ഇതിപ്പോ ഇവിടെവച്ച് കണ്ടതുകൊണ്ട് ചോദിക്കുകയാണ് എന്തായാലുംരണ്ടാളും തിരുവനന്തപുരത്തേക്ക് അല്ലേ "...

അവൾ വല്ലാത്തൊരു ആകാംക്ഷയോടെയാണ് എന്നെ നോക്കുന്നത് ആള് വലിയ ത്രില്ലിലാണ്.

ഞാൻ:" ആ ഓക്കേ ഞാൻ വരാം ".

(അങ്ങനെ അവളുടെ കൂടെ നാട്ടിലേക്ക് പുറപ്പെട്ടു ഡൽഹി എന്ന നഗരത്തോട് വിട പറഞ്ഞുകൊണ്ട്)

നാൻസിയുടെ വിവാഹം അതിഗംഭീരമായി തന്നെ നടന്നു അവളുടെ പപ്പ അവിടത്തെ പ്രധാനപ്പെട്ട ഒരു രാഷ്ട്രീയ പ്രവർത്തകൻ കൂടെയാണ്. അയാൾ വിവാഹശേഷം എന്നോട് സജസ്റ്റ് ചെയ്തു തിരുവനന്തപുരം മെഡിക്കൽ കോളേജിൽ കോളേജ് ഡിപ്പാർട്ട്മെന്റ് ആയി ജോബ് റെഡിയാക്കി തരാം എന്ന് തിരിച്ച് നാട്ടിൽ പോകാൻ ഭയപ്പെട്ടിരിക്കുന്ന എനിക്ക് അതൊരു ആശ്വാസമായി തോന്നി. കാരണം ആഗ്രഹിച്ചതൊക്കെ നേടിക്കഴിഞ്ഞു ഇനിയെന്ത് പറഞ്ഞു കല്യാണം നീട്ടും.അയാളെ എനിക്ക് മറക്കാൻ കഴിയില്ല.കണ്ടുപിടിക്കാനും കഴിയുന്നില്ല.

അങ്ങനെ ഞാൻ ഡോക്ടറായി. ഹോസ്പിറ്റലിൽ ചാർജ് എടുത്തു ഒരു ചെറിയ കോട്ടേഴ്സ് തരപ്പെട്ടു ഇനി എങ്ങോട്ട് സ്വന്തമായി അധ്വാനിച്ച് ജീവിക്കണം.അതിന്റെ സുഖം ഒന്ന് വേറെ തന്നെ.ഈ ഏകാന്തതയ്ക്ക് അല്പം മധുരം ഉണ്ടെങ്കിലും ഹോം സിഗ്നസ് ഉണ്ടെങ്കിലും,ഏതോ ഒരു അജ്ഞാതന്റെ ആത്മശക്തി എന്റെ ആത്മാവിനെ വലയം വച്ചു നടക്കുന്ന ഈ തോന്നലുകളും... ഇതൊക്കെയാണ് എന്റെ ജീവിതം.

രാവിലെ സുബഹി നമസ്കാരം മെഡിറ്റേഷൻ ഇപ്പോഴും അതൊരു ടൈംടേബിൾ ആയി ചിട്ടയായി തുടരുന്നു വെറും കാലി ചായയിൽ നിന്നും തുടങ്ങി ബ്രേക്ക്ഫാസ്റ്റ് ഒക്കെ ഗാന്ധിനിൽ നിന്നുമാകാം എന്നും ചിന്തിച്ച് വീടുവിട്ടിറങ്ങിയ ഹോസ്പിറ്റലാ ആദ്യം കാണുന്നത് ക്യൂ നിൽക്കുന്ന രോഗികളുടെ വിഷമാവസ്ഥയാണ് ഇതെങ്ങനെ കണ്ടില്ലെന്ന് നടിക്കും വിഷമിച്ച ദയനീയ അവസ്ഥയിൽ നിൽക്കുന്ന ഓരോ രോഗികളെ കാണുമ്പോൾ ഞാൻ പഠിക്കുന്നത് രോഗത്തെ മാത്രമല്ല അവരുടെ മാനസികാവസ്ഥ വായിച്ചറിയാനും ഒരു മരുന്നിലുപരി പുഞ്ചിരി കൊണ്ടും സാന്ത്വനം വാക്കുകൾ കൊണ്ടും മുറിവുകൾ മായിക്കാനും ശ്രമിക്കാറുണ്ട് ഉച്ചഭക്ഷണം വൈകിട്ടാണ് പതിവ്. ഞാൻ ഉച്ച ഭക്ഷണം കഴിക്കാൻ പോയാൽ ഭക്ഷണവും

കഴിഞ്ഞ് വല്ല പഴംപൊരിയും ആകും കഴിക്കുക.തണുത്ത പരിപ്പുവട വിശപ്പിന്റെ നാളം മാറ്റാൻ എന്നെ ഏറെ ഉപകരിച്ചിട്ടുണ്ട്. ഞാൻ വലിയ ഭക്ഷണപ്രിയ അല്ലാത്തതുകൊണ്ട് തന്നെ ഇതൊന്നും ഒരു കഷ്ടപ്പാട് ആയി തോന്നുന്നുമില്ല. എപ്പോഴും എൻഗേജ് ആയിരിക്കണം..ആഗ്രഹിച്ച പോലെ സ്വന്തമായി ഒരു ക്ലിനിക് പാവപ്പെട്ടവർക്ക് മെച്ചപ്പെട്ട ചികിത്സ അങ്ങനെ കുറച്ചു ഗോളുകൾ ഇനി ബാക്കിയുണ്ട്.

ഇപ്പോൾ ഞാൻ ഇവിടെ എത്തിയിട്ട് ഒരു കൊല്ലം കഴിഞ്ഞു.സത്യത്തിൽ, ഡെയിലി ലൈഫ് ബോറടിച്ചു തുടങ്ങി. സെയിം റുട്ടീൻ .ഒരു ചേഞ്ച് അതെനിക്ക് അത്യാവശ്യമാണ്. എന്തായാലും നെക്സ്റ്റ് വീക്ക് സൺഡേ എറണാകുളത്ത് ഒരു കോൺഫറൻസ് അറ്റൻഡ് ചെയ്യാനു ണ്ട്.കൂട്ടത്തിൽവൻ ഡേ കൂടി ലീവ് എടുക്കണം.ഒന്ന് ഫ്രീയായി എവിടെയെങ്കിലും കുറച്ചുസമയം ഇരിക്കണം.എന്തായാലും ട്രെയിൻ യാത്ര വേണ്ട.കാർ എടുക്കാം. ലോങ്ങ് ഡ്രൈവ് ഒരുതരം അഡ്വഞ്ചർ ആണ് അതും ഒറ്റയ്ക്കാകുമ്പോൾ.

അതിരാവിലെ അഞ്ചു മണിക്ക് തന്നെ പുറപ്പെട്ടു. റോഡിൽ തീരെ തിരക്കുകൾ ഇല്ലാത്തതുകൊണ്ട് കത്തിച്ചുവിട്ടു. 10 മണിക്കാണ് മീറ്റിംഗ് ആരംഭിക്കുന്നത് അതിനു മുൻപ് തന്നെ ടൗണിൽ എത്തി ഒരു റൂമെടുത്ത് ഒന്ന് ഫ്രഷ് ആയി ലൈറ്റ് ആയി ഒരു ചൂട് കാപ്പിയും ഉഴുന്നുവടയും കഴിച്ചു കോൺഫറൻസ് ഹാളിലേക്ക് എത്തി. വിചാരിച്ചത് പോലെ ഒന്നും കാര്യങ്ങൾ നടന്നില്ല. പെട്ടെന്നാണ് അസഹ്യമായ ഒരു വല്ലാത്ത വയറുവേദന. അതിനകത്ത് അധികനേരം ചിലവിടാൻ എനിക്ക് കഴിഞ്ഞില്ല.പെട്ടെന്ന് തന്നെ ആരോടും ഒന്നും പറയാതെ കാറെടുത്ത് അടുത്തുള്ള ഏതെങ്കിലും ഒരു ക്ലി.നിക് ലക്ഷ്യം വച്ചുകൊണ്ട് പാഞ്ഞു അടുത്തുതന്നെ നല്ലൊരു ഹോസ്പിറ്റൽ കണ്ണിൽപ്പെട്ടു. പിന്നെ ഒന്നും നോക്കിയില്ല നേരെ ആ ഹോസ്പിറ്റലിന് മുന്നിലെ കാഷ്വാലിറ്റിയിൽ പോയി വണ്ടി ഒറ്റ നിർത്തൽ. പെട്ടെന്നത് ഒരു വീൽചെയറും നേഴ്സ് വണ്ടിയുടെ ഡോറിനു മുൻപിൽ എത്തി. വണ്ടിയിൽനിന്ന് ഞാൻ എങ്ങനെയൊക്കെയോ ഇറങ്ങി വീൽചെയറിൽ കയറിയിരുന്നു.കൂടെ ആരും ഇല്ലാതെയാകുമ്പോൾ ഉണ്ടാകുന്ന ആ ഒരു അവസ്ഥ ഞാനിപ്പോൾ ഫീൽ ചെയ്യുന്നു. "എന്റെ ഉമ്മ

ഉണ്ടായിരുന്നെങ്കിൽ".... ഞാൻ ഒന്നോർത്തു പോയി.കഷ്വലിറ്റി എത്തിയ ഞാൻ വേദനയുള്ള അവസ്ഥയിൽ ഡോക്ടറുടെ മുഖം പോലും നോക്കിയില്ല. ഒരു ഇഞ്ചക്ഷനും കൂടെ ട്രിപ്പ് ഇട്ട് തൽക്കാലം നോർമലായി.

അടുത്തുള്ള നേഴ്സ് എന്നോട് പറഞ്ഞു."അൾസറിന്റെ തുടക്കമാണ് ഡോക്ടർ പറഞ്ഞത് കേട്ടതാണ്".

ഞാൻ അവരോട് പറഞ്ഞു :"ആണോ! എങ്കിൽ ശരിയാകും, ഒക്കെ വരാറുണ്ട് ഈയിടെയായി,. തൽക്കാലം ഞാൻ ബി കോംപ്ലക്സ് കഴിച്ച് ശ്രദ്ധിക്കാതെ വിടും"..

:"പണ്ടേ അങ്ങനെയല്ലേ....കോഴി കുത്തുന്ന പോലെ വല്ലതും കൊത്തി പെറുക്കി എണീക്കും."(അപ്പോഴാണ് ഞാൻ ആമുഖം ശ്രദ്ധിച്ചത് എനിക്ക് ആശ്ചര്യമായി ഈ അവസ്ഥയിൽ കണ്ടപ്പോൾ ഒരു ആശ്വാസവും അനൂപ് കോളേജിലെ എന്റെ ക്ലാസ്മേറ്റ്).

ഞാൻ :"അനൂപ് നീ ഇവിടെ ".

അനൂപ് :"ഞാനിവിടെ ഡോക്ടറേറ്റ് വർക്ക് ചെയ്യുന്നുണ്ട്. ഇന്നിപ്പോ ഇവിടെ ഡ്യൂട്ടിക്ക് വേറെ ഡോക്ടേഴ്സ് ഒന്നുമില്ല അതുകൊണ്ട് ഞാൻ കാഷ്വാലിറ്റി കേറി. അതുകൊണ്ട് ഇയാളെ കാണാൻ പറ്റിയല്ലോ.

ഞാൻ എന്റെ അടുത്തുള്ള സിസ്റ്ററിനോട് പറഞ്ഞു:" മെഡിസിന് ഞങ്ങൾ ഒരുമിച്ചാണ് പഠിച്ചത്. എപ്പോഴും ഞങ്ങൾ ഒരു ടീം തന്നെയായിരിക്കും.പ്രത്യേകിച്ച് ഡിസെക്ഷൻ ഹാളിൽ ഒക്കെ.ഞങ്ങടെ കൂട്ടത്തിലെ സ്മാർട്ട് ആൻഡ് ഇന്റലിജന്റ് ആണ് ഈ നിൽക്കുന്നത്.

ഞാൻ :"നീഇവിടെയാണോ വർക്ക് ചെയ്യുന്നത്? "

അനുപ് പറഞ്ഞു :"ഇവിടെ ആഴ്ചയിൽ ഒരിക്കൽ, വേറെ മൂന്ന് നാല് പ്രൈവറ്റ് ഹോസ്പിറ്റലിൽ കൂടി വർക്ക് ചെയ്യുന്നു.

ഞാൻ :"നീയാകെ മാറിപ്പോയി തടിച്ചിട്ടുണ്ട്,കട്ടി മീശയും "

അനൂപ് :"നീ ഇപ്പോഴും എവർഗ്രീൻ ആണ്.മമ്മൂട്ടിയെ പോലെ ഒരു മാറ്റവുമില്ല പഴയ ലുക്ക് തന്നെ,പഴയ ആഭി.

(ഞാൻ മനസ്സിൽ പറഞ്ഞു അല്ല ലുക്ക് പഴയതാണ് എങ്കിലും അന്നത്തെ സ്മാർട്ട് അല്ല ഞാനിപ്പോൾ മനസ്സുകൊണ്ട് ഞാൻ ആകെ മാറിപ്പോയി അനുപ്)

അനൂപ്:" എന്തായാലും വൺഡേ ഇവിടെ കിടക്ക്,റൂം റെഡിയാക്കാം.ഒരാഴ്ച റെസ്റ്റ് വേണം.സമയത്തിന് ഫുഡ് കഴിക്കണം.പിന്നെ പ്രത്യേകിച്ച് ഒന്നും പറഞ്ഞു തരണ്ടല്ലോ. ഒന്നുമില്ലെങ്കിലും നീയൊരു ഡോക്ടറല്ലേ. കൂടെ നിൽക്കാൻ ആരാ വരാ?...

ഞാൻ:" ആരുമില്ലെടോ ഞാൻ ആക്ച്വലി തിരുവനന്തപുരത്ത് ആണ് ഇപ്പോൾ. ഇന്നിവിടെ ഒരു കോൺഫറൻസ് ഉണ്ടായിരുന്നില്ല..ഇവിടെ അടുത്ത്..അതിനു വന്നതാ. അതും ഒറ്റയ്ക്ക്,നാളെ ഒരു ദിവസത്തേക്ക് ലീവ് എടുക്കാൻ

വിചാരിച്ചിരിക്കുകയായിരുന്നു. ഒന്നു ഫ്രീ ആകാൻ. ശുദ്ധവായുമൊക്കെ കൊണ്ട് ഒരു റിലാക്സേഷൻ വേണ്ടി."

അനൂപ് :"കൊള്ളാം റിലാക്സേഷന് പറ്റിയ പ്ലെയ്സ് ആണ് ഹോസ്പിറ്റൽ.പിന്നെ ശുദ്ധവായു അത് ഇവിടെ നല്ലോണം ഉണ്ട്. (അവൻ ചിരിച്ചുകൊണ്ട് പറഞ്ഞു). തൽക്കാലം ഞാനൊരു നഴ്സിനെ ബൈ സ്റ്റാണ്ടർ ആയി നിർത്താം.

നഴ്സിനോട് അനൂപ് പറഞ്ഞു:" ഇവർക്ക് വിഐപി റൂം കൊടുക്കണം കേട്ടോ...എനിക്ക് പ്രത്യേകം താല്പര്യം ഉള്ള പേഷ്യന്റ് ആണ്.നല്ല കെയർ കൊടുക്കണം.

അനൂപ് ശേഷം എന്നോട് പറഞ്ഞു ":ഡാ...ഇത്തിരി തിരക്ക് അറിയാലോ ഇന്ന് ഡോക്ടേഴ്സ് ഒക്കെ എല്ലാവരും കോൺഫറൻസിൽ അല്ലേ."

നഴ്സ് എന്നെയും കൂട്ടി മുകളിലത്തെ റൂമിലോട്ട് വീൽചെയറും തള്ളി നീങ്ങുമ്പോൾ, പുറകിൽ നിന്നും സെക്യൂരിറ്റി എന്റെ വണ്ടിയുടെ ചാവി കൊണ്ടുവന്നു തന്നു.ഞാൻ താങ്ക്സ് പറഞ്ഞു.വണ്ടി അവിടെ ലാബർ റൂമിനു മുന്നിലൂടെ പാസ്സ് ചെയ്തു പോകുമ്പോൾ ആണ് ശ്രദ്ധിച്ചത് വളരെ പരിചിതമായ ഒരു മുഖം. ഇത് അവൻ തന്നെയാണോ?..അതോ എന്റെ തോന്നലോ... വയറുവേദനയ്ക്ക് ഇപ്പോൾ അല്പം ആശ്വാസം ഉണ്ടെങ്കിലും കുറച്ചു മുൻപ് അനുവദിച്ച വയറുവേദനയുടെ ഭയം മൂലം ഞാൻ വീൽ ചെയറിൽ നിന്നും അനങ്ങിയത് പോലും ഇല്ല. പോരാത്തതിന് നല്ല പരിചയം പരിചരണമുള്ള നഴ്സും.ഞാൻ ചിന്തിച്ചു ഇവിടെ വരുന്ന എല്ലാ പേഷ്യൻസിനോടും ഇത്രയ്ക്ക് ഫ്രണ്ട്ലി ആണോ... അതോ ഞാൻ

ഡോക്ടറെ സ്പെഷ്യൽ പേഷ്യന്റ് ആയതുകൊണ്ട് ആവോ?.

റൂമിന്റെ ഒരു പോഷ്യേൻ കമ്പ്ലീറ്റ് ഗ്ലാസ് ആണ്.

ഞാൻ നഴ്സിനോട് പറഞ്ഞു.:"സിസ്റ്റർ ആ ക്ലാസിന്റെ ഭാഗത്തുനിന്നും കർട്ടൻ മാറ്റി തരുമോ... എനിക്ക് ടിവി ഒന്നും കാണേണ്ട.എനിക്കിഷ്ടം പുറത്തെ കാഴ്ചകൾ കണ്ടിരിക്കാൻ ആണ്.

"അവരത് അനുസരിച്ചു.

നല്ല തിരക്കേറിയ റോഡ് നിയന്ത്രണം ഇല്ലാതെ അങ്ങോട്ടുമിങ്ങോട്ടും ചീറിപ്പായുന്ന വാഹനങ്ങൾ.ഒന്നിനും സമയമില്ലാതെ നെട്ടോട്ടം ഓടുന്ന മനുഷ്യർ.ഇതൊക്കെ തന്നെ എല്ലാവരുടെയും ജീവിതാവസ്ഥ. ഞാൻ ആ കാഴ്ചകൾ കണ്ടുകൊണ്ട് ചിന്തിച്ചു.

പണക്കാരായ ആളുകൾ അവരവരുടെ ഭാവിക്കുവേണ്ടി തിരക്ക് പിടിച്ച് ഓടുന്നു. പാവപ്പെട്ടവർ അവരുടെ ഒരു ദിവസത്തെ ജീവിതമാർഗത്തിനു വേണ്ടിയും ഓടുന്നു. ഇവിടെ ആരും തൃപ്തരല്ല. ഈ ഇരിക്കുന്ന ഞാൻ ഉൾപ്പെടെ.എന്തൊക്കെ ഉണ്ടെങ്കിലും ഇല്ലാത്തതിനോടുള്ള ആർത്തി, ആസക്തി.അതിനു പുറമെ ഓടുന്ന ഓട്ടത്തിൽ ഞാനാണെങ്കിൽ പോലും പ്രസന്റ് ലൈഫ് കാണുന്നില്ല, അനുഭവിക്കുന്നില്ല.

ആ റൂമിൽ ഒറ്റപ്പെട്ട അവസ്ഥയിൽ കിടക്കുന്ന എന്റെ ഉള്ളിൽ പൊടുന്നനെ ഒരു ഉൾവിളി.തിരിച്ചുപോണം സ്വന്തം നാട്ടിലേക്ക്.ഉപ്പാന്റെ ഉമ്മാന്റെയും അരികിലേക്ക്.ഇത്രയും കാലം അവഗണിച്ചതിന് എന്റെ പൊന്നുമ്മനോട് മാപ്പ് പറയണം. ഞാൻ വഴക്കിട്ട് പോന്നിട്ടും മുടങ്ങാതെ എന്റെ അക്കൗണ്ടിൽ പൈസ ഇട്ടു തന്നിട്ടുണ്ട് അവർ. എന്നെ എന്റെ ഇഷ്ടത്തിന് വിട്ടു.എവിടെയായാലും ഞാൻ ബുദ്ധിമുട്ടരുത് സങ്കടപ്പെടരുത് എന്ന് മാത്രം ആഗ്രഹിച്ചുകൊണ്ട്. പെൺകുട്ടികളെ പഠിപ്പിച്ചിട്ട് ഒരു കാര്യവുമില്ല എന്ന് നാട്ടുകാർ പറഞ്ഞപ്പോൾ,അവരുടെ വായ പൂട്ടിക്കെട്ടിയ എന്റെ ഉപ്പ.എന്റെ മക്കൾ ഒരിക്കൽ നാടിനും വീടിനും ഉപകാരപ്പെടുന്നവർ ആകും കണ്ടോ നിങ്ങൾ.എന്നൊക്കെ എന്റെ ഉപ്പ എല്ലാവരോടും പറയുമായിരുന്നു.ഇപ്പോൾ എന്തുണ്ടായി ഞാൻ കളഞ്ഞിട്ട് പോന്നില്ലേ . ഇപ്പോഴിതാ ഞാനും ഇവിടെ അനാഥയായി കിടക്കുന്നു.എന്തായാലും

ജിനിയുടെ വീട്ടിൽ പോണം പാലക്കാട്ടേക്ക്.കുറച്ചുദിവസം തങ്ങിയിട്ടാണെങ്കിലും സാരമില്ല കണ്ടുപിടിക്കണം. അദ്ദേഹത്തിന് വിവാഹം കഴിക്കാൻ പറ്റാത്ത സാഹചര്യത്തിലാണെങ്കിൽ കൂടി അതും നേരിടണം. നല്ല ഒരു സൈക്യാട്രിസ്റ്റിനെ കണ്ടിട്ടാണെങ്കിലും എന്റെ പ്രശ്നങ്ങൾ അവസാനിപ്പിക്കണം.ഞാൻ ഇതുവരെ കാത്തിരുന്ന പോലെ പടച്ചോൻ ആയിട്ട് ഏൽപ്പിക്കും എന്ന് കരുതി,അതും പ്രതീക്ഷിച്ചുകൊണ്ട് വെറുതെ ഇരിക്കരുത്. ഇതൊക്കെ നേരത്തെ ചെയ്യണമായിരുന്നു എല്ലാം എന്റെ ഈഗോ അതെന്നെ ഒന്നിനും സമ്മതിച്ചില്ല.

പെട്ടെന്നാരോ കഥകിൽ തട്ടി നേഴ്സ് പോയി കഥകൾ തുറന്നു. അത് അനൂപ് ആണ്

:"എനിക്ക് ഒരു എമർജൻസി ഉണ്ട്.ഇന്നിനി കാണാൻ പറ്റില്ല.എന്തെങ്കിലും അത്യാവശ്യമുണ്ടെങ്കിൽ എന്നെ വിളിച്ചോളൂ.ഇതാ..എന്റെ വിസിറ്റിംഗ് കാർഡ്.പിന്നെ,ഇട്ടിട്ടു പോകാമെന്ന് കരുതരുത് അത്രയ്ക്ക് എമർജൻസി ആണ്.

ഞാൻ ചിരിച്ചുകൊണ്ട് തലയാട്ടി.

അനൂപ് :"നാളെ എനിക്ക് ഇവിടെ ഡ്യൂട്ടി ഇല്ല എന്നാലും വരണുണ്ട്".

ഞാൻ :"വേണ്ട എനിക്ക് വേണ്ടി ഇത്ര ദൂരം. സാരമില്ല ഞാൻ അഡ്ജസ്റ്റ് ചെയ്തോളാം".

അനൂപ് :" സ്റ്റോപ്പ് യുവർ ഫോർമാലിറ്റി ഞാൻ വരുന്നു പറഞ്ഞ വരും ഡിസ്ചാർജ് ആയാലും ഞാൻ വന്നിട്ട് പോകാൻ ഒറ്റയ്ക്ക് ഡ്രൈവ് ചെയ്യേണ്ട. ടേക്ക് കെയർ". (അവൻ മുറിവിട്ട് പോയി)

രാത്രി കാന്റീനിൽ നിന്നും എനിക്കുള്ള ഊണ് എത്തി. ഫുഡ് ഒക്കെ കഴിച്ചിട്ട് മെഡിസിനും കഴിച്ച് ഇഞ്ചക്ഷനും എടുത്തു ഉറക്കം തീരെ വരുന്നില്ല. നഴ്സിന്റെ സമ്മതം ചോദിച്ചു വരാന്തയിലൂടെ ഒന്ന് നടക്കാൻ. അവർ പുറത്ത് എന്റെ റൂമിന്റെ വാതിൽക്കൽ തന്നെ നിന്നു.

ഞാൻ എന്റെ സൂചി കുത്തിയ കൈ മെല്ലെ ഒന്ന് തടവിക്കൊണ്ട് വരാന്തയിലൂടെ നടന്നു നീങ്ങവേ...ഞാൻ വീണ്ടും ഓർത്തു ഡോക്ടർ അനൂപിനെ കുറിച്ച്.അയാൾ ഒരിക്കൽ എന്നെ പ്രൊപ്പോസ് ചെയ്തിട്ടുണ്ട് ഓർക്കുമ്പോൾ അറിയാതെ മുഖത്ത് വിടർന്ന പുഞ്ചിരി. എനിക്ക് താല്പര്യമില്ല എന്ന് പറഞ്ഞ് ശേഷം നിരാശ കാമുകനായിരുന്നു.

എക്സാം പേപ്പറിൽ പോലും അതിന്റെ റിസൾട്ട് ഉണ്ടായിരുന്നു. ഇന്ന് എത്ര സ്മാർട്ട് ആയിട്ടാണ് സംസാരിച്ചത്. അതൊക്കെ ഒരു കാലം. അവനതൊക്കെ വിട്ട് ഇപ്പോൾ ഫാമിലിയായി ജീവിക്കുന്നു ഉണ്ടാവും.

നഴ്സ് എന്നോട് പറഞ്ഞു:" സാർ വലിയ ഗൗരവക്കാരൻ ആണ്.ആദ്യായിട്ട് ഇങ്ങനെ ചിരിക്കുന്ന കാണുന്നത്. "

ഞാൻ :"ആണോ! ആ വലിയ പൊസിഷനിലൊക്കെ ഇരിക്കുന്നതല്ലേ അതിന്റെ ജാടയാകും. എന്റെ നാട്ടിലും ഉണ്ട് ഇതുപോലൊരെണ്ണം വലിയ ജാഡയാ മിണ്ടത്തില്ല. എന്റെ പ്രിയപ്പെട്ട കൂട്ടുകാരൻ. "

പറഞ്ഞു നോവെടുത്തില്ല ഉച്ചക്ക് ലാബർ റൂമിനോട് അടുത്ത് കണ്ട അധേ ആൾ തൊട്ടു മുന്നിലൂടെ നടന്നു വരുന്നു.എന്റെ മുൻപിലെത്തിയതും ഞാൻ സൂക്ഷിച്ചു നോക്കി. കണ്ടു മറന്ന മുഖം.

" ആദിൽ....?

ഞാൻ ഉറക്കെ വിളിച്ചു

അതിൽ :"അതീബാ നീ ഇവിടെ".

ഞാനെന്റെ ട്രിപ്പ് ഇട്ടിരുന്ന കൈ ഉയർത്തിക്കാട്ട്

അവൻ :"വൈഫ് ഡെലിവറി കഴിഞ്ഞു. ഇന്ന് ഉച്ചയ്ക്ക്,പെൺകുട്ടി."

പ്രതീക്ഷിക്കാതെ കണ്ട് പ്രിയപ്പെട്ട കൂട്ടുകാരെ എന്തു പറയണം എങ്ങനെ തുടങ്ങണം രണ്ടാൾക്കും കൺഫ്യൂഷൻ.എന്റെ ഓപ്പോസിറ്റ് റൂമിൽ ആയിരുന്നു അവർ ഉണ്ടായത്. ഞാനറിഞ്ഞിരുന്നില്ല.അവൻന്റെ ഉമ്മയും ഉപ്പയും എന്റെ അടുത്തേക്ക് ഓടിവന്നു,കെട്ടിപ്പിടിച്ചു നെറ്റിയിൽ ചുംബിച്ചു. ഉമ്മ കരഞ്ഞുകൊണ്ട് പറഞ്ഞു :"എവിടെയായിരുന്നു മോളെ നീ ഞങ്ങളൊക്കെ മറന്നു കളഞ്ഞില്ലേ..നിനക്കെന്താ പറ്റിയെ. എങ്ങനെ കഴിഞ്ഞവരാ നമ്മൾ.ഇവിടെ നീ ഇപ്പോൾ എത്തിയത് നമ്മൾ പരസ്പരം കണ്ടതും ഒക്കെ ഒരു നിയോഗം."

ആദിൽ ടെ ഉപ്പ :"ഇനി ഒന്നും നോക്കാനില്ല ആദി,ഇവിടുത്തെ കാര്യങ്ങൾ ഞങ്ങൾ നോക്കിക്കോളാം.നാളെ തന്നെ ഇവിടെ നിന്നും ഇവളെ ഡിസ്ചാർജ് ചെയ്ത് നാട്ടിലേക്ക് കൊണ്ടു പോണം. ശേഷം എന്റെ മുഖത്തേക്ക് ഒന്ന് നോക്കിയിട്ട് ആദിൽ ഉപ്പ പറഞ്ഞു :"ഇനി ഇപ്പോൾ തന്നെ ഇവിടുന്ന് മുങ്ങേണ്ട നീയ്യ്".

ഞാൻ ചിരിച്ചു. അല്ലെങ്കിലും ഇവിടുന്ന് ഇറങ്ങിയ തിരിച്ചു നാട്ടിലേക്ക് വരാൻ കരുതിയിരിക്കുകയായിരുന്നു ഞാൻ.പിന്നെ കുട്ടിയെ ഒന്ന് കാണണമെന്നുണ്ടായിരുന്നു.അകത്ത് അമ്മയുടെ കൂടെയല്ലേ....

:ആദി " നീ രാവിലെ വന്നു കണ്ടാ മതി നിനക്ക് നല്ല ക്ഷീണമുണ്ട്"...

ഞാൻ :"കൊള്ളാലോ നീയിപ്പോൾ സംസാരിക്കാൻ തുടങ്ങിയോ.കല്യാണം കഴിഞ്ഞല്ലോ ഇനി പേടിക്കേണ്ടല്ലോ പെണ്ണുങ്ങളോട് മിണ്ടാൻ.

ഉമ്മ :"നീ കഴിച്ചോ മോളെ".

കാന്റീനിന്നു കഴിച്ചു ആന്റി. (വറ്റി വരണ്ട ഭൂമിയിലേക്ക് പുതുമഴ എന്നപോലെ എന്റെ മാനസാക ആകെ കോരിത്തരിക്കുന്നു).

ഞാൻ ആദിയോട് അവന്റെ വൈഫിനെ :"കുറിച്ച് ചോദിച്ചു.

അവൻ പറഞ്ഞു കൊച്ചിയിലുള്ള അമ്മോവന്റെ മകൾ പേര് ഫൈസ".

ഞാൻ ചിരിച്ചു :"എന്ത് കിട്ടി സ്ത്രീധനം. "

അവൻ :"ടൗണിൽ ഒരു പെട്രോൾ പമ്പ്".

അത് കേട്ടപ്പോൾ എന്റെ കണ്ണ് തള്ളിപ്പോയി.:"വെറുതെയല്ല നീ പുറത്ത് വേറെ പെണ്ണുങ്ങളെ തിരിഞ്ഞു പോലും നോക്കാൻ അല്ലേ."

ആദിയുടെ ഉമ്മ തിരിച്ചു റൂമിലോട്ട്

പോയി അവന്റെ വൈഫിന് എന്തോ ബാത്റൂമിലോട്ട് കൊണ്ടുപോകാൻ മറ്റും.

ഞാൻ ആദി യുമായി കുറെ നേരം സംസാരിച്ചു.

:"നീ ഞങ്ങളെയൊക്കെ വിട്ടു പോയില്ലേ,...എന്റെ കല്യാണത്തിന് നീ കൂടി വേണമെന്ന് എനിക്ക് നല്ല ആഗ്രഹമൊക്കെ ഉണ്ടായിരുന്നു. ആരും അറിയാതെ ഡൽഹിയിൽ ഒക്കെ വന്നു തിരക്കി.അപ്പോഴേക്കും നീ അവിടുന്ന് പഠിത്തമൊക്കെ കഴിഞ്ഞുപോയി എന്ന് മാത്രം അറിഞ്ഞുള്ളൂ. പിന്നെ എവിടെന്ന് വച്ച് തിരക്കും.നീയില്ലാത്ത ഒരു ജീവിതം ഇപ്പോഴും ഇൻ കമ്പ്ലീറ്റ് ആണ്. നിന്റെ ഫ്രണ്ട്ഷിപ്പ് അതെനിക്ക് അത്രയ്ക്ക് പ്രിയപ്പെട്ടതാണ് എന്ന് നിനക്ക് അറിയോ?.പിന്നെ പണ്ട് എന്നൊക്കെ നിന്നോട് മിണ്ടാതെ ഒഴിഞ്ഞുമാറി നടന്നിരുന്നു എന്നതും വാസ്തവം തന്നെ.കാരണം ജീവിതത്തിലെപ്പോഴോ ഞാനും നിന്നെ ആഗ്രഹിച്ചു പോയിട്ടുണ്ട്.അതെ,ന്റെ ഒരു വൈഫിന് എല്ലാം

അറിയാട്ടോ...അവക്ക് അതൊന്നും ഒരു പ്രശ്നമല്ല.അതൊക്കെ പാസ്റ്റർ അല്ലേ..... അതുകൊണ്ടല്ലേ ഈ നട്ടപ്പാതിരാക്ക് നിന്റെ റൂമിൽ ഞാനിങ്ങനെ സംസാരിക്കുന്നത്.അതൊക്കെ പോട്ടെ ഇത്രയും നേരം ഞാൻ ഓരോന്നും പറഞ്ഞിട്ട് നീയെന്താ ഒരു വാക്കുപോലും നിന്റെ വീട്ടുകാരെ കുറിച്ച് എന്നോട് ഒന്നും ചോദിക്കാഞ്ഞത്."

ഞാൻ പൊട്ടിക്കരഞ്ഞുകൊണ്ട് അവനെ ചേർത്തുപിടിച്ചു.എന്റെ കരച്ചിൽ കഴിയുന്നതുവരെ അവൻ മൗനമായി തന്നെ ഇരുന്നു കരഞ്ഞു തീർക്കട്ടെ എന്ന് കരുതി കാണും ശേഷം അവൻ തുടർന്നു

:"നിന്റെ അമ്മൂന് ഒരു കുട്ടിയുണ്ട്,ഇപ്പോൾ ഒരു വയസ്സായോ എന്തോ.."

ഞാൻ അത് കേട്ടപ്പോൾ സന്തോഷത്തോടെ കണ്ണുനീർ തുടച്ചു.

"ആണോ "...

അവൻ പുച്ഛരിച്ചുകൊണ്ട് പറഞ്ഞു:"സന്തോഷിക്കാൻ വരട്ടെ മുഴുവനായിട്ടില്ല നീ എന്താ വിചാരിച്ചത് അവരൊക്കെ സുഖമായി ജീവിക്കുന്നു എന്നല്ലേ"...

ഞാൻ :"എനിക്കറിയാം അവർക്കൊക്കെ വിഷമം കാണും".

ആദി :"കാണും എന്നല്ല ഉണ്ടായിരുന്നു.ഇല്ലേ...എല്ലാം പാസ്റ്റല്ലേ.

ഞാൻ മനസ്സിലാകാതെ അവനെ നോക്കി :"നീ നിന്റെ ഉപ്പാനെക്കും ഉമ്മാക്കും താങ്ങും തണലുമായി കൂടെ നിൽക്കേണ്ട സമയമായിരുന്നു അത്.ഏട്ടത്തി നിൽക്കുമ്പോൾ അനുജത്തി കെട്ടി പോകുക എന്നൊക്കെ പറഞ്ഞ കുടുംബത്തെ പിറന്ന ആർക്കെങ്കിലും ലോജിക്കായി തോന്നുന്നതാണോ എത്ര സമ്പന്നർ ആണെങ്കിൽ പോലും നാട്ടുകാർ ഒക്കെ അതും പറഞ്ഞ് എത്ര നിന്റെ ഉപ്പാനെ ഉമ്മാനെയും അടക്കം പറഞ്ഞിട്ടുണ്ടന്നറിയോ..അതിനെക്കുറിച്ച് അവളുടെ ഭർത്താവിന്റെ കുടുംബക്കാര് പോലും അവളോട് ചോദിച്ചിട്ടുണ്ട്. അവൾക്ക് ഒരു മറുപടിയും ഉണ്ടായിട്ടില്ല.അവൾ എന്ത് പറയും. അവൾക്പ്രഗ്നൻസി ടൈമിൽ മഞ്ഞപ്പിത്തം ഉണ്ടായിരുന്നു, ഡെലിവറി ഒക്കെ വളരെ നോർമൽ ആയിരുന്നു. അല്പസമയം കഴിഞ്ഞപ്പോൾ ആണ് ശിവറിങ് പനിയും കൂടിയത്. ഐസിയിലോട്ട് മാറ്റി മണിക്കൂറുകൾക്കകം അവളുടെ മയ്യത്താണ് പുറത്തേക്ക് വന്നത്.

"ഇന്നാലില്ലാഹി വ ഇന്നാ ഇലൈഹി റാജിഊൻ "ഞാൻ അറിയാതെ മന്ത്രിച്ചു പോയി.

"നീ കരയാൻ വരട്ടെ,കഴിഞ്ഞില്ല.ഇനിയും വിശേഷങ്ങൾ ബാക്കിയുണ്ട് നിനക്ക് കേൾക്കണ്ടേ? അവൻ എന്നെ കുറ്റപ്പെടുത്തി കൊണ്ട് പറഞ്ഞു.

മക്കൾ മരിച്ച വാർത്ത കേട്ട പാട് നിന്റെ ഉമ്മ കുഴഞ്ഞുവീണു.എങ്ങനെ താങ്ങും ആ ഉമ്മ അത്.പോറ്റി വളർത്തിയ രണ്ട് മക്കൾ,അതിൽ ഒന്ന് പറക്കമുറ്റ് ആയപ്പോൾ ദൂരെയെങ്ങോ പോയി.. ഒരു കാരണവും കൂടാതെ. മറ്റേത് ഇതാ ഒരു കൈ കുഞ്ഞിനെയും തന്നിട്ട് ലോകത്തുനിന്നും വിടപറഞ്ഞു പോയി അവർക്കത് താങ്ങാവുന്നതിലും അപ്പുറമായിരുന്നു. ഉമ്മയെയുംനോക്കി ഉപ്പ വീട്ടിൽ തന്നെ കഴിഞ്ഞു.

എല്ലാ ജോലിത്തിരക്കുകളും മാറ്റിവെച്ചുകൊണ്ട്.കുഞ്ഞിനെ അതിന്റെ ആൾക്കാർ കൊണ്ടുപോയി.ഉമ്മയെ നോക്കാൻ ഉപ്പയെ വേറെ വിവാഹം കഴിക്കാൻ വരെ എല്ലാവരും പറഞ്ഞു നോക്കി. ഉപ്പ് കേട്ടില്ല.ഒരു ഹോം നേഴ്സിനെ പോലും വച്ചില്ല നിന്റെ ഉപ്പ. ഒറ്റയ്ക്ക് ആ വീട്ടിൽ സ്വന്തം ഭാര്യയെ പരിചരിച്ചു വീട്ടുജോലികൾ ചെയ്തു ഒരുതരം മുരടിച്ച അവസ്ഥയായിരുന്നു. ഉപ്പയെ അധികം ബുദ്ധിമുട്ടിക്കാതെ മാസങ്ങൾ കകം ഉമ്മ പോയി. ഇപ്പോൾ പണിക്കാരെ പോലും ആ വീടിന്റെ തൊടിയിൽ അടുപ്പിക്കാറില്ല.ഒരു പ്രേതാലയം പോലെ പറമ്പും.... ആ വലിയ വീട്ടിൽഒറ്റയ്ക്ക് നിന്റെ ഉപ്പ ജീവിച്ചിരിപ്പുണ്ട്.ഇടയ്ക്ക് എന്റെ ഉമ്മ കഴിക്കാൻ എന്തെങ്കിലുമൊക്കെ കൊണ്ടുകൊടുക്കും.അത് അങ്ങനെ അവിടെത്തന്നെ ഇരിക്കും. ആളും ഇപ്പോൾ ഒരുതരം മരിച്ച അവസ്ഥയിലാണ്.എങ്ങിനെ ഉണ്ടായിരുന്ന വീടും കുടുംബവും.പൂങ്കാവനം പോലെ സ്വർഗ്ഗം പോലെ.ഇപ്പോൾ. "(അവൻ എന്റെ കൈകൾ പിടിച്ചു പറഞ്ഞു)"നീ വരണം.മരിച്ചു പോയ നിന്റെ ഉമ്മക്ക് വേണ്ടി. ഒറ്റപ്പെട്ടുപോയ നിന്റെ ഉപ്പാക്ക് വേണ്ടി. മരിച്ചവർക്ക് വേണ്ടി എവിടെയെങ്കിലും ഇരുന്ന് ചൊല്ലുന്ന പ്രാർത്ഥനയെക്കാൾ വലുതാണ്. വരാതെ പറ്റില്ല നേരം പുലരാൻ ഇനിയും മണിക്കൂറുകൾ ഉണ്ട്. നീ ആലോചിക്ക്.ഞാൻ അപ്പുറത്ത് എന്റെ മുറിയിൽ കാണും.. ശരി". അവൻ എന്റെ പുറത്ത് തട്ടിയിട്ട് പോയി.കരയാനോ ചിന്തിക്കാനോ കഴിയാതെ ഏതോ ഒരു മാനസിക അവസ്ഥയിൽ ഞാൻ ഇരുന്ന് നേരം വിളിപ്പിച്ചു.

രാവിലെ ഒരു ഏഴര മണി ആയി.ആദിയുടെ ഉമ്മ നല്ല ചൂടുള്ള അപ്പവും വെജിറ്റബിൾ ഈസ്റ്റവും ഫ്ലാസ്കിൽ കുറച്ച് ചായയും ആയി വന്നു. ശേഷം നഴ്സിനോട് പറഞ്ഞു.:"സിസ്റ്റർ പൊയ്ക്കോളൂ മോളെ ഞാൻ നോക്കിക്കോളാം. ഞങ്ങടെ റൂമിൽ മരുമോളുടെ അടുത്ത് ഇപ്പോൾ അവളുടെ ഉമ്മയും,ഹോം നേഴ്സും വന്നിട്ടുണ്ട്. (നഴ്സ് എന്തുചെയ്യണമെന്ന് മട്ടിൽ എന്നെ ഒന്ന് നോക്കി). ഞാൻ പൊയ്ക്കൊള്ളാൻ പറഞ്ഞു ആൻഡ് കുറച്ച് രൂപ കൊടുത്തു, അവരത് വാങ്ങിയില്ല.ഞാൻ പേര് പോലും ചോദിച്ചതുമില്ല. ഇന്നലത്തെ എന്റെ മാനസികാവസ്ഥ അതായിരുന്നു.ആദിയുടെ ഉമ്മ എനിക്ക് ഭക്ഷണം തന്നു.അവരെ ബോധ്യപ്പെടുത്താൻ വേണ്ടി കഴിച്ചെന്ന് വരുത്തി തീർത്തെങ്കിലും സത്യത്തിൽ ഇറങ്ങുന്നില്ലായിരുന്നു. ഞാൻ തലക്കും കൈകൊടുത്ത അവിടെ ഇരുന്ന് ഇങ്ങനെ ചിന്തിച്ചു. ഇക്കണ്ട കാലമത്രയും ഇങ്ങനെ ഒളിച്ചോടി ജീവിച്ചത് വലിയ തെറ്റായിപ്പോയി. അന്നേ എല്ലാം തുറന്നു പറയാമായിരുന്നു. ഒരു പരിചയവും ഇല്ലാത്ത ഒരാളെ ഓർത്ത് നീറി നീറി എന്റെ സ്നേഹസമ്പന്നമായ കുടുംബം തകരാൻ ഞാൻ പോലും ഒരു കാരണമായി.എല്ലാം ചിന്നഭിന്നമാക്കി.എന്നിട്ട് എന്ത് നേടി...

ഒരിക്കലും കാണാത്ത ഒരാളെ സ്വപ്നം കാണിച്ചത് ദൈവം തന്നെ.അതേ ദൈവം പിന്നീട് അയാളെ എനിക്ക് നേരിൽ കാണിച്ചും തന്നു. മനസ്സിന്റെ ഉള്ളിൽ അയാളെ പ്രതീക്ഷ്ടിക്കാൻ പിന്നെയും പിന്നെയും കുറെ സ്വപ്നങ്ങൾ ഇട്ടു തന്നു. ഇന്നീ നിമിഷം വരെ ഞാൻ അനുഭവിക്കുന്ന വേദനയ്ക്ക് കണക്കില്ല.എനിക്കും കുടുംബമായി ജീവിക്കാനോ ഒരു പുരുഷന്റെ സാമീപ്യം ആസ്വദിക്കാനും ആഗ്രഹം ഇല്ലാഞ്ഞിട്ടല്ല. പക്ഷേ ഉപബോധമനസ്സിന്റെ ഈ ഒരു വിളയാട്ടം,സെക്ഷ്വൽ ഡിസൈർ പോലുള്ളവർക്ക് വരുന്ന പ്രശ്നങ്ങൾ. എന്താ... ഇതിനെ പറയാനു പോലും എനിക്ക് അറിയില്ല.

അധികം വൈകാതെ ഡോക്ടർ അനൂപ് മുറിയിൽ എത്തി.എന്റെ ഇപ്പോഴത്തെ മാനസികാവസ്ഥ അവൻ അറിഞ്ഞുകാണും ഇല്ലെങ്കിൽ പിന്നെ അവൻ എന്നെ ആശ്വസിപ്പിക്കാൻ വരില്ലല്ലോ. എന്ത് പറഞ്ഞിട്ടും എന്റെ തലയിൽ കയറുന്നില്ല,എനിക്ക് എന്റെ ഉപ്പാനെ കാണണം.എന്നെ ഒരിക്കലും അവർ തള്ളിക്കളഞ്ഞിട്ടില്ല.

അവസാനം ഒരു കാര്യം കൂടി അവൻ ചേർത്തു:" എന്നറിയാം എങ്കിലും ചോദിച്ചു പോകുകയാണ് ഇനിയെങ്കിലും എന്നെ സ്വീകരിച്ചു അന്ന് നീ നോ പറഞ്ഞപ്പോൾ കരുതി വീട്ടുകാർ പറയുന്നപോലെ ഒരാളെയായിരിക്കും കല്യാണം കഴിക്കാൻ തീരുമാനിച്ചിരിക്കുന്നത് എന്ന്. പിന്നെ നിങ്ങളെപ്പോലെ ഞാൻ അത്ര സാമ്പത്തികമായുള്ള കുടുംബത്തിൽ ജനിച്ചവനും അല്ല. നിനക്കറിയോ ഇതുവരെ ഒരു പെണ്ണിനും ഞാൻ എന്റെയും മനസ്സും ശരീരവും കൊടുത്തിട്ടില്ല. ട്രൈ ടു അണ്ടർസ്റ്റാൻഡ് മൈ ഫീലിംഗ്സ്. ഇപ്പോഴും നീയല്ലാതെ മറ്റൊരു പെണ്ണിനെ ഞാൻ ചിന്തിച്ചിട്ട് പോലുമില്ല. അത്രയ്ക്ക് ഡീപ്പായി നീ എന്റെ മനസ്സിൽ കയറിക്കൂടിഇരുന്നു.

ആദിയുടെ ഉമ്മ സന്തോഷത്തോടെ എന്നെ ഉറ്റുനോക്കി. അവരും ഈ ബന്ധത്തിൽ താല്പര്യപ്പെടുന്നുണ്ട്. ഞാനൊന്നും മറുപടി പറഞ്ഞില്ല കാരണം അവന്റെ അവസ്ഥ അതെനിക്കറിയാം. എനിക്കതിൽ വിഷമമുണ്ട്.പക്ഷേ ഏതാണ്ട് ഈ അവസ്ഥ തന്നെയാണ് എന്റെയും. അസ്ഥിക് പിടിച്ച പ്രണയം... പരിചയമില്ലാത്ത ഒരാൾ പല രാത്രികളിലും മനസ്സിന്റെ ആഴങ്ങളിൽ തൊട്ടുണർത്തി തരുന്ന മധുര സ്വപ്നങ്ങൾ, അയാളുടെ പ്രണയവും, ചുടുലാളനവും,ശാരീരികമായി എന്നെ കീഴ്പ്പെടുത്തുന്ന ഓരോ രംഗങ്ങളും, സ്വപ്നത്തിൽ ആണെങ്കിൽ പോലും അതിന്റെ നോവും, സുഖവും ഞാൻ അനുഭവിക്കാറുണ്ട്. ഞാൻ മറ്റൊരു പുരുഷനെ വിവാഹം ചെയ്താൽ പോലും ഒരുപക്ഷേ അയാൾ എന്നെ തൊടുമ്പോൾ അതെനിക്ക് ഫീൽ ചെയ്യാൻ എന്റെ സ്വപ്നത്തിൽ വരുന്ന ആൾ എന്നെ തൊടുന്ന പോലെയായേക്കാം. ഒന്നുമില്ലെങ്കിലും വിവാഹ ശേഷവും ഇത്തരം സ്വപ്നങ്ങൾ കണ്ടാൽ....അതൊക്കെ പേടിച്ചിട്ടാണ് ഞാൻ ഒരു വിവാഹത്തിന് മുതിരാത്തത്.

ആദിയുടെ ഉമ്മയോട് ഞാൻ പറഞ്ഞു.:"ആന്റി ഞാൻ ആദ്യം തിരുവനന്തപുരത്ത് പോയി ജോബ് റിസൈൻ ചെയ്തു റൂം ഒക്കെ വെക്കേറ്റ് ചെയ്ത് വരാം. ഞാൻ വരും.....അങ്ങനെ നോക്കണ്ട എനിക്ക് വരാതിരിക്കാൻ പറ്റുമോ? കണ്ടില്ല എന്ന് നടിക്കാൻ പറ്റുമോ...എന്റെ ഉപ്പാടെ ഈ അവസ്ഥ.. (ഞാനെന്റെ കാറിന്റെ കീ ആന്റി നേർക്ക് എടുത്തു നീട്ടി)

ദാ..ആന്റി കാറിന്റെ കി,ഞാൻ ട്രെയിനിൽ പൊയ്ക്കോളാം എനിക്ക് ഡ്രൈവ് ചെയ്യാൻ ഈ അവസ്ഥയിൽ കഴിയില്ല മൈൻഡ് കുറച്ച് ഡിപ്രെസെഡ് ആണ്.

അനൂപ് :"എന്ന പിന്നെ ട്രെയിൻ റെയിൽവേ സ്റ്റേഷനിലേക്ക് ഞാൻ ട്രോപ് ചെയ്യാ...

ഞാൻ :"അതിനു മുൻപ് എനിക്ക് ആദിയുടെ വാവേനെ ഒന്ന് കാണണം.എന്റെ ഒരു ഗിഫ്റ്റ് ഒന്നുമില്ലല്ലോ ആന്റി...."

ആന്റി :"ഗിഫ്റ്റ് ഒക്കെ അങ്ങ് നാട്ടിൽ വന്നിട്ട് നീ കൊടുത്താൽ മതി. പോയി കുഞ്ഞിനെ കണ്ടിട്ട് വേഗം തിരിച്ചുപോയി കാര്യങ്ങളൊക്കെ പെട്ടെന്ന് സെറ്റ് ആക്കി വാ."

ആദിയുടെ മോളെ കണ്ട്, അവന്റെ ഉമ്മയോടും ഭാര്യയോടും ഒക്കെ യാത്ര പറഞ്ഞതിന് ശേഷം റൂം വെക്കേറ്റ് ചെയ്ത് ഡിസ്ചാർജ് ബിൽ ഒക്കെ സെറ്റിൽ ചെയ്ത് അനൂപ് മുത്ത് റെയിൽവേ സ്റ്റേഷനിലോട്ട് യാത്രയായി.ടിക്കറ്റ് എടുത്ത് തന്ന് അവൻ പുറപ്പെട്ടു. അവനെ ഞാൻ തന്നെ പറഞ്ഞയച്ചതാണ്. അവന്റെ സാമീപ്യം എന്നെ വല്ലാതെ ബുദ്ധിമുട്ടിക്കുന്നുണ്ട്. പ്ലാറ്റ്ഫോമിൽ ആളുകൾ ഒഴിഞ്ഞിരിക്കുന്ന ഒരു സ്ഥലം നോക്കി അവിടെ കണ്ട ഒരു കാലി സീറ്റിൽ ഞാൻ ഇങ്ങനെ ഇരുന്നു. കുറച്ചുനേരം കണ്ണുകൾ അടച്ച് അവിടെ ബെഞ്ചിൽ ചാരിയിരുന്നു. സ്വപ്നമാണോ ഇല്ല്യൂഷൻ ആണോ എന്ന് എനിക്കറിയില്ല.. അതാ അദ്ദേഹം എന്റെ മുന്നിലൂടെ നടന്നുവരികയാണ്. ബ്രൗൺ പാന്റ് ചെക്ക് മജന്ത ഷർട്ട്. ആ വരവിൽ തന്നെയുണ്ട് വല്ലാത്തൊരു ജന്റിൽ ലുക്ക്. ഇത്തവണ വിട്ടുകളയരുത്. ഞാൻ അയാളുടെ അടുത്തേക്ക് ചെന്നു. ആവശ്യമല്ലെങ്കിൽ പോലും സമയം ചോദിച്ചു. അദ്ദേഹം ഒന്നും മിണ്ടിയില്ല പകരം റെയിൽവേ സ്റ്റേഷനിൽ എന്റെ നേരെ ഓപ്പോസിറ്റ് തൂക്കിയിട്ടിരിക്കുന്ന ക്ലോക്ക് ചൂണ്ടിക്കാട്ടി. എനിക്ക് അദ്ദേഹത്തോട് സംസാരിക്കണം ആയിരുന്നു പക്ഷേ ഞാൻ നാണം കെട്ടു. എന്തെങ്കിലും സംസാരിച്ചേ പറ്റൂ ഞാൻ അവിടെ നിന്നും മാറാതെ അദ്ദേഹത്തിന്റെ അടുത്തുതന്നെ നിന്നു. പെട്ടെന്നാണ് ട്രെയിൻ വന്നത് അദ്ദേഹം ആ ട്രെയിനിൽ കയറി. എനിക്കുള്ള ട്രെയിൻ ഇതല്ല എങ്കിലും ഞാൻ കൂടെ കയറി കാരണം ഇനിയും അയാളെ വിട്ടു കളയാൻ ഞാൻ തയ്യാറല്ല. അദ്ദേഹമിരിക്കുന്ന സീറ്റിന്റെ തൊട്ടു ഓപ്പോസിറ്റ് സീറ്റിൽ തന്നെ ഞാൻ ഇരിപ്പ് ഉറപ്പിച്ചു.

ഇപ്പോഴും എന്നെ നോക്കുന്നതേയില്ല.ചിന്തിച്ചു എത്ര നേരമായി ഞാൻ ഇങ്ങനെ ഇരിക്കുന്നു.എന്നെ മൈൻഡ് ചെയ്യുന്നതേയില്ല.സ്വപ്നമാണ് ഇതെങ്കി എന്തൊക്കെയാകും ഇപ്പൊ ഉണ്ടാവുക.ഞാൻ ഫോണിൽ നോക്കി ഇരിക്കുന്ന പോലെ തന്നെ ക്യാമറ ഓൺ ചെയ്തു. അയാൾ ഒരിക്കലെങ്കിലും എന്റെ മുഖത്തേക്ക് ഒന്ന് നോക്കുമോ എന്ന് പ്രതീക്ഷയോടെ. പെട്ടെന്നാണ്,അയാളുടെ കണ്ണുകൾ എന്റെ നേർക്ക് പതിഞ്ഞത്.ഞാൻ പൊടുന്നനെ പുഞ്ചിരിച്ചു.അയാൾ ഒന്നും മിണ്ടാതെ കണ്ണുകൾ അടച്ച് സീറ്റിൽ ചാരിയിരുന്നു..പിന്നെയും ഞാൻ നാണം കെട്ടതും, ഞാൻ എന്തെങ്കിലും ഒക്കെ സംസാരിക്കാൻ ശ്രമിച്ചുകൊണ്ടേയിരുന്നു. അയാൾ എന്നെ മൈൻഡ് ചെയ്യുന്നതേയില്ല. ഇത്രക്ക് ഗൗരവമോ?. എത്ര ചെറുപ്പക്കാരാ എന്റെ പുറകെ നടന്നദ്.അവരൊക്കെ ഫുള്ളി എവോയ്ഡ് ചെയ്ത ഞാൻ ഇവിടെ ഇങ്ങനെ നിങ്ങടെ പുറകെ ഇരിക്കുന്നത്.ഞാൻ എന്നോട് തന്നെ പറഞ്ഞു.എന്തായാലും ഇത്തവണ യൂണിവേഴ്സ് അത് എന്റെ കൈവിടില്ല.ഞാൻ വിടാതെ പുറകെ കൂടി. അയാൾക് ഇറങ്ങേണ്ട സ്റ്റോപ്പ് എത്തി. അയാളുടെ പുറകെ ഞാനും ഇറങ്ങി. സമയം സന്ധ്യ കഴിഞ്ഞു.എന്നാലും സാരമില്ല ഇയാളുടെ വീട് കണ്ടുപിടിക്കണം. കയ്യിൽ പിക്കുമുണ്ട്.ഇനി എല്ലാം ജിനി നോക്കിക്കോളും. ആ സമയത്ത് ഒരു പരിചയവും ഇല്ലാത്ത സ്ഥലത്ത് ചെന്ന് പെട്ട ഞാൻ അയാൾ അറിയാതെ തന്നെ അയാളെ വാച്ച് ചെയ്തു. റെയിൽവേ സ്റ്റേഷ നടുത്ത് പാർക്ക് ചെയ്ത അയാളുടെ ബൈക്ക് സ്റ്റാർട്ട് ആക്കി അയാൾ പോകുന്നതിനു പിന്നാലെ ഞാനൊരു ഓട്ടോ പിടിച്ചു വിടാതെ പിന്തുടർന്നു.ഇടവഴിയിലൂടെ ചെന്ന് പെട്ടത് ഒരു വീട്ടുമുറ്റത്താണ്. അയാൾ ഗേറ്റിനുള്ളിൽ വണ്ടി കയറ്റി. ഞാൻ ഓട്ടോക്കാരനോട് ഒന്ന് വെയിറ്റ് ചെയ്യാൻ പറഞ്ഞ് ഇറങ്ങിച്ചെന്നു നോക്കി.അയാൾ വീട്ടിലേക്ക് കയറിപോയി.ഞാൻ തിരിച്ചു ഓട്ടോയിൽ കയറി റെയിൽവേ സ്റ്റേഷനിൽ തന്നെ ഇറങ്ങി.ലേഡീസ് റൂമിൽ പ്ലാറ്റ്ഫോം ടിക്കറ്റും എടുത്ത് ഇരുന്നു.തീരെ ഉറങ്ങിയില്ല. രാവിലെ 7 മണി കഴിഞ്ഞിട്ടുണ്ട്.ഞാൻ റെയിൽവേ സ്റ്റേഷനു മുന്നിൽ നിൽക്കുമ്പോൾ, അയാൾ ബൈക്കുമായി അവിടെ പാർക്ക് ചെയ്യുന്നു. അപ്പോ സ്ഥിരം യാത്രകനാണ്...ജോലി സ്ഥലത്തേക്ക് ആകും..എനിക്ക് മനസ്സിലായി.എന്തായാലും ഞാൻ അയാളുടെ കണ്ണിൽപ്പെടാതെ

പോകാൻ തീരുമാനിച്ചു. പക്ഷേ നടന്നു നീങ്ങിച്ചെന്നു പെട്ടതും അയാളുടെ മുന്നിൽ തന്നെ. അയാൾ അടിമുടി എന്നെ ഒന്ന് തുറച്ച് നോക്കിയിട്ട് ഒറ്റ പോക്കാണ്. ഞാൻ വേഗം അടുത്ത കണ്ട ഓട്ടോയിൽ കയറി.എനിക്ക് ആ പ്രദേശം അത്ര പരിചയമല്ല. എനിക്ക് അവിടത്തെ സ്ഥലങ്ങളുടെ പേരുപോലും അറിയില്ല.എങ്കിലും രാത്രി കണ്ട വഴി കറക്റ്റ് പറഞ്ഞു കൊടുത്തു ഓട്ടോയിൽ അയാളുടെ വീടിനു മുൻപിലെത്തി.ഇവിടുന്ന് ഏതാണ്ട് 5 മിനിറ്റ് ദൂരമേ ഉള്ളൂ..വീടിനു മുൻപിൽ യൂണിഫോം ഒക്കെ ഇട്ട് രണ്ടു കുട്ടികൾ ഗേറ്റിനു മുൻപിൽ നിൽക്കുന്നു. കൂടെ ഒരു സ്ത്രീയും.അവരെന്നെ നോക്കി "ആരാ "..എന്ന മട്ടിൽ.ഞാൻ എന്റെ ഫോൺ എടുത്ത്, ഇന്നലെ എടുത്ത പുള്ളിക്കാരന്റെ പിക് കാട്ടി ചോദിച്ചു "ഇത്".....

കൂടെ നിന്ന് കൊച്ചു കുട്ടി ഉറക്കെ വിളിച്ചുപറഞ്ഞു:" ഉമ്മ ദാ ഉപ്പാടെ പോടോ ഫോട്ടോ"...

ഞാൻ ഞെട്ടി എഴുന്നേറ്റുകണ്ണുകൾ തുറന്നു.

ഹോ ഇതും സ്വപ്നമാണ്. ഞാൻ ചുറ്റും നോക്കി.ഞാൻ ആകെ വിയർത്തിരിക്കുന്നു. ഇത് റെയിൽവേ സ്റ്റേഷൻ തന്നെ.ഒന്ന് മയങ്ങിയപ്പോൾ കണ്ട സ്വപ്നമാണ്.എന്നാലും എന്ത് സ്റ്റുപ്പിയാണ് ഞാൻ ചെയ്തുകൂട്ടിയത്? ഇത്രക്ക് റിസ്ക് എടുക്കണോ അയാളെ കണ്ടപാടെ ഫോണിൽ ഒരു പിക്ക് എടുത്തിട്ട് ജിനിക്ക് സെന്റ് ചെയ്താ പോരായിരുന്നോ.അവൾക്ക് അറിയാതിരിക്കില്ലല്ലോ. ഇന്നലെ ഉറങ്ങാത്തതിന്റെ ക്ഷീണം...എന്നാലും റബ്ബേ അയാൾ കല്യാണം കഴിച്ച് കാണോ.ഇതുവരെ രൂപത്തിൽ ഒന്നും ഒരു മാറ്റവുമില്ല.സത്യത്തിൽ എത്ര വയസ്സായി കാണും?. അയാളും ഒരു പക്ഷേ എന്നെപ്പോലെ തന്നെ എന്റെ അവസ്ഥയിൽ ആയിരിക്കുമോ?. എന്നെ തിരയുകയാണോ .ആവോ.... അതോ കല്യാണവും കഴിഞ്ഞ് ഫാമിലി ഒക്കെയായി ജീവിക്കുന്ന ആളായിരിക്കുമോ?അല്ലാഹു ആലം.

ചെന്ന പാട് തിരുവനന്തപുരം ജോബ് ഡിസൈൻ ചെയ്തു അടുത്തത് കോട്ടേഴ്സ് ഒഴിവാക്കി. ഇനി എത്രയും പെട്ടെന്ന് നാട് പിടിക്കണം.എന്നിട്ട് ഉപ്പയെ കണ്ടു ചെയ്ത തെറ്റുകൾക്ക് മാപ്പ് പറഞ്ഞു,നല്ലൊരു സൈക്യാട്രിസ്റ്റിനെയും കണ്ടു....ഡോക്ടറെ കാണുന്നത് മുൻപ് ഒരിക്കൽ കൂടി ജിനി വീട്ടിൽ പോയി അവരുടെ സഹായത്തോടെ അയാളെ കണ്ടുപിടിക്കാൻ ശ്രമിക്കണം. ഇനി നാട്ടിൽ

തന്നെ സെറ്റിൽ ആകണം. അയാളും ഒരുപക്ഷേ എന്നെ വെയിറ്റ് ചെയ്യുകയാണെങ്കിൽ എത്രയും വേഗം കല്യാണം. അതല്ല തടസ്സങ്ങൾ ഉണ്ട് എ ങ്കിൽ ഇനിയുള്ള കാലം ഉപ്പയുടെ കൂടെ...പിന്നെ മറ്റൊരു ആഗ്രഹം കൂടി,അമ്മൂന്റെ കുഞ്ഞ്..അവനെ ഒന്ന് കാണണം.പൊന്നുമ്മാന്റെ മുഖം കണ്ടിട്ടില്ലാത്ത,,, എന്റേതുകൂടിയായ രക്തമാണ് അവൻ. ഇനിഎന്തിനാ വിവാഹം തുടർന്ന് ജീവിക്കാനും പ്രതീക്ഷിക്കാനും ആ കുഞ്ഞു പോരെ...

പടിപ്പുര വാതിൽ തുറന്നു.ശാന്തമായ ഒരു കാറ്റ്... ചിതറിക്കിടക്കുന്ന കരിയിലകൾ പാറിപ്പറന്നു.ഒരു നിമിഷം ഞാനെന്റെ കണ്ണുകൾ അടച്ചു ശേഷം കണ്ണുതുറന്നു നോക്കി. വാടിക്കരിഞ്ഞ പൂന്തോട്ടം. അലങ്കോലമായി കിടക്കുന്ന ഇറായം.ഓരോ ചുവടും നടന്നു നീങ്ങവേ, എന്റെ മുന്നിലൂടെ കളിച്ചു നടക്കുകയാണ് കുഞ്ഞു അബിയും അമ്മുവും കൂടെ ഒരു വടിയും കയ്യിൽ പിടിച്ച് ദേഷ്യപ്പെട്ടു നിൽക്കുന്ന ഉമ്മയും.എല്ലാം മായാജാല കാഴ്ചകൾ തിരികെ വരാത്ത ബാല്യം.ഉമ്മയുടെ ശകാരത്തിൽ കുട്ടികളെ ചേർത്തുപിടിച്ചു നിൽക്കുന്ന ഉപ്പ.എന്നാൽ ആയുപ്പയല്ല എനിക്കിപ്പോൾ ഇവിടെ കാണാൻ കഴിയുന്നത്.ചാരുക്കസേരയിൽ പിറുപിറുത്തുകൊണ്ട് കിടക്കുകയാണ് എന്റെ ഉപ്പ.എന്റെ കണ്ണുകൾ നിറഞ്ഞു... പൊട്ടിക്കരഞ്ഞു.വാർദ്ധക്യം ബാധിച്ച കണ്ണുകൾ മെല്ലെ തലതാഴ്ത്തി എന്നെ ഒന്ന് നോക്കി.കണ്ണടകൾ ഒന്ന് ചലിപ്പിച്ചുകൊണ്ട്. "ഞാനാണുപ്പ ". (ഇല്ല എന്ന മട്ടിൽ വലത്തേ കൈ ഉയർത്തിയിട്ട്) ഉപ്പ പറഞ്ഞു :"മക്കളും കെട്ട്യോളും ഒക്കെ എന്നെ വിട്ടു പോയി.പടച്ചവൻ കൊണ്ടുപോയി.ഇനി റൂഹ് പിടിക്കാൻ വരണ അസറായിലെ കാത്തു കിടക്കുന്ന വൃദ്ധനാണ് ഞാൻ.

ഞാൻ പൊട്ടിക്കരഞ്ഞുകൊണ്ട് പറഞ്ഞു.:" തെറ്റുപറ്റി പോയുപ്പ,ഞാൻ ഇനി ഉപ്പാനെ തനിച്ചാക്കി എങ്ങും പോകില്ല ഇത് എന്റെ വാക്ക്."

ഉപ്പ ഒന്നും മിണ്ടാതെ വിങ്ങിപ്പൊട്ടി അകത്തേക്ക് പോയി. ചുവരിൽ കൈകൾ വച്ച് ഏന്തി വലിച്ച് നടന്നു നീങ്ങവേ...ഞാൻ ചിന്തിച്ചു, എനിക്കൊരു അടി തന്നിരുന്നെങ്കിൽ എന്റെ മനസ്സിന്റെ ഈയൊരു

വേദന മാറിയേനെ. എനിക്കി കാഴ്ച കണ്ടു നിൽക്കാൻ കഴിയുന്നില്ല റബ്ബേ, ഞാൻ ഉപ്പയുടെ പുറകെ തന്നെ ചെന്നു. ഉപ്പ അടുക്കളയിൽ രണ്ടു പാത്രവും എടുത്ത് കഞ്ഞി വിളമ്പുകയാണ്.എന്നെ കണ്ടതും ഉപ്പ സ്വന്തം വേദനകൾ മറച്ചുകൊണ്ട് സന്തോഷമാണ് സങ്കടമാണോ എന്ന അവസ്ഥയിൽ പറഞ്ഞു:" വാ ഇവിടെ ഇരിക്ക് ഒരുപാട് ദൂരത്ത് നിന്ന് ഉപ്പാന്റെ മോൾ വന്നതല്ലേ. ഉപ്പാന്റെ കൈപ്പുണ്യം....കഴിച്ചു നോക്ക്..

ഞാൻ തോളിലെ ബാഗ് നിലത്തേക്ക് ഇട്ട് ഓടിച്ചെന്ന് ഉപ്പയെ കെട്ടിപ്പിടിച്ച് കരഞ്ഞു.ഉപ്പയും കരച്ചിലടക്കാനാകാതെ എന്നെ കെട്ടിപ്പിടിച്ച് കരഞ്ഞു. ഞാൻ ഉറക്കെ വിതുമ്പി കരഞ്ഞു.:" പടച്ചോനെ എന്തിന്റെ പേരിലാണെങ്കിലും സ്വർഗ്ഗം പോലത്തെ

ഈ കുടുംബത്തിന് അല്ലേ ഞാൻ ഇത്രയും കാലം ഓടിയളിച്ചത് എന്തിന് എന്നിട്ട് ഞാൻ എന്ത് നേടി എന്റെ കുടുംബം ഇങ്ങനെ ആയതിനും ഞാൻ ഉത്തരവാദിയാണ് മാപ്പ് താ റബ്ബേ. "

ഉപ്പ: സാരുല്ല്യാ ഉപ്പാന്റെ കുട്ടി കരയണ്ട.ഒന്നുമില്ലെങ്കിലും നല്ല നിലയിൽ എത്തിയില്ലേ.നമ്മൾ മനുഷ്യരല്ലേ...തെറ്റുകൾ പറ്റും..അതൊക്കെ പൊറുക്കാൻ ഉമ്മാക്കും ഉപ്പാക്കും കഴിയും.അതിലുപരി തെറ്റ് തിരുത്തി തിരിച്ചുവരുന്ന മോളെ സ്വീകരിക്കാൻ മുകളിലുള്ള ഒരാൾക്കും പറ്റും. പിന്നെ എല്ലാം നമ്മുടെ കയ്യിൽ ഇല്ലല്ലോ..മോള് കഴിക്ക് ഒരുപാട് പറയാനും ചോദിക്കാനും ഉണ്ട്.

ഞാൻ :"ശരിയാണ് എനിക്കും പറയാനുണ്ട് ഇനിയെങ്കിലും എന്റെ ഈ ഭാരം ഒന്നിറക്കി വയ്ക്കണം"

സാധാരണ ഉച്ചമയക്കം പണ്ടേ പതിവായിരുന്നു ഉപ്പയ്ക്ക്.ഞാനാണെങ്കിൽ ഈ തിരക്ക് പിടിച്ച ജീവിതരീതിയിൽ ഉറക്കത്തിനും വിശപ്പിനും ഒന്നും എന്റെ ജീവിതത്തിൽ വലിയ പ്രാധാന്യമൊന്നും കൊടുത്തിട്ടുമില്ല.പക്ഷേ ഇന്ന് ഞാൻ കാണുന്നത് ഉറക്കമില്ലാതെ അങ്ങോട്ടും ഇങ്ങോട്ടും തിരിഞ്ഞു നടക്കുന്ന ഉപ്പ.ഞാൻ മെല്ലെ അടുത്തേക്ക് ചെന്നിരുന്നു. ഒരുപാട് നാളുകൾക്കു ശേഷം ആ മുറിയിൽ കയറിച്ചെന്ന് കൊണ്ടാകാം.. ഒരു നിമിഷം മനസ്സൊന്നു പിടച്ചു.എന്റെ വിങ്ങൽ ഒളിപ്പിച്ചുവെച്ചു.ഞാനും അമ്മുവും പൊന്നുമ്മാന്റെ ചൂട് പറ്റിക്കിടക്കുന്നതും ഉമ്മയുടെ താരാട്ട് കേട്ട് ഉറങ്ങുന്നതും ഉപ്പയുടെയും ഉമ്മയുടെയും ഇടയിൽ കിടന്നു

കൊഞ്ചുന്നതും എല്ലാം മെല്ലെ ആ കട്ടിലിൽ തലോടിക്കൊണ്ട് ഓർത്തുപോയി.

ഞാൻ :"ഇന്നലെ ആദിയുടെ വൈഫിന്റെ ഡെലിവറി ആയിരുന്നു.യാദൃശ്ചികമായാണ് ഞാൻ അവനെ അവിടെവച്ച് കണ്ടത്. (ഞാൻ സ്വയം താഴ്ത്തി പറഞ്ഞു)വിവരങ്ങളൊക്കെ അവിടെവച്ചാണ് അറിഞ്ഞത്.ഉടൻ തന്നെ ജോലി റിസൈൻ ചെയ്തു ഇങ്ങോട്ട് തിരിച്ചു. ഉപ്പ മെല്ലെ കട്ടിലിൽ ഇരുന്നു.

ഉപ്പ : ആഗ്രഹിച്ചതൊക്കെ നേടിയില്ലേ ഡോക്ടറായി ജോലിയിൽ കയറി ഇനിയെങ്കിലും".....

ഞാൻ മൗനമായി

ഉപ്പ :" സത്യത്തിൽ എന്താ മോളെ നിന്റെ പ്രശ്നം. മോള് പറ.ഉപ്പാക്ക് എന്തും താങ്ങാനുള്ള കെൽപ്പുണ്ട് ഇപ്പൊ.എവിടെയാ നിനക്ക് പിഴവ് പറ്റിയത്. അതോ സഹിക്കാൻ കഴിയാത്ത വലിയ അനുഭവമോ വല്ല റാഗി ആരുടെയെങ്കിലും ഭാഗത്തുനിന്ന്, പഠിക്കാൻ പോയോടൊത്ത്ന്ന്?

" അങ്ങനൊന്നുമില്ല,എന്നെ ആരും ദ്രോഹിച്ചിട്ടില്ല.

മാനസികമായും വിവാഹം കഴിക്കാൻ ഒരു ബുദ്ധിമുട്ട് അത്രതന്നെ.എന്തോ മനസ്സ് സമ്മതിക്കുന്നില്ല. ഒരുപാട് പേർ ഇഷ്ടാണെന്ന് പറഞ്ഞു വന്നിട്ടുണ്ട് ഒന്നിനും ഒരു താല്പര്യം തോന്നിയിട്ടില്ല"

ഉപ്പ:"ആ...അത് പറഞ്ഞപ്പഴാ...പണ്ട് നിന്നെ എൻട്രൻസ് പഠിപ്പിച്ച ഒരു സാറില്ലേ... പ്ലസ്ടുവിന്.അയാളുടെ ആലോചന വന്നിരുന്നു. നീ ഡൽഹിക്ക് പോയ സമയത്ത്.നല്ല താൽപര്യം ആയിരുന്നു ഉമ്മാക്. (ഉപ്പ ചിരിച്ചുകൊണ്ട് പറഞ്ഞു)ആൾക്ക് നിന്നോട് ഒരു ഇഷ്ടം ഉണ്ടായിരുന്നത്രെ. പഠിക്കണ കാലത്ത് നീ എന്തോ സംശയം ക്ലാസിൽ ചോദിച്ചെന്നോ, അതിനുശേഷം നിന്നോട് ഇഷ്ടം തോന്നിത്തുടങ്ങി.പക്ഷേ നീ അയാളുടെ വിദ്യാർത്ഥി ആയതുകൊണ്ട്, നിന്റെ നല്ല ഭാവി ചിന്തിച്ചിട്ടും അയാളപ്പോ അത് മറച്ചുവെച്ചു.. നീ ഇവിടുന്ന് തെറ്റിപ്പോയതൊന്നും ആരോടും ഞങ്ങൾ പറഞ്ഞില്ല ഇപ്പോ കല്യാണം നടത്താൻ ഉദ്ദേശിക്കുന്നില്ല എന്ന് കള്ളം പറയേണ്ടി വന്നു. നിന്നെ കുറ്റപ്പെടുത്താൻ ഞങ്ങൾക്ക് കഴിയില്ല മോളെ...

(ഞാൻ ഒന്നാലോചിച്ചുകൊണ്ട് ചിരിച്ചു) "അന്നത്തെ ഓരോ പൊട്ടത്തരങ്ങൾ..."..

ഉപ്പ :"ആട്ടെ,എന്ത് ചോദ്യാ അന്ന് നീ ചോദിച്ചേ"..?

ഞാൻ :"ആ....അതൊന്നും ഇപ്പോൾ ഓർമ്മയില്ല".

ഉപ്പ :"അയാൾ എന്നിട്ടും മൂന്ന് നാല് വട്ടം ഇങ്ങോട്ട് വന്നു.പിന്നെ ആളുടെ വീട്ടുകാർക്ക് തിരക്കായിരുന്നു ഇനി വെയിറ്റ് ചെയ്യാൻ പറ്റില്ല.എന്നും പറഞ്ഞ് അയാളെ ഇതിൽ നിന്നും എങ്ങനെയൊക്കെയോ പിന്തിരിപ്പിച്ചു.

ഞാൻ :"അതൊക്കെ പോട്ടെ ഉപ്പ.അമ്മൂന്റെ കുഞ്ഞ്"....

ഉപ്പ :"അതിനൊന്ന് കാണണമെന്നുണ്ട് മോളെ.ഒരു കാര്യം പറഞ്ഞാൽ മോള് എതിര് പറയൊ "..

ഞാൻ :"പറ ഉപ്പ.... "(ഞാൻ എന്റെ കൈകൾ ഉപ്പാടെ കൈകളിൽ ചേർത്ത് പിടിച്ചു.)

"അമ്മുവിന്റെ ഭർത്താവിന് അവരുടെ വീട്ടുകാര് വേറെ വിവാഹം ആലോചിക്കുന്നുണ്ട്. മോൾ തയ്യാറാണെങ്കിൽ"...

ഉപ്പ ബാക്കി പറയാതെ എന്റെ മുഖത്തേക്ക് ഒന്ന് നോക്കി തലതാഴ്ത്തി.

ഞാൻ :" എന്താണ് ഉപ്പ അമ്മു എന്റെ അനുജത്തി അല്ലേ...അവളുടെ ഹസ്ബൻഡ് എന്ന് പറഞ്ഞാൽ എന്റെ ബ്രദർ അല്ലേ...എന്റെ അനിയത്തിയുടെ ഭർത്താവിനെ ഞാൻ ആ രീതിയിൽ എങ്ങനെ കാണും?.

ഉപ്പ :"പിന്നെ നമ്മൾ എന്ത് ചെയ്യും.കുഞ്ഞിന്റെ ഭാവി വേറൊരാൾ വന്നാൽ.....

ഞാൻ :"കുഞ്ഞിനെ നമുക്ക് നോക്കാം.അയാൾ വേറെ കെട്ടിക്കോട്ടെ സാരമില്ല. ഇടയ്ക്കിവിടെ വന്നു കുഞ്ഞിനെ കാണാലോ.. എപ്പോ വേണമെങ്കിലും"...

ഉപ്പ :" അപ്പോഴും നീ കെട്ടാൻ ഉദ്ദേശിക്കുന്നില്ല. മറ്റൊരു പെണ്ണ് അവന്റെ ജീവിതത്തിൽ വന്ന ആ കുഞ്ഞ് അവർക്ക് ഒരു ഭാരമായി.....പെറ്റമ്മയോളം വരില്ലല്ലോ പോറ്റമ്മ.ഒരു പക്ഷേ.... നീ ഇങ്ങനെ കല്യാണം കഴിക്കാതെ നിൽക്കാൻ തോന്നിയതും പടച്ചവൻ ഇങ്ങനെയൊക്കെ ഉദ്ദേശിച്ചു കൊണ്ടാകും."

ഞാൻ എന്നോട് തന്നെ പുച്ഛരിച്ചു ചിരിച്ചു.സംസാരിച്ചു സമയം പോയതറിയില്ല സമയം നാലുമണി ആയി. ഞാൻ കട്ടൻ ഉണ്ടാക്കാൻ

അടുക്കളയിലേക്ക് പോയി. ചായ ഇട്ടു കഴിഞ്ഞപ്പോഴാണ് ഉമ്മ താരോ വന്നിരിക്കുന്നു ശബ്ദം കേൾക്കുന്നത് ഞാൻ ഗ്യാസ് ഓഫാക്കി അങ്ങോട്ട് ചെന്നു.

അയൽവാസികൾ ഒക്കെ എത്തിയിട്ടുണ്ട്. ഉമ്മയുടെ സഹായിയായ ആയിഷയും,എല്ലാവരും ഉണ്ട്.എന്നെ കണ്ടതും ഐഷാത്ത ഓടിവന്ന് കെട്ടിപ്പിടിച്ചു.

ഞാൻ ചോദിച്ചു :"എങ്ങനെ അറിഞ്ഞു ഞാനിവിടെ എത്തിയത്".

ഐഷാത്ത :" വടക്കേലെ ഷംന (ആദിയുടെ ഉമ്മ)

പറഞ്ഞു.കഴിഞ്ഞദിവസം വിളിച്ചിരുന്നു.മരുമോൾ പ്രസവിച്ച വാർത്ത പറയുന്ന കൂട്ടത്തിൽ... മോളെ കണ്ടു നീ ഇങ്ങോട്ട് പുറപ്പെട്ടിട്ടുണ്ട്...പിന്നെ അവരൊക്കെ നാളെ ഡിസ്ചാർജ് ആയി എത്തും എന്നു പറഞ്ഞിരുന്നു.

കൂടെ വന്നവർ പറഞ്ഞു:" ക്കു ഒരു മാറ്റവുംഇല്ല.ഇവിടെ നിന്ന് പോയ പോലെ തന്നെ. ഞങ്ങടെ മടീൽ കിടന്നു വളർന്ന കൊച്ചാണ്. ഒപ്പം കളിച്ച വളർന്ന കുട്ടികൾ ഒക്കെ കെട്ടി രണ്ടും മൂന്നും മക്കളായി തള്ളച്ചികളായി.ഇനിയെന്നാ മോളെ നിന്റെ കല്യാണം.എന്നാലും ഞങ്ങളെയൊക്കെ മറന്നിട്ട് നീ എങ്ങോട്ടാ പോയത്..."

ഞാൻ തലതാഴ്ത്തി നിന്നു.അല്പസമയം കഴിഞ്ഞ് തുടർന്നു :"പഠിത്തം കഴിഞ്ഞ് ഇങ്ങോട്ട് വരാൻ മടിച്ചു നിൽക്കുമ്പോൾ ആണ് കൂട്ടുകാരി തിരുവനന്തപുരത്തേക്ക് വിളിച്ചത്.അവിടെ അവളുടെ പപ്പ എനിക്ക് മെഡിക്കൽ കോളേജിൽ ജോലി വാങ്ങിത്തന്നു. അങ്ങനെ അവിടെ സെറ്റിലായി. "

ഞാൻ അകത്തേക്ക് പോയി എല്ലാവർക്കും കാപ്പിയിട്ടു കൊണ്ടുവന്നു കൊടുത്തു.

ഉമ്മറത്ത് പഴയപോലെ ബഹളവും കൂട്ടച്ചിരി...

ഞാൻ മെല്ലെ നോക്കി ഇനി അടുത്തത് ആരാവോ...

ഉപ്പാന്റെ ചങ്ങാതിമാർ എത്തിയിട്ടുണ്ട്.അവരവിടെ എന്തൊക്കെയോ പറയുന്നുണ്ട്.ഉപ്പ ഒന്ന് ഉഷാറായിട്ടുണ്ട്.

കൂട്ടത്തിൽ ഒരാൾ :"മോൾ വന്നല്ലോ....കവലയിലെ ബസ് ഇറങ്ങുന്ന കണ്ടോരു പറഞ്ഞു..."

മറ്റൊരാൾ :"ഇനി ഇവിടെ തന്നെ ചെറിയൊരു ആശുപത്രി തട്ടിക്കൂട്ടികൊടുക്കാൻ നോക്ക്.പഠിപ്പും കഴിഞ്ഞു കുറച്ചു കാലം നല്ല

ആശുപത്രി ജോലിയൊക്കെ ചെയ്ത് പ്രാക്ടീസ് ആയില്ലേ.. ഒരു ഡോക്ടർ ചെക്കനെയും കെട്ടി ഇവിടെ തന്നെ കൂടാൻ പറ മോളോട്."

വേറൊരാൾ പറഞ്ഞു :"മുല്ലക്കലെ റഹീമിന്റെ മോൻ ഡോക്ടർ അല്ലേ..ഒന്ന് തിരക്കിയാലോ, "

ഉപ്പ ഒന്നും മിണ്ടിയില്ല ശേഷം പറഞ്ഞു

:"ഞാനിപ്പോ വരാം.. "

എന്തോ മറന്ന് വെച്ച പോലെ ധൃതിപിടിച്ച് ഉപ്പ അകത്തേക്ക് വന്നു.

നാട്ടിലെ പ്രമാണിമാർ വന്നതോടെ അയൽവക്കത്തെ സ്ത്രീകൾ ചായകുടിച്ച പാതി കുടിക്കാത്ത പാതി അവിടെ നിന്നും പോയി. ഉപ്പ അകത്തു പോയി ആർക്കോ ഫോൺ ചെയ്തു തിരിച്ചു വന്ന്,

ഉമ്മറത്ത് പോയി ചോദിച്ചു

"മുഷിഞ്ഞോ ".....

ഉപ്പ:" ഞാനേ ഇളയമോളുടെ കെട്ടോ വിളിച്ചതാ...അവരിപ്പോൾ നാട്ടിലുണ്ട്.

അവന് കല്യാണ തിരക്കാണ്.പെണ്ണടെ കൂട്ടത്തിൽ അവനും നോക്കുന്നുണ്ട്.ഞാൻ മോള് വന്ന വിവരം വിളിച്ചുപറഞ്ഞു.നാളെ ഇങ്ങു എത്താന്ന് പറഞ്ഞിട്ടുണ്ട്."

കൂട്ടത്തിൽ ഒരാൾ പറഞ്ഞു:" അവന്റെ കല്യാണാലേ...അപ്പൊ കുട്ടിയുടെ കാര്യത്തിൽ തീരുമാനം..."

ഉപ്പ :" ഒന്നും പറഞ്ഞിട്ടില്ല,മോള് അവനെ ഇങ്ങു കൊണ്ടുവരണമെന്ന് പറയാനുണ്ട്.

മറ്റൊരാൾ :"അല്ല നിന്റെ മോള് കെട്ടിയിട്ടൊന്നുമില്ലല്ലോ...എന്തായാലും ഒന്ന് വേണ്ടേ.. അവൾ ആണെങ്കിൽ പിന്നെ കുട്ടിയുടെ കാര്യത്തിൽ വേണ്ടല്ലോ".

ഉപ്പ :"ഞാൻ അത് അവളോട് പറഞ്ഞു നോക്കിയത്ദാ അവക്കി ബന്ധത്തിൽ താൽപര്യമില്ല. "

സുഹൃത്തുക്കൾ ഉപ്പാനെ ശകാരിച്ചു :"പിന്നെ ഏതു ബന്ധത്തിലാ അല്ലേലും നിന്റെ കുട്ടി താല്പര്യ കാട്ടിയിട്ടുള്ളത്. വല്ല പ്രേമമോ മറ്റോ ഉണ്ടായിരുന്നെങ്കിൽ നടത്തിക്കൊടുക്കായിരുന്നു. ഇതിപ്പോ ഒന്നും കുട്ടി അങ്ങ് വിട്ടു പറയുന്നുമില്ല..ആട്ടെ എന്താ ഇപ്പോൾ അവളുടെ അവസ്ഥ

ഉപ്പ :"എന്ത് പറയാൻ..അവൾ പിടിച്ച മുയലിന് മൂന്ന് കൊമ്പ്".

എല്ലാവരും മൗനമായി അങ്ങനെ ഇരുന്നു.മഗ്രിബ് നിസ്കാരമായി ഉപ്പ കൂട്ടുകാരുടെ കൂടെ നാളുകൾക്കു ശേഷം നമസ്കരിക്കാൻ പോയി.

പോകാൻ നേരം കൂട്ടത്തിൽ ഒരാൾ എന്നോട് പറഞ്ഞു.

കുറേയായിട്ട് ഞങ്ങളുടെ കൂടെ നടക്കാനോ നമസ്കരിക്കാൻ കൂടെ ഒന്നുമില്ല.ആള് ഒറ്റക്കാണ്. ഇനി വേണം പഴയതുപോലെ ഒന്ന് ആക്കി എടുക്കാൻ.

നിസ്കാരത്തിൽ മുഴുകി ശേഷം ഉമ്മയ്ക്കും അനിയത്തിക്കും വേണ്ടി പ്രാർത്ഥിച്ചു ഉപ്പയ്ക്ക് ഇത്തിരി കഞ്ഞിയും പുഴുക്കും ഉണ്ടാക്കി ഉപ്പയെയും കാത്തിങ്ങിനെ ഇരുന്നു.ഒരുപക്ഷേ ഇശാ കൂടി കഴിഞ്ഞിട്ട് ആകും ഉപ്പ വരാ.ഫോൺ ഒന്നും അങ്ങനെ ഉപയോഗിക്കാൻ നേരമില്ലായിരുന്നു.ഇപ്പോ വെറുതെ ഇരുന്നപ്പോൾ തോന്നി ഫേസ്ബുക്ക് ഒക്കെ ഒന്ന് എടുത്ത് പുള്ളിനെ ഒന്ന് തിരഞ്ഞ് നോക്കായിരുന്നു.പക്ഷേ എന്തു പറഞ്ഞുനോക്കും മരമണ്ടി പേരറിയില്ല ജോലി അറിയില്ല ഞാൻ ഇങ്ങനെ ആലോചിച്ചിരിക്കുമ്പോൾ ഉപ്പ കയറിവരുന്നത്.ഉപ്പ ഉമ്മാടെ അമ്മൂമ്മയുടെ കബറി പോയി ദുആ ചെയ്തു, അത് താമസിച്ച്. പഴയപോലെ പോക്കറ്റിൽ നിന്ന് എന്തോ ഒരു ചോക്ലേറ്റ് എടുത്തു തന്നു. ഞാൻ ചിരിച്ചുകൊണ്ട് അതുമായി അടുക്കളയിലേക്ക് പോയി.ഉപ്പയ്ക്ക് ഭക്ഷണം എടുക്കാൻ..ഉപ്പയ്ക്ക് എന്നും മക്കൾ കുഞ്ഞു മാലാഖമാർ തന്നെ.എന്തായാലും എന്റെ ബുദ്ധി അതൊരു റോക്കറ്റ് ആണ്. ഒരറിവും ഇല്ലാത്ത ഒരാളെ കണ്ടുപിടിക്കാൻ ഫേസ്ബുക്കും എടുത്ത് യുറെക പറഞ്ഞ് ആഹ്ലാദിച്ചിരുന്ന ഞാൻ..ചിരിച്ചുപോയി ഓർത്തപ്പോ.

:"എന്താ മോളെ ആലോചിച്ചു ചിരിക്കുന്നത് ".

ഞാൻ :"ഒന്നല്ലപ്പാ ഭക്ഷണ വിളമ്പട്ടെ"

ഉപ്പ :"അആഹ് ".....

രാത്രി ഭക്ഷണശേഷം ഞാനെന്റെ മുറിയിലോട്ടു കടന്നുചെന്നു. പഴയ ഓർമ്മകൾ എന്നിൽ അലയടിച്ചു ഉയർന്നുപൊങ്ങി.എന്റെ പ്രൈവറ്റ് സ്പേസ്. എത്രകാലമായി....ഇവിടെ ഒറ്റയ്ക്കിരിക്കാൻ അമ്മു സമ്മതിക്കില്ലായിരുന്നു. എപ്പോഴും ചിലച്ചുകൊണ്ട് എന്നെയും ചുറ്റി നടക്കും. ഞങ്ങളുടെ ഇണക്കങ്ങളും പിണക്കങ്ങളും എല്ലാം ഞാൻ ഓർത്തുപോയി... മെല്ലെ എന്റെ കട്ടിലിൽ കിടന്നു. ആദ്യമായി അദ്ദേഹം സ്വപ്നത്തിൽ വന്നതും,അന്നേരത്തെ കാഴ്ചയും എന്റെ

കണ്ണുകളിലൂടെ മിന്നി മറയുന്നു.എല്ലാം ഇന്നലെ കഴിഞ്ഞ പോലെ.ഓർക്കുന്തോറും എന്റെ ഹൃദയം വല്ലാതെ പിടയ്ക്കുന്നു.വല്ലാത്തൊരു കുളിർക്കാറ്റ് അനുഭവപ്പെടുന്നുകൊണ്ട്. ഞാൻ മെല്ലെ ഉറക്കത്തിലൂടെ മായാലോകത്തേക്ക് ഒഴുകിയെത്തുന്നു ഒരാളെ മാത്രം പ്രതീക്ഷിച്ചുകൊണ്ട്.എങ്ങുനിന്നു ഒരു കുളിർക്കാറ്റ് ഇമകളെ തൊട്ട് തലോടുന്ന നേരം ഞാൻ മൂളി രണ്ടു വരി.

ഈ മകളാൽ തഴുകിയെൻ
മനതാരിലാർദ്രമായ്...
താപമാണ് നീ....വീണ്ടും,
ഋതുമേനി തഴുകി ഉണർത്തുവെങ്കിൽ
അധരങ്ങൾ പൊഴിഞ്ഞിടാം
മധുരം, ഈറനാം അമൃതം.

പ്രതീക്ഷിച്ച പോലെ തന്നെ അയാളെന്റെ നെറ്റിയിൽ തലോടി ചുംബിച്ചു.ശേഷം സ്വപ്നത്തിന്റെ മായാലോകത്തേക്ക് എന്നെ കൈപിടിച്ച് കൊണ്ടുപോയി. ഇപ്പോൾ ഞാൻ നിൽക്കുന്നത് എന്റെ വീടിന്റെ പടിക്കൽ ആണ്. മുറ്റത്തൊരു കാർ വന്നു നിൽക്കുന്നുണ്ട്. എന്റെ തൊട്ടടുത്ത് നിന്നിരുന്ന അദ്ദേഹം ഓടിച്ചെന്ന് കാറിന്റെ അടുക്കൽ ചെന്ന് അ ടൂർ ഒന്ന് തുറന്നു. വണ്ടിയിൽ നിന്നും ഇറങ്ങി വന്നത് മരിച്ചു പോയ കുറെ ആത്മാക്കൾ എന്റെ ഉമ്മാന്റെ, അനുജത്തി ടെ വല്ലിപ്പ, വല്ലിമ്മ പിന്നെ ഞാനിതുവരെ കണ്ടിട്ടില്ലാത്ത എന്റെ ഉപ്പാന്റെ ഉമ്മ ഉപ്പ ഇവരുടെയൊക്കെ ആത്മാക്കൾ. ഇവരെയൊക്കെ നല്ലപോലെ കാണാൻ കഴിയുന്നുണ്ടെങ്കിലും ജീവിതത്തിൽ ഒരിക്കലും കണ്ടിട്ടില്ലാത്ത ഉപ്പാന്റെ ഉമ്മയെയും ഉപ്പയെയും ഒരു മിന്നായം പോലെ കാണാൻ കഴിയുന്നുള്ളൂ...മാത്രമല്ല എന്റെ മുൻഗാമികൾ ആരൊക്കെയോ ഉണ്ട്. കൂട്ടത്തിൽ.അവരൊക്കെ എന്റെ ചാരത്ത് വന്ന് എന്നെ അനുഗ്രഹിച്ചു. കാരണം ഞാൻ ഗർഭിണിയാണ് ഉമ്മ പറഞ്ഞു . "നിന്റെ ഉള്ളിലെ ഈ മോൻ അവനാണ് നിനക്കിനി എല്ലാം"". മോനെ നല്ലോണം നോക്കിക്കോണേ "(അമ്മു വും എന്നോട് വിളിച്ചുപറഞ്ഞു).എല്ലാവരും വെള്ളവസ്ത്രമാണ് സന്തോഷം കൊണ്ടോ സങ്കടം കൊണ്ടോ എന്റെ കണ്ഠമിടറി.കുറച്ചുനേരം പകച്ചു പോയി.അവർ തിരിച്ച് വന്ന വണ്ടിയിൽ തന്നെ കയറി, കൂട്ടത്തിൽ

അദ്ദേഹവും അവരെ തിരികെ ആത്മാക്കളുടെ ലോകത്തേക്ക് കൊണ്ടുവിടാൻ കയറുന്നു. ഞാൻ പെട്ടെന്ന് വിളിച്ചു പറഞ്ഞു."ഞാനും ഉണ്ട്.,അവിടംവരെ..അത്രനേരം എനിക്ക് എന്റെ ഉമ്മാടെ കൂടെപ്പിറപ്പിന്റെയും ഒപ്പം ഇരിക്കാല്ലോ". അവർ പറഞ്ഞു "എങ്കിൽ വേഗം കേറി വാ......പുലരും മുൻപേ അങ്ങ് എത്തണം അതാണ് നിയമം ".വളരെ വേഗത്തിൽ തന്നെ വണ്ടി ചീറിപ്പാഞ്ഞ് ചിതറി ആകാശത്തിലേക്ക് പറന്നുയർന്നു. അതൊരു അത്ഭുത കാഴ്ച തന്നെ.

വണ്ടിയിൽ ഇരുന്നു കൊണ്ട് ഉമ്മ ചോദിച്ചു :"മോളെ ഈ ചെറുപ്പക്കാരന് വേണ്ടിയാണോ നീ ഇത്രയും കാലം കാത്തിരുന്നത്.തെറ്റ് പറയാൻ ഇല്ല നല്ല പയ്യനാട്ടോ...കാഴ്ചയിലും സ്വഭാവത്തിലും ഉമ്മക്ക് ഇഷ്ടായി."

അമ്മു :"താത്ത നിനക്ക് ഞാനൊരു സമ്മാനം കാത്തു വച്ചിട്ടുണ്ട്,എന്താന്നറിയോ എനിക്ക് പകരം വയ്ക്കാൻ ഞാനൊരു കുഞ്ഞിനെ നിന്റെ കയ്യിൽ ഏൽപ്പിച്ചിട്ടുണ്ട്.പൊന്നുപോലെ നോക്കണം നമ്മളെ നമ്മുടെ ഉമ്മ വളർത്തിയ പോലെ. "

ഞാൻ ചിന്തിച്ചു ഞാൻ ഗർഭിണിയാണ് പക്ഷേ എന്റെ കല്യാണം കഴിഞ്ഞിട്ടില്ല മൊത്തത്തിൽ കൺഫ്യൂഷൻ ഒന്നും ഓർത്ത് കിട്ടുന്നില്ല പിന്നെ ഏത് കുഞ്ഞിന്റെ കാര്യ ഇവളെ പറയുന്ന എന്റെ വയറ്റിൽ ആൺകുട്ടിയാണ് എന്നൊക്കെ ഇവർക്ക് എങ്ങനെ അറിയാം.

ഞാൻ വണ്ടിയോടിച്ചു കൊണ്ടിരിക്കുന്ന അദ്ദേഹത്തോട് ചോദിച്ചു :"അല്ല നമ്മുടെ കല്യാണമൊക്കെ കഴിഞ്ഞോ..എപ്പോ "അയാളും ഒന്നും മിണ്ടാതെ ചിരിച്ചു.

എനിക്കൊരു എത്തും പിടിയും കിട്ടുന്നില്ല.അപ്പോഴേക്കും അവരുടെ ലോകം എത്തി.എന്നെ ഒരു വട്ടം പോലും തിരിഞ്ഞു നോക്കാതെ അവർ വിദൂരതയിലേക്ക് പോയി മറഞ്ഞു.എന്റെ ചോദ്യങ്ങൾക്കൊന്നും ഉത്തരം കിട്ടാതെ ഞാൻ ആ വണ്ടിയിൽ തന്നെയിരുന്നു.വണ്ടി ഒരുപാട് വേഗത്തിൽ തന്നെയാണ് താഴേക്ക് കുതിച്ചു പായുന്നത്. പുകച്ചുരുളികൾ ക്കുള്ളിലൂടെ ഒരു ഉല്ലാസയാത്ര പോലെ തോന്നിയെങ്കിലും ആ ഒരു സാഹചര്യത്തിൽ ഞാനാകെ ഭയന്ന് വിറച്ചു.ഞാൻ വിളിച്ചു പോയി നിർത്തൂ, നിർത്തുവോ..പതുക്കെ പോകു..ആര് കേൾക്കാൻ.സത്യത്തിലിപ്പോ പുള്ളിക്കാരന്റെ കൺട്രോളിൽ അല്ല വണ്ടി ഓടുന്നത്. അദ്ദേഹം അവിടെ

ബോധമില്ലാതെ കിടക്കുന്നു.ഞാനാകെ ഭയന്ന് പോയി. ഇനിയെന്ത് ചെയ്യും എങ്ങിനെയൊക്കെയോ അദ്ദേഹത്തിന് സീറ്റിൽ നിന്നും മാറ്റി കിടത്തി പകരം ഞാൻ ആ സീറ്റിൽ വലിഞ്ഞു കയറിയിരുന്നു. ബ്രേക്ക് പിടിച്ചു ഓടിക്കാൻ തുടങ്ങിയതും വണ്ടി ഭൂമിയിലേക്ക് പതിഞ്ഞുകഴിഞ്ഞു. ചിന്നി ചിതറിയോടുന്ന വണ്ടി നേരെ ഒരു വാഴത്തോപ്പിലൂടെ എല്ലാം നശിപ്പിച്ച് പാഞ്ഞു...വണ്ടി ഭൂമിയിൽ പതിച്ച സമയം നേരം പുലർന്നിരിക്കുന്നു. ഞാൻ പുറകിലോട്ടും സൈഡിലോട്ടുമൊക്കെ നോക്കി ,വണ്ടിയുടെ ഡോറുകൾ ഒക്കെ പൊട്ടി എങ്ങോട്ടോ തെറിച്ചു വീണിട്ടുണ്ട്.അദ്ദേഹം വണ്ടിയിൽ ഇല്ല എവിടെയോ വഴിയിൽ വീണിരിക്കുന്നു. എന്ത് ചെയ്യണം എന്നറിയാതെ ഞാൻ സ്റ്റിയറിങ് പിടിച്ചങ്ങനെ നോക്കുമ്പോൾ വലിയൊരു വലിയ കുഴി . ബ്രേക്ക് പിടിക്കുന്ന മുമ്പേ വണ്ടി നേരെ ആ കുഴിയിൽ വീണു. അതൊരു പാതാള ലോകമാണെന്ന് തോന്നുന്നു.ഇംഗ്ലീഷ് ചിത്രം പോലെ സെന്റർ ഓഫ്ദി ഏർത്.അവിടെ വണ്ടി നിലം പതിച്ചതും ഞാൻ ആകെ പേടിച്ചുപോയി.എന്റെ വയറിൽ പൊത്തിപ്പിടിച്ചിരുന്നു. ഉള്ളിലെ കുഞ്ഞ് സുരക്ഷിതയാണെന്ന് ഉറപ്പിച്ചുകൊണ്ട്.ഭാഗ്യം എനിക്കൊന്നും പറ്റിയില്ല.പക്ഷേ ഞാൻ വീണ്ടും ആശയക്കുഴപ്പത്തിലാണ്.ഇപ്പോൾ എന്റെ വയറ്റിൽ കുഞ്ഞില്ല. അതെവിടെ പോയി.വയർ പഴയ രീതിയിൽ ആയിരിക്കുന്നു. അതാ..സീറ്റിൽ ഒരു കൈക്കുഞ്ഞ്...റബ്ബേ ഞാൻ പ്രസവിച്ചു. എനിക്ക് ഡെലിവറി പെയിൻ ഒന്നുമുണ്ടായിരുന്നില്ല.വണ്ടിയിൽ നിന്നും കുഞ്ഞിനെ വാരിപ്പുണർന്നു ശൂന്യമായ ആ വഴികളിലൂടെ അതിനെ ചേർത്തുപിടിച്ചു ഞാൻ അങ്ങോട്ട് എങ്ങോട്ടെന്നില്ലാതെ നടന്നു. തികച്ചും വ്യത്യസ്തമായ വഴികൾ,അദ്ദേഹം വരും.എന്നെ കുഞ്ഞിനെ രക്ഷിക്കും തീർച്ച.തിരിച്ചു പോകാൻ കഴിയില്ലെങ്കിൽ ഞങ്ങൾ ഇവിടെ ജീവിക്കും അദ്ദേഹം കൂടെയുണ്ടെങ്കിൽ.

പെട്ടെന്നാരോ എന്നെ തട്ടി വിളിച്ചു.എന്റെ കണ്ണുകൾ തുറന്നു.വല്ലാത്തൊരു സ്വപ്നം തന്നെ.ഞാൻ ക്ഷീണിച്ചുകൊണ്ട് കണ്ണ് തിരുമ്മി നോക്കി ഉപ്പ അതാ എന്റെ മുന്നിൽ ഇരിക്കുന്നു.ഉപ്പ :" എന്തു ഉറക്കമാണിത് സുബ്ഹി ബാങ്ക് കൊടുത്ത കേട്ടില്ലേ ".

:"ഞാൻ ആകെ ക്ഷീണതയാണ് വല്ലാത്ത തളർച്ച എന്താന്നറിയില്ല ഉപ്പാ...കിടന്നതും ഉറങ്ങിപ്പോയി.പിന്നെ ഒരു ലോഗവുമില്ല,നേരം വെളുത്തത് അറിഞ്ഞില്ല...കുറേക്കാലായില്ലേ ഈ ഓട്ടപ്പാച്ചിൽ."

നമസ്കാരശേഷം ദുആ ചെയ്ത് പതിയെ സ്വരം താഴ്ത്തിക്കൊണ്ട് ഞാൻ പടച്ചവനോട് പറഞ്ഞു.ഇതെന്താ റബ്ബേ ഇത്ര വിചിത്രമായ സ്വപ്നം. നിശ്ചയം എല്ലാം അറിയുന്നവൻ നീയാണ്.പ്രഗ്നന്റ് ആകുന്നത് സ്വപ്നം കണ്ടാൽ എന്തോ വലിയൊരു ദൗത്യം ദൈവം ഏൽപ്പിക്കുന്നതാണ് എന്ന് പണ്ട് സ്വപ്നവ്യാഖ്യാനത്തിലൂടെ വായിച്ചിട്ടുണ്ട്. എന്തോ..ഇതിന്റെ ഒക്കെ രഹസ്യങ്ങളും എല്ലാം നിനക്കല്ലാതെ മറ്റാർക്കും അറിയില്ല.എത്രയെത്ര സൈക്കോളജിസ്റ്റ് ഞാൻ കണ്ടു കൺസൾട്ട് ചെയ്തു നോക്കി എനിക്ക് തക്കതായ ഒരു ഉത്തരം കിട്ടിയില്ല. ഒന്നറിയാം എന്തോ ഒരു വലിയ ദൗത്യം എനിക്ക് നീ ഏൽപ്പിച്ചു തന്നിട്ടുണ്ട്.അതിനുവേണ്ടിയാകും ഒരു സാധാരണ കുടുംബജീവിതം നയിക്കാൻ എന്നെ തോന്നിപ്പിക്കാത്തതും. മാത്രമല്ല എന്റെ പൂർവികർ അനുഗ്രഹിച്ചിട്ടുണ്ട്.ദൗത്യം നല്ല രീതിയിൽ നടക്കാൻ.അവരുടെയെല്ലാം ആശിർവാദനയും പ്രാർത്ഥനയും ഉണ്ട്.ഇതുവരെയുള്ള എന്റെ ജീവിതം... ഇനിയങ്ങോട്ടുള്ള എന്റെ തീരുമാനങ്ങളും എല്ലാം എന്റെ ലക്ഷ്യം ആസ്പദമാക്കി തന്നെ.പാലക്കാട്ടേക്ക് ഞങ്ങൾ മെഡിസിന് പോയത് ഒരാളെ കണ്ടുപിടിക്കാൻ വേണ്ടിയായിരുന്നു.പക്ഷേ അതിലും ഉപരി എൻട്രൻസിന് ചേർന്നതും ഡോക്ടർ ആകണം എന്നാൽ കഴിയുന്ന പോലെ പാവപ്പെട്ട രോഗികൾക്ക് ഒരാശയം ആകാൻ വേണ്ടി കൂടിയായിരുന്നു.

കഴിഞ്ഞ കുറേക്കാലമായി ഞാൻ ഡോക്ടറാണ്.എന്നെ കാണാൻ വരുന്ന രോഗികളുടെ രോഗവും മാനസികാവസ്ഥയും പഠിക്കുന്നു.ഒരു പരിധിയിൽ അപ്പുറം അവരെ എനിക്ക് സഹായിക്കാൻ കഴിഞ്ഞിട്ടില്ല.എന്തായാലും ഞാൻ എ ടുത്ത ഏത് തീരുമാനങ്ങളും ആർക്കും വേദന ഉണ്ടാകരുത്. അല്ലാഹുവേ എല്ലാം നിന്റെ തൃപ്തിക്കനുസരിച്ച് ആകേണമേ.. എല്ലാം നന്നായി തന്നെ ഭവിക്കേണമേ..ആമീൻ.

ഒരിക്കൽ കൂടി എന്റെ കൈകൾ മുകളിലോട്ട് ഉയർത്തി ദൈവത്തിന് സ്തുതി പറഞ്ഞുകൊണ്ട് നമസ്കാര പായ മടക്കിവെച്ച് ഞാൻ അടുക്കളയിലേക്ക് കടന്നു.

പ്രഭാത ഭക്ഷണം കഴിച്ചു ഉപ്പ പുറത്തേക്കു പോയി.ഉച്ചഭക്ഷണത്തിന് വേണ്ടി നല്ല ഫ്രഷ് മീൻ വാങ്ങാൻ അങ്ങാടിയിലേക്കാണ് പോയിരിക്കുന്നത്. ഞാൻ ഇങ്ങനെ അടുക്കളയിൽ വരാന്തയിൽ ഇരുന്ന് ആലോചിക്കുകയായിരുന്നു ശരിക്കും ഇന്നലെ കണ്ട വെറൈറ്റി സ്വപ്നം.അതിന്റെ ഹാങ്ങോവർ...ഞാൻ വ്യാഖ്യാന പുസ്തകം ഗൂഗിളിൽ വഴി സെർച്ച് ചെയ്തു. അന്ന് വായിച്ച അതേ ഉത്തരം തന്നെ ഗർഭിണി ആകുക എന്നാൽ എന്തെങ്കിലും ദൗത്യം നമുക്ക് വേണ്ടി ദൈവം തരാൻ പോകുന്നു എന്നാണത്രേ..പക്ഷേ എന്റെ കുട്ടി അത് എങ്ങനെ അമ്മുവിന്റെ ഗിഫ്റ്റ് ആകും.

മുറ്റത്തൊരു വണ്ടിയുടെ ശബ്ദം എന്റെ വണ്ടിയുടെ ആണല്ലോ ആദി എത്തിയോ? ഞാൻ മുറ്റത്തേക്ക് ചെന്നു. :"വൈഫും കുട്ടിയും സുഖമായിരിക്കുന്നോ "?

.

:" ആ...ഡിസ്ചാർജ് ചെയ്തു.രണ്ടാളെ അവളുടെ വീട്ടിൽ കൊണ്ട് വിട്ടു. ഇതാ ചാവി വണ്ടിയുടെ ചാവി അവൻ എന്റെ നീട്ടി".

ഞാൻ തിരക്കിനിടയിൽ ബുദ്ധിമുട്ടിച്ചല്ലേ..

ആദി:" ആ..ഭയങ്കര ബുദ്ധിമുട്ടായി,എന്നാലും സാരമില്ല നീ യിങ്ങെത്തിയില്ല..ഇനി കൂടുവിട്ട് പറന്നു പോകണ്ട".

ഞാൻ :"ഇനി എന്താ പരിപാടി"?.

ആദി :"ആദ്യം ഒന്ന് കുളിക്കണം, ഫുഡ് കഴിക്കണം,ഒന്ന് ഉറക്കണം ബാക്കി പിന്നെ....കാണാം.....(അവൻ അവിടെ നിന്നും പോയി)

പാവം പ്രസവിക്കുന്നത് ഭാര്യ ആണെങ്കിലും,ടെൻഷൻ ഒക്കെ കെട്ടിയോന്മാർക്കാണ്.പിന്നെ ഓരോ ഓട്ടപാച്ചിലും പോയി ഒന്ന് റസ്റ്റ് എടുക്കട്ടെ.

രണ്ടടി മുന്നോട്ടുനടന്ന അവൻ തിരിഞ്ഞുനോക്കി ആട്ടെ നിന്റെ ഉപ്പ എവിടെ?.

ഞാൻ:" പുറത്തുപോയേക്കാ...അല്ലടാ..ഞാൻ ചായ ഇട്ടിട്ടുണ്ട് കഴിച്ചിട്ട് പോകാം"

അവൻ :"വേണ്ട,പറഞ്ഞില്ലേ..നല്ല ക്ഷീണമുണ്ട്.പിന്നെ വൈകിട്ട് ഷോപ്പിൽ പോയി അക്കൗണ്ട് ഒക്കെ ചെക്ക് ചെയ്യണം.ഞാൻവരാം"...

അവൻ പോകുന്നത് നോക്കി ഞാൻ അങ്ങനെ നിന്നും ശേഷം അകത്ത് കയറി വീടൊക്കെ ഒന്ന് സെറ്റ് ചെയ്തു തൂത്തു തുടച്ചു വൃത്തിയാക്കി എല്ലാം പഴയപോലെ അടുക്കും ചിട്ടയുമായി വച്ചു അവിടെയും ഇവിടെയും ഒക്കെ ചെയ്തട്ടുണ്ട് പാവം ഉപ്പ. ഒറ്റക്ക് ഒരു പണിക്കാരൻ പോലും ഇല്ലാതെ ഒറ്റയ്ക്ക് വീടൊക്കെ മൈന്റെൻ ചെയ്തു പോകാന്നു വച്ച സമ്മതിക്കണം അതും ഈ വയസ്സാൻ കാലത്ത് നമിച്ചു എന്റെ കൊണ്ട് തന്നെ ഉപ്പ വീട്ടിലൊക്കെ കയറി വന്നു.

" എന്താ മോളെ നിനക്കും ഉമ്മാടെ സൂക്കേട് കിട്ടിയോ"...

"അതെന്താ".....

ഉപ്പ :" ഒറ്റയ്ക്കിരുന്ന് സംസാരിക്കാം തനിയെ ദേഷ്യപ്പെടാ"....

ഉപ്പ ആലോചിച്ചുകൊണ്ട് ചിരിച്ചു

സത്യത്തിൽ അന്നൊക്കെ ഉമ്മ ഇങ്ങനെ കാണിക്കുന്നത് കാണുമ്പോൾ എനിക്കും ചിരി വരാറുണ്ട്.

ഉപ്പ :" നല്ല കരിമീൻ കിട്ടിയിട്ടുണ്ട് നന്നാക്കിയത് മുളകിട്ട് വറ്റിച്ച് വച്ചാൽ മതി.നിനക്ക് ഇഷ്ടമുള്ള പുഴ മീനും ഉണ്ട് അത് വറുത്തെടുത്തോ പാട്ട് നിനക്ക് പാചകം ഒക്കെ വശം അല്ലേ? "..

ഞാൻ :"അദെന്താ ഉപ്പ...."

ഉപ്പ :"ഇന്നലെ നീ വച്ചു വിളമ്പിയ ഭക്ഷണം കഴിച്ചത് കൊണ്ടാ ഇദൊക്കെ വാങ്ങിയേ.... "

ഞാൻ :"പണ്ടും ഞാനടുക്കളെൽ കേറി ഉമ്മയെ സഹായിക്കാറുണ്ടല്ലോ.

ഉപ്പ ഉമ്മറത്തെ ചാരു കസേരയിലിരുന്നു കൊണ്ട് വിളിച് പറഞ്ഞു :"മോളെ കുറച്ചു ചൂടുവെള്ളം ഇങ്ങേടുത്തെ ഗുളിഗ കഴിക്കണം. പിന്നെ ചോറ് വെന്താ കഞ്ഞിവെള്ളം കളയണ്ട. ലേശം ഉപ്പിട്ട് ഇങ്ങേടുത്തോ. പ്രഷർ കുറഞ്ഞോ ന്നൊരു സംശയം.

(കൊള്ളാം ഒരു ഡോക്ടർ നോടാ ഉപ്പ സംസാരിക്കുന്നത് എന്ന് പുള്ളി മറന്നു കാണും)ഞാൻ വേഗം ഉപ്പ യുടെ പ്രഷർ ചെക്ക് ചെയ്തു. ശരിയാ അല്പം കുറവുണ്ട്.

വീടൊക്കെ ഏറെ കുറെ വൃത്തി ആയി ഇനി മുറ്റം.

ഉപ്പ :"അധോക്കെ ഇനി നാളെ പോരെ? ".

ഞാൻ :"പറ്റില്ല, സമയം ഇനീം ബാക്കി ഉണ്ട്. ഇപ്പോ നാലുമണി ആയിട്ടല്ലേ ഉള്ളു ഉപ്പ. നമ്മുടെ അമ്മു ഈ വീട്ടിൽ ഇല്ലാതദിന്റ കുറവ് ശരിക്കും ഈ വീടിന്റെ മുറ്റത് കാല് കുത്തിയ തന്നെ ഫീൽ അവഡ്.അവളുണ്ടേർനെങ്കി, ഈ മുറ്റം ഇങ്ങനെ കിടക്കോ. പൂക്കളും ചെടി കളും.... ഇപ്പൊ ദാ ഇ മുറ്റത്തിന്റെ കോലം കണ്ട മതി.

ഉപ്പ :"എന്താണെന്നു വച്ചാ ചെയ്യ്. ദാ ആദ്യം ഈ ചായ കുടിക്ക്."

ഞാൻ :"ചായയൊക്കെ ഇട്ടോ (ഉപ്പാന്റെ കയ്യിൽ രണ്ട് ഗ്ലാസ് ചായ ഉണ്ട്).

എന്നോട് പറയാൻമേലാരുന്നോ...

ഞാനിട്ട് തന്നേനെ. "

ചൂടുചായ ഊതി കുടിച്ച ശേഷം ഞാനെന്റെ പണിയിലേക് കടന്നു.

ഉപ്പ :"തുടർന്നു, ഞാൻ നോക്കുമ്പോൾ നീ ഫോണിൽ കാര്യായിട്ട് എന്തോ തപ്പാനല്ലോ.. പിന്നെ..രാവിലെ മുതൽ തുടങ്ങിയ പണിയെടുക്കൽ അല്ലേ ശല്യം ചെയ്യേണ്ട എന്ന് വച്ചു.

ഞാൻ :" അതുപ്പ ഞാൻ വെറുതെ ഓരോന്നും നോക്കായിരുന്നു "

മുറ്റം വൃത്തിയാക്കി ചപ്പും ചവറും തീയിട്ടു തൊടിയിൽ നിന്നും കുറച്ച് നല്ല അലങ്കാര ചെടികൾ തെക്കേ തൊടിയിൽ തഴച്ചു വളർന്നിരിക്കുന്ന കറ്റാർവാഴ അതൊക്കെ പറിച്ച് കൊണ്ടുവന്നു. ഏതാണ്ട് ഒക്കെ മുറ്റം ഒന്ന് സെറ്റ് ആക്കി. പണ്ട് അമ്മു നട്ട് ഒരു ഒട്ടുമാവ് വളർന്നിട്ടുണ്ട്,ധാരാളം പച്ചമാങ്ങകൾ കുലച്ചിട്ടുണ്ട്. കാണാൻ എന്തു ഭംഗി? ഞാനെന്റെ കഴിഞ്ഞു വീട്ടുപടികൾ കിഴച്ചുകൊണ്ടങ്ങനെ നീണ്ടു നിവർന്ന് ഇരുന്നു.

ഞാൻ : "അല്ലെങ്കിലും ഈ വൃത്തിയാക്കലും കുടുംബം നോക്കൽ ഒന്നും എന്നെക്കൊണ്ട് കൂട്ടിയ കൂടല്ലട്ടോ.... ഹമ്മോ...വയ്യ."

ഉപ്പ :" നിനക്കിങ്ങനെ ഒരിടത്ത് കുത്തിയിരുന്ന് ആളുകളെ ചികിത്സിച്ചിട്ട് അല്ലേ ശീലം".

ഒരുപാട് കാര്യമായി ഉപ്പ ഇങ്ങനെ തമാശ പറഞ്ഞു പുഞ്ചിരിക്കുന്നത് കണ്ടിട്ട് എനിക്ക് ആകെ വല്ലാതെ അപകർഷതാബോധം ഇരച്ചു കയറി.ഒക്കെ ഞാൻ കാരണം.

ആദി അതാ വരുന്നു. :"നീ എന്താടി പുഴുത്ത്നാറി ഇരിക്കുന്നേ കുളിയും നനയും ഒന്നുമില്ലേ "...

ഞാൻ :" ഇരിക്കടാ കണ്ടില്ലേ ഞാൻ ഇവിടെയൊക്കെ വൃത്തിയാക്കുന്ന തിരക്കിലായിരുന്നു.എല്ലാം ഒന്നിന് തുടങ്ങി.

ആദി :" വല്ല കാര്യമുണ്ടായിരുന്നോ ഇട്ടിട്ടു പോകാൻ. "

ഞാൻ :" വെയിറ്റ്, വിത്ത് ഇൻ ഫൈവ് മിനിറ്റ്സ്.. ഒന്ന് ഫ്രഷ് ആയിട്ട് വരാം.

ഉപ്പ ആദിക്കും ഒരു ഗ്ലാസ് ചായ കൊണ്ടുവന്ന് കൊടുത്തു

കുളിയൊക്കെ കഴിഞ്ഞ് ഡ്രസ്സ് ചേഞ്ച് ചെയ്യുന്നതിനിടക്ക് ഉപ്പ കതകിൽ മുട്ടി.

:"മോളെ കുളി കഴിഞ്ഞോ? ദേ ആരാ വന്നിരിക്കുന്നത് എന്ന് നോക്കിക്കേ"...

ഉപ്പയുടെ ശബ്ദം കേട്ടിട്ട് ആള് വലിയ ആഹ്ലാദത്തിൽ ആണല്ലോ.അതിനുമാത്രം ആരായിരിക്കും.:" ഞാൻ ദാ വരുന്നു ഉപ്പാ... കഴിഞ്ഞു ".

ഞാൻ തലയിൽ ഒരു ഷാളും ഇട്ട് ഉമ്മറത്തേക്ക് ചെന്ന് ഒരു സുന്ദരനായ ചെറുപ്പക്കാരൻ:" അസ്സലാമു അലൈക്കും ".

ഞാൻ :" വ അലൈക്കുമുസ്സലാം (ഞാൻ സലാം മടക്കി)

ഉപ്പ:" അമ്മുവിന്റെ.....ദാ അമ്മൂടെ കുട്ടി. (ഉപ്പ കുഞ്ഞിനെ എന്റെ അടുക്കൽ കൊണ്ടുവന്നു കാണിച്ചു തന്നു.) "ഇതാരാണെന്ന് അറിയുമോ,,,നോക്കിക്കേ...നിന്റെ മൂത്തമ്മ ".

ഞാൻ ആകെ എന്താ പറയാ സന്തോഷം കൊണ്ട്,സങ്കടം കൊണ്ട്,വല്ലാതെ ആയി.കുഞ്ഞിനെ ഉപ്പയുടെ കയ്യിൽ നിന്നും വാങ്ങി.പക്ഷേ,എന്നെ പരിചയമില്ലാത്തതുകൊണ്ട് അവൻ വല്ലാതെ കരഞ്ഞു പോയി. പെട്ടെന്ന് അമ്മുവിന്റെ അമ്മായിയമ്മ എന്റെ കയ്യിൽ നിന്ന് കുഞ്ഞിനെ ഏറ്റുവാങ്ങി.എന്നെ നോക്കി ഒന്ന് പുഞ്ചിരിച്ചു.

അവർ തുടർന്നു :" മോൻ വല്ല്യ വാശിക്കാരനാ "....

ഞാൻ അമ്മുവിന്റെ ഭർത്താവിനെ നോക്കി കാണാൻ സുന്ദരനാണ്. അതിസുന്ദരൻ. എന്നാൽ.... മുഖത്ത് നല്ല വിഷാദവും ഉണ്ട്.ഇല്ലാതിരിക്കില്ലല്ലോ.ഉപ്പയോട് നന്നായി സംസാരിക്കുന്നുമുണ്ട്...

ഞാൻ ചോദിച്ചു :"എന്താ പേര്"?..

അമ്മുവിന്റെ ഹസ്:"ഹാഷിം ".

ഞാൻ ചിരിച്ചു :"കൊള്ളാം ഇതൊരു ഹാഷിം കുടുംബം ആണല്ലോ." ഞാൻ മനസ്സിൽ ഓർത്തു (അമേയ ഹാഷിം)..". ഇവിടെ ഉപ്പാടെ

കുടുംബക്കാർ കുറേയുണ്ട് ഹാഷിം."

ഹാഷിമിന്റെ ഉമ്മ :" ഞങ്ങൾ മറ്റൊരു കാര്യം കൂടി പറയാനാണ് വന്നത്.അടുത്ത ആഴ്ച ഇവന്റെ നേരെ താഴെയുള്ള എന്റെ ഇളയ മോളുടെ നിക്കാഹ് ആണ്. കൂട്ടത്തിൽ ഇവന്റെ നടത്താൻ തീരുമാനിച്ചു.മോനെ കണ്ടില്ലേ...ഇവനെ നോക്കാൻ തന്നെ ഒരാൾ വേണം. ഞങ്ങളൊക്കെ എത്ര കാലം ഉണ്ടാകുമെന്ന് വച്ചിട്ടാ.. ഇവനാണെങ്കിൽ തീരെ ചെറുപ്പം അല്ലേ..ഇവരു തമ്മിൽ അധികം ജീവിച്ചിട്ട് പോലുമില്ല,ഇവരെ ഇങ്ങനെ വിട്ടാൽ പറ്റില്ല മോളെ..

ഞാൻ:" ശരിയാ, എനിക്കറിയാം ആന്റി ഹാഷിം ടെ ഈ അവസ്ഥയിൽ ഒരു കൂട്ട് അത്യാവശ്യമാണ്. മനസ്സിന്റെ മുറിവുണക്കണമെങ്കിൽ......"

ഹാഷിം ടെ ഉമ്മ :" പക്ഷേ മോളെ നിന്നെക്കൊണ്ട് കല്യാണം കഴിപ്പിക്കണമെന്നാണ് ഞങ്ങൾ കരുതിയത്. അതാകുമ്പോൾ നാളെ ഞാൻ ഇല്ലെങ്കിലും...കുഞ്ഞിനെ ഓർത്താ...സ്വസ്ഥമായി കണ്ണടക്കാമായിരുന്നു ഈ പാവം വയസ്സന്മാർക്ക് ".

ഉപ്പ :" ശരിയാ ഭാവിയിൽ ഇവർക്ക് ഒരു കുഞ്ഞുണ്ടായ തന്നെ ഇതിനെ തള്ളിക്കളയില്ലല്ലോ സ്വന്തം രക്തമല്ലേ"...

ആന്റി :" ഇനി നീട്ടിക്കൊണ്ടുപോയ ശരിയാവില്ല ഇക്ക കഴിഞ്ഞ ദിവസം അമ്മയുടെ ആണ്ടിന് ഞങ്ങൾ യതീം ഗാനയിൽ ഒരു നേരത്തെ ഭക്ഷണം നേർച്ച കൊടുത്തിട്ടുണ്ടായിരുന്നു.മോന്റെ ബർത്ത് ഡേ അന്ന് തന്നെ അല്ലേ.അന്ന് ഞാൻ തീരുമാനിച്ചു. വലിയ വല്ല്യ കുടുംബക്കാർ ഒന്ന് വേണ്ട.യത്തീമായ ഒരു പെൺകുട്ടിയാണെങ്കിൽ ഉമ്മയും ഉപ്പയും ഇല്ലാതെ വളർന്നവർക്ക് എന്റെ പേരക്കുട്ടിയുടെ അവസ്ഥ അറിഞ്ഞ് അവനെ പരിചരിക്കും.തറവാടികളെ കൊണ്ടുവന്ന അത് പേറും പെറപ്പുംന്നു പറഞ്ഞു പോയ പിന്നെ എന്റെ കുട്ടി ഇവിടെ ഉമ്മയില്ലാണ്ട് തന്നെ ജീവിക്കുക (അവർ പൊട്ടി കരഞ്ഞു).

പൊന്നു പ്രഭാതവും നോക്കി കെട്ടിക്കാൻ നിന്ന ചെലപ്പോ.... അല്ല നിങ്ങൾക്ക് സമ്മതം അല്ലേ? "

ഉപ്പ:"നമ്മൾ വിചാരിക്കണെ പോലെ എല്ലാം നടക്കണം എന്നില്ലല്ലോ... എല്ലാം അല്ലാഹു ആലം. അല്ലാതെ ഞാനിപ്പോ എന്താ പറയാ.ദുആ ചെയ്യാം എല്ലാം നന്നായി ഭവിക്കാൻ."

ഹാഷിം :" ആരു വന്നാലും അമ്മൂന് പകരം ആകില്ല അമ്മൂന് പകരം അമ്മു മാത്രം (അവന്റെ മുഖം ചുമന്ന് തുടുത്തു. കണ്ടമിഡറി)

ഇവിടന്ന് പോയ ശേഷം ഞങ്ങൾ ജീവിതം ശരിക്കും ആസ്വദിച്ചു ഒരിക്കൽപോലും അവൾ എന്നോട് പിണങ്ങിയിട്ടില്ല പരിഭവം പറഞ്ഞിട്ടില്ല വന്ന നാളുകൾക്കുള്ളിൽ തന്നെ അവളെന്നെയും എന്റെ കുടുംബത്തെയും പഠിച്ചെടുത്തു ഞങ്ങളിൽ ഒരാളായി മാറി അവൾക്ക് മുന്നിൽ എന്റെ മനസ്സ് ഒരു ന്യൂസ് പേപ്പർ പോലെ വിശദമായ ഒരു കടലാസ് കശനമായിരുന്നു അവൾ ഗർഭിണിയായ ശേഷവും സന്തോഷത്തിന്റെ നാളുകൾ ആയിരുന്നു അത്. പക്ഷേ അവൾക്ക് സമയം എന്നേക്കാൾ ആവശ്യം അവളുടെ ഉമ്മയുടെ കൂടെ കയറിങ് ആയിരുന്നു. അവൾ എപ്പോഴും പറയും ഞാനും കൂടി ഇല്ലാണ്ട് എന്റെ ഉപ്പ ഉമ്മ എങ്ങനെ കഴിയുന്നുണ്ടാകും എന്നൊക്കെ താത്ത വിട്ടിട്ട് പോയപ്പോൾ തന്നെ ഉമ്മ പാതി മരിച്ചു. അവളുടെ ആഗ്രഹപ്രകാരം തൃപ്തിയില്ലാഞ്ഞിട്ടും ഞാൻ അവളെ ഈ അവസ്ഥയിൽ നാട്ടിലേക്ക് അയച്ചു അന്നൊക്കെ അവൾ പറയും വെറും മൂന്നുമാസം അല്ലേ പിരിഞ്ഞു നിൽക്കുന്നത്. പകരം ഈയൊരു ജന്മം തന്നെ നിങ്ങൾക്കൊപ്പം ഉണ്ടാവില്ലേ.. "

(ഹാഷിം മുഖം പൊത്തി കരഞ്ഞു ശേഷം തുടർന്നു പറഞ്ഞു)

" തിരിച്ച് ലണ്ടനിലേക്ക് എത്തിയെങ്കിലും ഏഴാം മാസത്തെ ചടങ്ങ് എന്നും പറഞ്ഞു പിന്നെ ഇങ്ങോട്ട് തന്നെ മടങ്ങി. പ്രസവം കഴിഞ്ഞ് വരാന്നും പറഞ്ഞു. അവൾക്കെല്ലാം ചടങ്ങുകളും ചെയ്യണം എന്നും താത്ത കൂടി ഇല്ലാത്തതുകൊണ്ട്... അവൾക്കോ ഇങ്ങനെയൊന്നും ചെയ്യാൻ കഴിഞ്ഞിട്ടില്ലല്ലോ.. ഒന്നുമില്ലെങ്കിലും എന്റെ വീട്ടുകാർക്കും ഇങ്ങിനെ ഒക്കെ മക്കൾക്ക് ചെയ്യണമെന്ന് ആഗ്രഹം കാണില്ലേ.. അതുകൊണ്ടാണ് അല്ലാതെ നിങ്ങളെ പിരിഞ്ഞിരിക്കാൻ കഴിഞ്ഞിട്ടല്ല.. എന്നൊക്കെ പറഞ്ഞ് എന്നെ ആശ്വസിപ്പിക്കും കൂടെ വരാൻ നിന്ന് എന്നെ സമ്മതിച്ചില്ല പ്രസവശേഷം വന്നാൽ മതി, വാവ വരുമ്പോൾ കൂടെ ഉണ്ടാവണം അല്ലെങ്കിൽ ആ സമയത്ത് ഒരുപക്ഷേ ലീവ് കിട്ടിയില്ലെങ്കിലോ എന്നൊക്കെ പറഞ്ഞ് എന്റെ വരവും മുടക്കി അസുഖം വന്ന വിവരം എന്നെ ആരും അറിയിച്ചില്ല.അറിഞ്ഞിരുന്നെങ്കിൽ എല്ലാം അപേക്ഷിച്ചു ഞാൻ അവൾക്ക് അരികിൽ ഉണ്ടായേനെ..."

ഹാഷിമിന്റെ ഉമ്മ :" ഹാ എല്ലാം വിധി കഴിഞ്ഞത് തന്നെ പറഞ്ഞിട്ടെന്താ കാര്യം "...

ഹാഷിം വിതുമ്പി :"എന്ത് കഴിഞ്ഞെന്ന്,എന്റെ ചങ്കിലെ തീ..... അതുണ്ടല്ലോ...കുഞ്ഞിനെ അവൾ ഗർഭിണിയായ സമയം,ഞാൻ ലണ്ടനിലും അവളീ കുഞ്ഞിനേം വയറ്റി ചുമന്ന് ഇവിടെ.അവസാനം പ്രസവം കഴിഞ്ഞ് രണ്ടും രണ്ട് ശരീരമായി തിരിഞ്ഞ്, ആ കുഞ്ഞിന്റെ മുഖം ഒന്ന് കാണാൻ ഓടിയെത്തിയ ഞാൻ കണ്ടത്, ആ കുഞ്ഞിനെ എന്റേൽ ഏൽപ്പിച്ചു പോയ അവളെ. ഞാൻ വരുന്നത് വരെ എങ്കിലും അവൾക്ക് ജീവൻ കയ്യിൽ പിടിച്ചു ഇരിക്കാൻ മേലായിരുന്നോ... ഒരു നിമിഷമെങ്കിൽ ഒരു നിമിഷം.ഞാനും എന്റെ ഭാര്യയും കുഞ്ഞുമായി ഒരു സെക്കൻഡ് എങ്കിലും ഞങ്ങൾക്ക് ഒരുമിച്ചിരിക്കാൻ പടച്ചോൻ,റബ്ബ്...അനുവദിച്ചില്ലല്ലോ.."

ഉപ്പ :" ഇവൾ ഇവിടെ നിന്ന് പോയതിന്റെ കുറവ് നികത്താൻ അവൾ ഓരോ കാരണങ്ങൾ പറഞ്ഞു നിന്റെ അടുത്തുനിന്ന് വന്ന ഇവിടെ നിന്നെങ്കിലും,അവളുടെ ഉള്ളിലും നീ കൂടെ ഇല്ലാത്ത വിഷമമായിരുന്നു മോനേ.... അവളും കൂടി ഇവിടെ ഇല്ലാത്ത അവസ്ഥയിൽ അവളുടെ ഉമ്മ വിഷമിക്കും എന്ന് അവൾക്കറിയാം.അതുകൊണ്ടായിരിക്കും അവൾ പോയി അധികം വൈകാതെ ഉമ്മാനെ കൊണ്ടുപോയത്.ഗൾഫിൽ പോയ പോലെ തിരിച്ചു വരാൻ മരിച്ചോർക്ക് കഴിയില്ലല്ലോ...അതുപോലെ ഈയുള്ളവനെ കൂടെ കൂട്ടിയിരുന്നെങ്കിൽ..."

പരിസരം മറന്നു ഞാൻ പൊട്ടി കരഞ്ഞുകൊണ്ട് എന്റെ മുറിയിലേക്ക് ഓടി കട്ടിലിൽ കമിഴ്ന്നു ഉറക്കെ കരഞ്ഞു.പുറത്ത് നിന്നവരൊക്കെ മുറിയിലേക്ക് ഓടിയെത്തി. ഹാഷിമിന്റെ ഉമ്മ എന്നെ ചേർത്തുപിടിച്ചുആശ്വസിപ്പിച്ചു.എങ്കിലും ഞാൻ അവരുടെ നെഞ്ചിൽ കിടന്ന് കരഞ്ഞ് കൊണ്ടേയിരുന്നു.എന്റെ ദുഃഖം കാണാൻ വയ്യാതെ ഉപ്പ നെഞ്ചു പൊട്ടുന്ന വേദനയും സഹിച്ചു പുറത്തേക്ക് നടന്നു. പിന്നാലെ ഹാഷിം കൂടെയുണ്ട്,കുട്ടിയെയും കൂട്ടി മൂന്നുപേരും പള്ളിയിലേക്കാണ് പോയിരിക്കുന്നത്.

നേരം സന്ധ്യയായി ഈ അസമയത്താണ് അവർ പോയിരിക്കുന്നത്. ഖബറുങ്ങൽ കേറുമോ ആവോ....ഹാഷിമിന്റെ ഉമ്മ എന്നെ ഒരുപാട്

ആശ്വസിപ്പിച്ചു. വിഷയം മാറ്റാനും എന്ന രീതിയിൽ മോന്റെ കുസൃതികളും മറ്റും പറഞ്ഞ് എന്റെ മനസ്സിനെ ഡൈവേർട്ട് ചെയ്യിച്ചു.

മുറ്റത്താരോ വന്ന് വിളിക്കുന്നത് കേട്ട് ഞാൻ കണ്ണും തുടച്ച് ചെന്ന് ഇറങ്ങി നോക്കി.

:" ഞാൻ കോഴി കടന്നാ ദാ ഇവിടെ തരാൻ പറഞ്ഞു ഇവിടത്തെഉപ്പ ദാ..ചിക്കന..

ഞാൻ :"എത്രയായി."

പയ്യൻ :" പൈസ ഒക്കെ തന്നു ഇത് കറി വെക്കാൻ പറയാൻ പറഞ്ഞു.അവര് വരുമ്പോൾ പൊറോട്ട കൊണ്ടുവരാനും പറഞ്ഞു ഞാൻ പോവാ..."

ഞാനാ കുട്ടിയോട് നിൽക്കാൻ പറഞ്ഞിട്ട് അകത്തുനിന്നും കുറച്ച് ചോക്ലേറ്റ് എടുത്തു കൊടുത്തു. കുട്ടി അത് സന്തോഷത്തോടെ വാങ്ങി.കുട്ടികൾക്ക് അത്രയേ വേണ്ടു..മധുരമുള്ള വാക്കുകളും മധുരമുള്ള ഭക്ഷണവും.പണമോ മറ്റും ഒന്നുമല്ല.ഞാൻ ഹാഷിമിന്റെ ഉമ്മയോട് പറഞ്ഞു.:"പാവം...ഈ നേരത്ത് കൊണ്ടെന്നതല്ലേ....വെറുംകയ്യോടെ എങ്ങനെ അയക്കാം ചെറിയ കുട്ടി അല്ലേ....."

ഞാനാ ചിക്കൻ ക്ലീൻ ആക്കി കറിവയ്ക്കാൻ തുടങ്ങി.ഹാഷിമിന്റെ ഉമ്മ കൂടെ കൂടി.

:" വേണ്ട ആന്റി സാരി ചീത്ത ആക്കണ്ട ഞാൻ ചെയ്തോളാം. അതിനുള്ള പണിയെ ഉള്ളൂ പോയി നിസ്കരിച്ചോളൂ..."

ആന്റി :" സാരല്ല കുട്ടി രണ്ടാൾക്കും കൂടി നിസ്കരിക്കാം.. ഞാൻ കൂടെ കൂടാം എളുപ്പം ഇത് കുക്കറിൽ ഇടാം ".

ഞാൻ :" മോന് എന്താ ഫുഡ് ".

ആന്റി :" അവനെ ഫുഡ് ഒക്കെ കൊടുത്തിട്ട് വന്നേ ഇനിയിപ്പോ ഫീഡിങ് ബോട്ടിൽ ഉണ്ട് അല്പം ലാക്ടോജൻ കലക്കി കൊടുക്കണം".

ഞാനൊരു നെടുവീർപ്പിട്ട് കൊണ്ട് പാചകത്തിൽ മുഴുകി.

അധികം വൈകാതെ പള്ളിയിൽ പോയവരെന്നെത്തി. ഞാൻ ഭക്ഷണം വിളമ്പി മോൻ ഉറങ്ങിയിട്ടുണ്ട്.ഞാൻ കുഞ്ഞിനെ വാങ്ങി ബെഡിൽ കിടത്തി. ഞങ്ങളൊക്കെ ഒരുമിച്ചിരുന്നു ആഹാരം കഴിക്കാനായി.

ഹാഷിം :"ഇനിയെന്താ അടുത്ത പ്ലാൻ "?.

ഉപ്പ:" ഇവക്ക് ചെറിയൊരു ക്ലിനിക്ക് ഇട്ടു കൊടുക്കണം ".

ഹാഷിം :"ഇവൾ ഒരു ഒങ്കോളജിസ്റ്റല്ലേ..ഡിസ്പെൻസറിൽ മതിയോ..ഞാൻ ഒരു സജഷൻ പറയട്ടെ ".

ഉപ്പ :"അതെന്താ "?.....

ഹാഷിം :" ദാ ഈ വീടുണ്ടല്ലോ ഇതൊരു പോസിറ്റീവ് വൈബ് ആണ്.ഇവിടെ വന്നിരിക്കുന്ന ആർക്കും. ബികോസ് ഓഫ് ഫുള്ളി നാച്ചുറൽ അറ്റ്മോസ്ഫിയർ"..

ഉപ്പ :" ഇത് ഇടിച്ച് നിരത്താൻ ആണോ "?.

ഹാഷിം ഹേ... അല്ലുപ്പ,നിങ്ങളൊന്ന് ആലോചിക്കു. ട്രഡീഷണൽ വീടൊക്കെ ആരെയും ആകർഷിക്കുന്ന ഒന്നാണ്.ഹോംലി ഫീലിംഗ്.ഇതിങ്ങനെ തന്നെ നിലനിർത്തി പോണം. പുറത്ത് നമുക്ക് കുറച്ച് മാറ്റങ്ങൾ വരുത്താം.ആ കായലോരത്തെ,കുറിച്ച് പുല്ലൊക്കെ പിടിപ്പിച്ച് തൊടികളൊക്കെ ഡെക്കറേറ്റ് ചെയ്ത് കുറച്ച് സൈഡ് ബെഞ്ച് ഒക്കെ ഇട്ട്, പിന്നെ വണ്ടി പാർക്കിങ്ങിന് പ്രത്യേകം സൗകര്യം ചെയ്തു ബാക്ക് സൈഡിലെ നമ്മുടെ പച്ചക്കറിത്തോട്ടമില്ലേ....അതൊന്ന് ഡെവലപ്പ് ചെയ്യണം.തികച്ചു ഗ്രാമീണാന്തരീക്ഷം സെറ്റ് ചെയ്യണം.ശരിക്കും ഒരു രോഗിക്ക് ഇതിൽപരം പോസിറ്റീവ് കെയർ വേറെ എവിടെ കിട്ടും.നല്ല മാനസിക പിരിമുരുക്കം കുറയില്ല.പിന്നെ ഡോക്ടറുടെ കൈപ്പുണ്യം കൂടി കൂടിയ സംഗതി സക്സസ്.

ഉപ്പ് ചിരിച്ചു:" ഒരു എം ബി യെ കാരന്റെ ബുദ്ധി, ഒടുക്കം നീയത് കാണിച്ചല്ലോ "..

ഞാൻ :"രോഗികൾ ഉണ്ടാവില്ലേ എന്നാണ് ഏതൊരു നല്ല ഡോക്ടറുടെയും പ്രാർത്ഥന.പിന്നെ എന്റെ മുന്നിൽ വരുന്നവർക്ക് ആവശ്യമായ സൗകര്യം കൊടുക്കണം.മാനസികമായും ശാരീരികമായും. എന്താ ഉപ്പാന്റെ പ്രായം എന്താ...വേണ്ടേ?.

ഉപ്പ :"ഇവിടെ ഇപ്പോൾ നമ്മൾ രണ്ടാളല്ലേ ഉള്ളൂ മാറ്റങ്ങൾ വേണമെങ്കിൽ നിന്റെ ഇഷ്ടം പോലെ ആയിക്കോട്ടെ. ഒന്നുല്ലേലും ഇവിടെ ആവുമ്പോൾ എനിക്കെന്റെ മോളെ ഇങ്ങനെ കണ്ടോണ്ടിരിക്കാലോ ഇനിയുള്ള കാലം."

ഹാഷിം :" എന്തായാലും നല്ലൊരു എൻജിനീയർ കൂടി കാണണം.അവരായ അതിന്റെ ഐഡിയ അനുസരിച്ച് എല്ലാം ചെയ്തോളും.എന്നാൽ കഴിയുന്ന എന്ത് സഹായവും എപ്പോഴും ഉണ്ടാകും.നാട്ടിലില്ലെങ്കിൽ പോലും.പണത്തിന് വല്ല ഷോർട്ട് ഉണ്ടെങ്കിൽ അറിയിക്കാനും മടിക്കരുത്.പിന്നെ മകന്റെ സ്ഥാനത്ത് ഞാൻ ഉണ്ട് അമ്മുവിന് പകരമായി.

ആന്റി :" അതെ ബന്ധങ്ങൾ ഒന്നും ഇവിടംകൊണ്ട് അവസാനിക്കുന്നില്ല.ഒന്നും നിലച്ചു പോകുന്നില്ല. അമ്മു പോയപ്പോൾ പകരമായി രണ്ടാൺമക്കളെ കൂടി നിങ്ങൾക്ക് തന്നിട്ടുണ്ട്. ഒന്ന് എന്റെ മോൻ പിന്നെ മറ്റൊന്ന് നിങ്ങടെ പേരക്കുട്ടി. "

ഞാൻ ചിന്തിച്ചു.പടച്ചവനെ ഇത്രയും നല്ലൊരു കുടുംബം.ഇത്രയും നല്ലൊരു ലൈഫ് പാർട്ണറെ,എന്റെ അമ്മൂന് കിട്ടിയിട്ടും അവർക്ക് മിസ്സായി പോയല്ലോ...

:"ഞാൻ കുഞ്ഞിനെ രണ്ടുദിവസത്തേക്ക് ഇവിടെ നിർത്തിക്കോട്ടെ ആന്റി "......

ആന്റി :" അതിനെന്താ... ഇത് നിന്റെ കുഞ്ഞല്ലേ.ഇതിനിങ്ങനെ അനുവാദം വാങ്ങണോ.പക്ഷേ അവൻ പൊടി കുഞ്ഞല്ലേ മോളെ.. നിന്നെ പരിചയം ഇല്ലല്ലോ.കുഞ്ഞു കരയും. ഇടയ്ക്ക് അവനെ വന്നു കണ്ട് നിങ്ങൾ പരിചയക്കാരാണ്.എന്നിട്ട് എത്ര ദിവസം വേണമെങ്കിലും നിൽക്കട്ടെ.അവൻ ഇവിടെയും അവിടെയും ആയിട്ട് അങ്ങനെ വളരട്ടെ തൽക്കാലം.

കുഞ്ഞ് കിടന്ന് കരയുന്ന ശബ്ദം കേൾക്കുന്നു. അവൻ ഉണർന്നു.

ഞാൻ ഓടിച്ചെന്ന് അവനെ വാരിയെടുത്തു.അവൻ കരച്ചിൽ നിർത്തുന്നില്ല.ഞാനാകെ ഭയന്നു.എനിക്ക് ഇതൊന്നും ശീലം ഇല്ലാലോ.... "ഇതിനെയാണല്ലോ രണ്ടുദിവസം നിർത്താൻ ചോദിച്ചേ "ആന്റി ചിരിച്ചു.

" കുറച്ചു കഴിയട്ടെ മോളെ ശരിയായിക്കോളും അവന് പരിചയമായിട്ടില്ലല്ലോ നിന്നെ.... "

ആന്റി ഫീഡിങ് ബോട്ടിൽ എടുത്ത് കുഞ്ഞിനെ ഫീഡ് ചെയ്യുന്നത് വലിയ സംഭവമായി നോക്കി നിന്നു ഞാൻ

ഉപ്പ :" ഇനിയിപ്പോ കല്യാണത്തിരക്കും അതിന്റെ ഇടയിൽ കുട്ടിയുടെ കാര്യം ".

ആന്റി :" അത് സാരമില്ല രണ്ടും വേണ്ട തന്നെയല്ലേ....

ഉപ്പ :" ഞാൻ നിസ്സഹായനാണ് എനിക്ക് ചെയ്യാൻ ഒന്നുമില്ല".

ഹാഷിം :" ആരു പറഞ്ഞു ഉപ്പാക്ക് ചെയ്യാൻ ഒന്നുമില്ല ന്ന്.വേഗം ആശുപത്രിയുടെ കാര്യങ്ങൾ തുടങ്ങിക്കോ.ഞങ്ങൾ ന്നാ ഇറങ്ങട്ടെ...ഇനിയും കുറെ കാര്യങ്ങൾ ഉണ്ട്.അനിയത്തിക്ക് സ്വർണം എടുക്കണം.വിവാഹ വസ്ത്രം വാങ്ങണം...

ആന്റി :"ന്നാ രാത്രി യാത്രയില്ല"..

ഞാൻ കുഞ്ഞിന് ഒരുമ്മ കൊടുക്കാൻ ഏറെ പണിപെട്ടെങ്കിലും സാധിച്ചില്ല.അവൻ വണ്ടിയിൽ കയറിയപ്പോൾ വീടു വീണ്ടും ശൂന്യമായി.ഞാൻ എന്റെ മുറിയിൽ ചെന്നു കേറുമ്പോൾ അവിടം നിറയെ ആ കുഞ്ഞിന്റെ ഗന്ധം. അവനുമായി വേഗം അടുക്കണം അവനെ ചേർത്തുപിടിക്കണം അവൻ ആകും അമ്മു എനിക്ക് സമ്മാനം അവൻ കൂടെയുണ്ടെങ്കിൽ ഉപ്പ എങ്കിലും സന്തോഷത്തോടെ അവസാന കാലം കഴിച്ചു കൂട്ടി ജീവിക്കട്ടെ....

വളരെ വേഗത്തിൽ വിരിച്ചതിലും അപ്പുറത്താണ് കാര്യങ്ങൾ നടന്നു പോകുന്നത് വീടിനുള്ളിൽ ചില്ലറ മാറ്റങ്ങൾ വരുത്തി മുറ്റത്ത് ചെറിയൊരു പാർക്കിംഗ് സൗകര്യം ഒപ്പിച്ചു തട്ടിക്കൂട്ടി ചെറിയൊരു ഹോസ്പിറ്റൽ പണിതു തുടങ്ങി. ഹാഷിമിന്റെ ഇന്റിമേറ്റ് ഫ്രണ്ട് എൻജിനീയർ ഹാരിസ് വർക്കിംഗ് ഡെയ്സിൽ മിക്കസമയത്തും ഹാഷിം കുഞ്ഞുമായി വരാറുണ്ട് കുഞ്ഞിന് ഞങ്ങളുമായി ഇണങ്ങിച്ചേരാൻ അത് ഉപകാരമായി ഹോസ്പിറ്റൽ വർക്ക് കൂടെ കുഞ്ഞിന്റെ കൂടെയുള്ള കൊച്ചുകൊച്ചു നല്ല നിമിഷങ്ങളും പകൽ സമയം പോകുന്നതേയില്ല ഒരു വേട്ടക്കാരനെ പോലെ രാത്രികാലങ്ങളിൽ സ്വപ്നങ്ങളിലൂടെ വന്നുകൊണ്ടിരിക്കുന്നത് ഒരേ ഒരു മുഖം മാത്രം. രഹസ്യമായി ഞാൻ കുറച്ച് ഹേലേഴ്സിനെ കണ്ടു നോക്കി.എനിക്ക് തൃപ്തികരമായ ഒരു ഉത്തരം എവിടെ നിന്നും കിട്ടിയില്ല.എല്ലാവരും പറയുന്നത് ഒന്നുമാത്രം മെഡിറ്റേറ്റ്ചെയ്യാനും,അയാളെ ചിന്തിക്കാതിരിക്കാൻ. മെഡിറ്റേഷൻ

അത് പണ്ടേ ഞാൻ ശീലിച്ചിട്ടുള്ളതാണ്.പകൽസമയം മറ്റു തിരക്കുകളിൽ പെട്ട് ജീവിക്കുന്ന ഞാൻ എങ്ങനെ അയാളെ ഓർക്കാൻ.. എന്തുതന്നെയായാലും ഉത്തരം കിട്ടാത്ത ഒരു നിഗൂഢ രഹസ്യം മാത്രമാണ് ഈ സ്വപ്നം.

ഇരുളാർന്ന മേഖല രൂപവും. ധൂമ പടലങ്ങളും.കാന്തികവലയം പോലെ എന്നിലേക്കാവാഹിക്കുന്ന അദ്ദേഹത്തിന്റെ ഇമ വെട്ടാത്ത നോട്ടവും.ആ നിമിഷം ഞാൻ അദ്ദേഹത്തിന്റെ കണ്ണുകളിൽ നോക്കി പറയാറുണ്ട്.

" വശ്യമാം നിൻ നോട്ടമാൽ

എൻ ഡയാനുരാഗം കവർന്നീടല്ലേ നീ "..

അതെ കന്യകയായ ഞാൻ ഓരോ രാത്രിയും അവനിലേക്ക് അർപ്പിക്കുന്ന എന്റെ കന്യകാത്വം സത്യമോ അതോ മിഥ്യയോ...എന്ന്.ഈ അവസ്ഥ,തൊടുത്തുവിട്ട അമ്പു പോലെ എന്റെ സിര നാമുകൾക്കിടയിലൂടെ അല തല്ലി പൊഴിയുന്നത്, വികാരമാണോ വേദനയാണോ...... ചില രാത്രികളിൽ ഞാൻ ഉറക്കെ കരഞ്ഞുകൊണ്ട് വിതുമ്പി പറയാറുണ്ട്." ഇതെല്ലാം എനിക്ക് സഹിക്കാവുന്നതിലും അപ്പുറമാണ് ദയവുചെയ്ത് എന്നോട് ഇത് അരുതേ എന്ന്". ഞാൻ ഓർക്കുന്നു..... ഹോസ്റ്റൽ ഡേയ്സിൽ ഞാൻ ഇങ്ങനെ ഉറക്കത്തിൽ പറയുന്നതായി കേട്ടവർ പറഞ്ഞിട്ടുണ്ട്.അന്നൊക്കെ ഞാൻ അവരെ മറ്റെന്തെങ്കിലും പറഞ്ഞു ഒഴിഞ്ഞു മാറും. പെട്ടെന്നുള്ള ഞെട്ടിയുണർ ആണ് ഇത് സ്വപ്നമാണെന്ന് മനസ്സിലാക്കുക തന്നെ.വർഷങ്ങളായി ഒരേ ഒരു രൂപം.ഇതിനൊരു അവസാനം ഇല്ലേ.ഞാൻ എന്നോട് തന്നെ ചോദിക്കും.കണ്ണുനീർ കാണിക്കവെച്ച് പ്രാർത്ഥിക്കും.എന്റെ എല്ലാ രാത്രികളിലും ഇങ്ങനെയൊക്കെ ആണെങ്കിലും പോലും പകൽ സമയം ഓരോ ദിവസവും എനിക്ക് വിലപ്പെട്ടതാണ് ഓരോ മിനിറ്റ്.

അധികം വൈകാതെ എന്റെ ക്ലിനിക് തുറന്നു പ്രവർത്തിച്ചു.എന്റെ ഹോസ്പിറ്റലിനു "ഡിവൈൻ "എന്ന പേരും ഇട്ടു. അടുത്തുള്ള രണ്ട് ഹോസ്പിറ്റലുകളിൽ ആയി ആഴ്ചയിൽ ഒരിക്കൽ പോകുന്നുമുണ്ട്.കുറേശ്ശെ രോഗികൾ വന്നു തുടങ്ങി.അത്യാവശ്യ മയി വേണ്ട മരുന്നുകൾ വാങ്ങി വെച്ചിട്ടുണ്ടെങ്കിലും,മറ്റു അടിസ്ഥാന സൗകര്യങ്ങൾ ഒന്നും തന്നെ ഇവിടെ ഇല്ല

ഹാഷിമിന്റെ സെക്കൻഡ് വൈഫിന്റെ ഡെലിവറി കഴിഞ്ഞു കിടക്കുകയാണ്. അമ്മുവിന്റെ കുഞ്ഞു പുതിയ മരുമോളും കുഞ്ഞും ഒക്കെ പാടി ഹാഷിമിന്റെ ഉമ്മാക്ക് നോക്കിയിട്ട് ഒന്നുമില്ല അവർക്കാർക്കും ഒരു തൃപ്തിയില്ലെങ്കിൽ കൂടിയും കുഞ്ഞിനെ ഇങ്ങോട്ട് കൊണ്ടുവന്നു മാത്രമല്ല അവനിപ്പോൾ ഒന്ന് വളർന്നല്ലോ ഫീഡിങ് ബോട്ടിൽ ഒന്നും വേണ്ടല്ലോ ഇപ്പോൾ. ആശ്ചര്യം തന്നെ. അവൻ ഞങ്ങളോട് വളരെ പെട്ടെന്ന് അടുത്തു. 60 കാരനായ ഉപ്പയും ആറു വയസ്സുകാരനായി മാറി.തിരക്കുകൾ വന്നപ്പോൾ ഉപ്പയുടെ കാര്യങ്ങൾ നോക്കാൻ ഒരു ഹോം നേഴ്സിനെ വച്ചിരുന്നു.അവരുടെയൊന്നും ആവശ്യമില്ല.ഷുഗർ,പ്രഷർ ഒക്കെ ഏതു വഴിക്ക് പോയെന്ന് ഒരു പിടിയും ഇല്ല.

ഗുളികകൾ ഒന്നും സമയത്ത് കഴിക്കുന്നുമില്ല. അവർ രണ്ടുപേരും അവരുടേതായ ലോകത്ത്....

മഴയത്ത് തുള്ളി കളിക്കുന്നു പാടത്ത് പോയി പട്ടം പറക്കുന്നു,ചൂണ്ടയിടുന്നു.പൂരത്തിനു കൊണ്ടുപോകുന്ന, വീട്ടിൽ വന്നാൽ ആന കളിക്കുന്നു. ബീച്ചിൽ കൊണ്ടുപോകുന്നു പാർക്കിൽ കൊണ്ടുപോകുന്നു. അവർക്കെന്നും ആഘോഷം തന്നെ അവന്റെ ഉപ്പാനെ ഒന്ന് ചോദിക്കാനുള്ള അവസരം പോലും പുള്ളിക്കാരൻ കൊടുക്കുന്നില്ല എങ്കിലും ഹാശിം ഇടയ്ക്ക് വന്നു പോകുന്നുണ്ട്.

അലൻ ഹാഷിം എന്ന ഞങ്ങളുടെ പൊന്നോമന എന്റെ അച്ചു അവൻ എന്നെ മമ്മ എന്ന് വിളിക്കും. അങ്ങനെ വിളിക്കുമ്പോൾ എന്നിലെ മാതൃത്വം എവിടെ നിന്നു ഉണർന്നെഴുന്നേൽക്കും. ഉള്ളിൽ നിന്നും അണപൊട്ടി ഒഴുകുന്ന വാത്സല്യം. ഇതായിരുന്നു ഇവിടെ വന്ന അന്ന് രാത്രി ഞാൻ കണ്ട സ്വപ്നം അമ്മു എനിക്ക് കാത്തുവെച്ച സമ്മാനം. അങ്ങിനെ അച്ചുവിന്റെ മമ്മ യായും വേദനകൾ അനുഭവിച്ചു ഇവിടെ വരുന്നവർക്ക് ആശ്വാസത്തിന്റെ തണലായി,ഞാനെന്റെ ജീവിതം അർപ്പിച്ചു ജീവിക്കുന്ന കാലമാണിത്.

ഏതാണ്ട് രണ്ടുമൂന്നു വർഷം കൊണ്ട് ഹോസ്പിറ്റൽ പുതുക്കിപ്പട തുടങ്ങി. എന്റെ വീട് ഇപ്പോഴും അതേ രീതിയിൽ ചെയ്തുകൊണ്ട്. ആധുനിക സൗകര്യങ്ങളോടുകൂടി മൂന്ന് ബ്ലോക്കുകൾ എ ബ്ലോക്ക് സി

ബ്ലോക്ക്. സി ബ്ലോക്കിന്റെ പണി കഴിയുന്നതേയുള്ളൂ. എ ബ്ലോക്കിൽ ക്യാൻസർ ചികിത്സയ്ക്കുള്ള എല്ലാ എക്യുമെൻസും സെറ്റ് ചെയ്തു വച്ചിട്ടുണ്ട് വാർഡുകൾ സെപ്പറേറ്റ് റൂംസ് കുട്ടികൾക്കും മുതിർന്നവർക്കും വേറെ വേറെ സ്ത്രീകൾക്കും പുരുഷന്മാർക്കും വേറെ വേറെ ഓ.പി ഫാർമസി ഡോക്ടർ റൂം. അങ്ങിനെ നാലുനിലയിൽ ഒതുങ്ങുന്ന കെട്ടിടം. കൂടാതെ ഏറ്റവും മുകളിൽ ഒരു കോൺഫറൻസ് ഹാളും, എന്റെ ഓഫീസും, ഹോസ്പിറ്റലിലെ മറ്റു എക്യുമെൻസ് ഒതുക്കി വയ്ക്കാനുള്ള സ്റ്റോറും. ബി ബ്ലോക്കിൽ ഗൈനക്കോളജി പീഡിയാട്രി ജനറൽ ഡോക്ടർസ്വാലിറ്റി ഐസിയു മുകളിൽ വാർഡും മറ്റു റൂം സും. തേർഡ് ഫ്ലോറിൽ കൗൺസിലിംഗ് ആർട്ടിസ്റ്റ് അങ്ങനെ മൂന്ന് ബ്ലോക്കുകളും ജോയിൻ ചെയ്തു കൊണ്ട് ഒരു ബ്രിഡ്ജ് ഉണ്ട്. ക്യാൻസർ പേഷ്യന്റ്സിൽ ഗർഭിണികളും കുട്ടികളും ഉണ്ടാകും അതുകൊണ്ടാണ് ആദ്യം തന്നെ ഗൈനക്കോളജിസ്റ്റിനെയും പീഡിയയും സ്പെഷ്യലായി കൊണ്ടുവന്നത്. മറ്റൊരു ബെനിഫിറ്റ്സ് ഇവിടെ വരുന്ന ഡോക്ടർസ് ആരും തന്നെ ശമ്പളക്കാരല്ല ജസ്റ്റ് ഫോർ സോഷ്യൽ വർക്ക്. ഏതാണ്ട് എന്റെ ആംഗിളിൽ കൂടി ചിന്തിക്കുന്നു ഇവരൊക്കെ. ഈ ഡോക്ടർസ് ഒക്കെ മറ്റു ഹോസ്പിറ്റലുകളിലും വർക്ക് ചെയ്യുന്നവരാണ് ശമ്പളക്കാരായി. ഇവിടെ രണ്ടുതരം കോട്ടേഴ്സുകൾ കൂടി കെട്ടിയിട്ടുണ്ട് നമ്മുടെ കോമ്പൗണ്ടിനുള്ളിൽ തന്നെ. ഒന്ന് ഡോക്ടേഴ്സ് കോട്ടേഴ്സ് മറ്റൊന്ന് പുറത്തുനിന്നും ദൂരെ നിന്നും വരുന്ന രോഗികളുടെ ഫാമിലി സ്റ്റേ ചെയ്യുന്നതിനായി. പലരും റോഡരുകിലും മറ്റും രാത്രികാലം ചിലവിടുന്ന വരെ തിരുവനന്തപുര മെഡിക്കൽ കോളേജിൽ വച്ച് കണ്ടിട്ടുണ്ട് അന്ന് ഞാൻ മനസ്സിൽ കരുതിയാണ് സ്വന്തമായൊരു ഹോസ്പിറ്റൽ കെട്ടിയാൽ ഇതും കൂടി ഉൾപ്പെടുത്തും എന്ന് ജസ്റ്റ് വൺ ബെഡ്റൂം വിത്ത് അറ്റാച്ച്ഡ് ബാത്റൂം ആൻഡ് മിനി കിച്ചൻ.

ഞാനാകരിച്ച പോലെ തന്നെ എന്റെ ഹോസ്പിറ്റൽ പാവപ്പെട്ടവർക്ക് ആശ്വാസമായി പ്രവർത്തിക്കുന്നു.

പാവപ്പെട്ടവരുടെ കൈയിൽ നിന്നും ഒരു രൂപ പോലും ചികിത്സയ്ക്ക് മരുന്നിനു ഞാൻ വാങ്ങാറില്ല കൂടാതെ ഞാൻ മറ്റൊരു നിബന്ധന കൂടി തുടക്കത്തിലെ വച്ചു.ഉപ്പയുടെ നിർബന്ധമാണ്..

ഇവിടെ വരുന്ന രോഗികൾക്ക് അവർക്ക് എന്തെങ്കിലും തരത്തിൽ അത്യാഹിതം ഇവിടെ വച്ച് സംഭവിച്ചാൽ അവരുടെ ആളുകളിൽ നിന്നും ഒരുതരത്തിലും വിൽസൺമെന്റ് ഉണ്ടായിരിക്കുന്നതല്ല മാത്രമല്ല നഷ്ടപരിഹാരം കൊടുത്തു വിടണം.

അത്യാവശ്യം പച്ചക്കറികൾ ഇപ്പോൾ ഇവിടെ വിളയുന്നുണ്ട്. പാർക്കിങ്ങോട് ചേർന്ന് പൂന്തോട്ടം,കായലോരത്ത് നല്ല സൈഡ് ബെഞ്ച്, പുൽമേട്, കൂട്ടത്തിൽ അടുത്തുള്ള വീട്ടുവളപ്പുകൾ കൂടി വാങ്ങി... അതിന് പണവും സഹായവും ആൾ സഹായവുമായി ആദിയും ഹാഷിം ഉം രംഗപ്രവേശനം ചെയ്തിരുന്നു.

" ഡിവൈൻ"..

അതിന് പ്രശസ്തമായ ഒരു ഹോസ്പിറ്റൽ ആണ്.ഒരു ജീവൻ പോലെ ഇന്നുവരെ ഇവിടെ വന്നതിന്റെ പേരിൽ പൊഴിഞ്ഞു പോയിട്ടില്ല.ഇവിടെ വച്ചിട്ട് ആരുടെ ജീവനും പോകാനിട വരരുത് എന്ന് മാത്രമാണ് ഞാൻ എപ്പോഴും പ്രാർത്ഥിക്കുന്നത്.

ദൈവത്തിന്റെ അനുഗ്രഹം കൊണ്ട് ഇവിടെ വച്ചിട്ട് ആരും മരണത്തിന് കീഴടങ്ങിയിട്ടില്ല." ഡിവൈൻ "... അതിവിടെ പ്രവർത്തിക്കുന്നത് പല രൂപത്തിലും പല വേഷത്തിലും ആണ്

നല്ല കൈപ്പുണ്യം ഉള്ള മനശുദ്ധിയുള്ള ഡോക്ടേഴ്സ്, മാലാഖമാരെ പോലെ രോഗികളെ പരിപാലിക്കുന്ന നഴ്സുമാർ, എന്തിന് അറ്റൻഡറി സെക്യൂരിറ്റീസ് കാന്റീനിലെ ചേച്ചിമാർ ഉണ്ടാക്കുന്ന ആരോഗ്യപ്രദവും രുചികരവുമായ ഭക്ഷണത്തിൽ പോലും. പക്ഷേ നമ്മൾ എത്ര തന്നെ പ്രാർത്ഥിച്ചാലും ചിലപ്പോൾ ചിലതൊന്നും പോസിറ്റീവ് ആയി വരണം എന്നില്ല. ഇടയ്ക്ക് എന്തെങ്കിലുമൊക്കെയായി വന്നു കൊണ്ടേയിരിക്കും. ദൈവം നമുക്ക് നൽകുന്ന പരീക്ഷണങ്ങൾ അത് മറികടക്കുക എന്നത് നിസ്സാരമായ ഒരു കാര്യമല്ല. അങ്ങിനെ ഒരു പരീക്ഷണത്തെ നേരിടുകയാണ് ഞാനിപ്പോൾ. ഞാൻ മാത്രമല്ലേ എന്റെ ഈ നാട് മുഴുവൻ അതെ ശക്തമായ മഴയ്ക്ക് പിന്നിലെ വലിയൊരു ജലപ്രളയം....

അതെ ഈ ഒരു പ്രണയത്തിനു മുന്നിൽ അതിദാരുണമായി പകച്ചു നിൽക്കുകയാണ് കേരളക്കരയിലെ ഓരോ മനുഷ്യരും. എന്റെ വീടിന്റെ തെക്കേ ഭാഗത്ത് സ്ഥിതിചെയ്യുന്ന കായലിൽ നിന്നും ഇഴച്ചു കയറിയ

വെള്ളം.... ഹോസ്പിറ്റലിൽ ആകെ വീതിയുണർത്തി. രോഗികളെയെല്ലാം സേഫ് ആയി മുകളിലത്തെ നിലയിൽ എത്തിച്ചു ഹെലികോപ്റ്റർ സംവിധാനം വഴി ക്യാമ്പുകളിലേക്ക് എത്തിച്ചു. അവിശ്വസനീയമായ വല്ലാത്ത ഒരു അവസ്ഥ തന്നെയാണ് ഇപ്പോൾ നടന്നുകൊണ്ടിരിക്കുന്നത്. ഉപ്പയെയും അച്ചുവിനെയും കോയമ്പത്തൂർ ഉള്ള അമ്മാവന്റെ വീട്ടിലെത്തിക്കാൻ തീരുമാനിച്ചു. പക്ഷേ വിചാരിച്ച പോലെ അത് അത്ര എളുപ്പമല്ല. പാലക്കാട് ജില്ല കടക്കണമെങ്കിൽ ആ റോഡിൽ ഹൈവേയിലും വെള്ളപ്പൊക്കത്താൽ മൂടിക്കഴിഞ്ഞു. ഫ്ലൈറ്റ് ട്രെയിനോ ഒരു സർവീസും ഇല്ല തൽക്കാലം കൊച്ചിയിലുള്ള അകന്ന ഒരു ബന്ധുവിന്റെ വീട്ടിലെത്തിക്കാൻ തീരുമാനിച്ചു.

പ്രളയവും മണ്ണിടിച്ചിലും കാണുമെങ്കിലും ഇത്രയ്ക്ക് റിസ്ക് തോന്നുന്നില്ല.

ഞങ്ങൾ ബസ്സിലാണ് പുറപ്പെട്ടത് ഒരു ബസ്സിൽ നിന്നും പിന്നെ മറ്റൊരു ബസ്സിലേക്ക് ഇടയ്ക്ക് ജലനിരപ്പ് കൂടുതലുള്ള സ്ഥലത്ത് ലോറിയിലും പിന്നെയും ബസ്സിലും അങ്ങനെ ഓരോ വണ്ടികൾ മാറിമാറി ഒന്നും പറയേണ്ട ഒരു ഒന്നൊന്നര യാത്ര തന്നെ. ഒരു ഘട്ടത്തിൽ ഒരു താഴ്ന്ന നിലംപതി അതിനപ്പുറവും ഇപ്പുറവും വയലാണ് നിലംപാടിയുടെ രണ്ട് സൈഡും ചെറിയൊരു പാലവും കൂടാതെ വളഞ്ഞ വഴിയും സത്യത്തിൽ ആ വളഞ്ഞ വഴിയാണ് ഏറെ പ്രശ്നം. ഡ്രൈവർ എന്ത് ചെയ്യണം എന്നറിയാതെ പകച്ചു നിന്നു. റോഡ് ഏതാണ് പാലം ഏതാണ് വയൽ ഏതാണ് ഒന്നും തിരിച്ചറിയുന്നില്ല. കുറെ ചെറുപ്പക്കാർ മറ്റു നാട്ടുകാരും ബസ്സിൽ നിന്നിറങ്ങിയ പലരും എല്ലാവരും കൈകൾ കോർത്തിണക്കി ചെയിൻ രൂപത്തിലാക്കി റോഡിന്റെ ഇരുവശങ്ങളിലും നിന്നു. അവരുടെ കഴുത്തറ്റം വെള്ളമാണ്. കൂട്ടത്തിൽ ഒരാൾ ഉറക്കെ വിളിച്ചു പറഞ്ഞു." ചേട്ടാ എൻജിൻ ഓഫ് ചെയ്യരുത് ബസ് ഒലിച്ചു പോകും, റൈസ് ചെയ്ത് റൈസ് ചെയ്തു സ്പീഡിൽ മുന്നോട്ട് പൊയ്ക്കോളൂ..."

ഡ്രൈവർ ഒരു നിമിഷം കണ്ണുകൾ അടച്ച് പ്രാർത്ഥിച്ച ശേഷം വണ്ടി റൈറ്റ് ചെയ്തു റൈറ്റ് ചെയ്തു എങ്ങനെയൊക്കെയോ ആ ഒരു കടമ്പ കടന്നു. ആ നിമിഷം ഞാനും മറ്റു യാത്രക്കാരും കണ്ണുകൾ അടച്ച് പ്രാർത്ഥിച്ചു. ആദ്യമായി ബസ് യാത്ര ചെയ്യുന്ന അച്ചു ആകെ മരവിച്ച അവസ്ഥയാണ്. അവനു ഉപ്പാന്റെ തോളിൽ ഇറുകിപ്പിടിച്ച് കണ്ണുകൾ

അടച്ചിരിക്കുന്നു. ഞാൻ ചിന്തിച്ചു ഇതിലും ഭേദം മരണമായിരുന്നു.ഇങ്ങിനെമരണം മുന്നിൽകണ്ട് പേടിച്ച് ജീവിക്കുന്നത് വല്ലാത്ത ഒരു അവസ്ഥ തന്നെ. എങ്ങിനെയൊക്കെയോ ബസ് കരക്ക് കയറി എന്നുവേണം പറയാൻ.

ഈ ഒരു സാഹചര്യത്തിൽ ജീവൻ പോലും പണയം വെച്ച് വണ്ടിയോടിച്ച കേരളത്തിലെ മൊത്തം ഡ്രൈവേഴ്സിനെയും ഞാൻ നമിച്ചു പോയി.

അങ്ങിനെ ഉപ്പയെയും അച്ചുവിനെയും സേഫ് ആക്കി കൊച്ചിയിൽ എത്തിച്ചു. അവിടെ ഒരു വലിയ ഫ്ലാറ്റിലാണ് അവരിപ്പോൾ. അച്ചു തീരെ സമ്മതിക്കുന്നില്ല എന്നെ തിരിച്ചുവിടാൻ. ഉപ്പയ്ക്കും വല്ലാത്ത ഭയമുണ്ട്. ": മരിക്കുകയാണെങ്കിൽ ഒരുമിച്ച് കിടന്നു മരിക്കാം"...

ഉപ്പ അങ്ങനെയൊക്കെ പറഞ്ഞെങ്കിലും ഉപ്പാടെ ഈ വാക്കുകൾ കേട്ടിരുന്ന പറ്റുമോ...

ഞാനെന്റെ പേഷ്യന്‍സിനെയൊക്കെ ഏതോ ഒരു ക്യാമ്പിൽ കൊണ്ടോയി തള്ളിയിട്ട് ഞാൻ മാത്രം സേഫ് ആയി ഇവിടെ ഇരുന്നാൽ മതിയോ. ഒരുപാട് വേദനയുണ്ടെങ്കിലും ചങ്ക് പറിച്ചെടുക്കുന്ന വേദനയോടെ ഉപ്പയെയും കുഞ്ഞിനെയും ഞാൻ മറ്റൊരാളുടെ കയ്യിൽ ഏൽപ്പിച്ചിട്ട് അവിടെ നിന്നും ക്യാമ്പിലുള്ള രോഗികളുടെ അടുത്തേക്ക് യാത്രയായി.

ജീവിതത്തിൽ ഒരുപാട് യാത്രകൾ ചെയ്ത് എനിക്ക് തികച്ചും മറക്കാൻ പറ്റാത്ത ഒരു അനുഭവം തന്നെ. ഈ യാത്രയിൽ ഒരുപാട് കാര്യങ്ങൾ പഠിച്ചു പലതും ചിന്തിച്ചു. പ്രളയം ഒരുപാട് നാശനഷ്ടം വരുത്തിയെങ്കിലും മനുഷ്യർക്ക് നല്ലൊരു പാഠം പഠിപ്പിച്ചിട്ടുണ്ട്. മനുഷ്യത്വം, ഐക്യത്വം, അങ്ങിനെ പലതും. ഇപ്പോൾ ഇവിടെ പണക്കാരനും പാവപ്പെട്ടവനും എന്ന വ്യത്യാസമില്ല ജാതിമത വ്യത്യാസമില്ലാതെ വർണ്ണവിവേചനം ഇല്ലാതെ മാളികയിലും കുടിലിനുമായി കഴിഞ്ഞവരൊക്കെ ഒരു പാത്രത്തിൽ ഉണ്ട് ഒരു പാത്രത്തിൽ ഉറങ്ങി ഒരേപോലെ വസ്ത്രം ധരിച്ചു...കഴിയുന്നു.

ക്യാമ്പിൽ ഇരുന്നുകൊണ്ട് ഞാനെന്റെ രോഗികളെയും മറ്റുള്ളവരെയും എന്നാൽ കഴിയുന്ന വിധം സംരക്ഷിച്ചു പോന്നു.

ഹോസ്പിറ്റൽ പഴയ രീതിയിലാക്കാൻ നമ്മെ കഷ്ടപ്പെടേണ്ടി വന്നെങ്കിലും. വേദന തോന്നിയത് ശരിയായ സമയത്ത് രക്ഷാപ്രവർത്തനം ലഭിക്കാതെ നിലച്ചുപോയ പല ജീവനറ്റ ശരീരം മാധ്യമങ്ങളിലൂടെ കാണുമ്പോൾ ആയിരുന്നു. സി ബ്ലോക്കിന്റെ പണിയും ഇതിനോടൊപ്പം തന്നെ കഴിച്ചു തീർത്തു. കൂടാതെ ചെറിയ ചെറിയ മാറ്റങ്ങൾ വരുത്തി എന്റെ വീട് വീടിന്റെ മുറ്റവും പ്രൈവറ്റ് ആക്കി വെച്ചുകൊണ്ട് മെയിൻ ഗേറ്റ് ബ്ലോക്കിന്റെ മുൻപിലാക്കി. സ്പെഷ്യൽ ഗസ്റ്റുകൾ വന്നാൽ എന്റെ വീട്ടിൽ. പുതുതായി വന്ന സൈക്കോളജിസ്റ്റ് ഡോക്ടർ നിലൂഫർ സജഷൻ കൂടിയായിരുന്നു കായലിന്റെ ഒരു തുറമുഖം പണിത് ഒരു ഹൗസ് ബോട്ട് വെച്ചാൽ നന്നായിരിക്കും. മാനസിക പിരി മുറുക്കം മൂലം രോഗികൾ ആയകുന്ന പലർക്കും മരുന്നിലുപരി മോട്ടിവേഷനിൽ ഉപരി അതൊരു വലിയ ആശ്വാസമായിരിക്കും. ഈയൊരു പ്രായത്തിൽ ഞങ്ങൾ എല്ലാവരും യോജിക്കുന്നു. മാത്രമല്ല ഇപ്പോൾ സാമ്പത്തികമായും കുറച്ച് പ്രതിസന്ധി അനുഭവിച്ചു തുടങ്ങിയിട്ടുണ്ട്. മറ്റുള്ളവരെ ആശ്രയിക്കാൻ ഈഗോ സമ്മതിക്കുന്നുമില്ല. സ്വന്തം പോക്കറ്റിൽ നിന്നും ഞങ്ങൾ ഡോക്ടേഴ്സ് എല്ലാവരും ഫണ്ട് പിരിച്ചു. ഇപ്പോ ഞാൻ ഒറ്റയാനല്ല.എനിക്ക് ചുറ്റും താങ്ങും തണലുമായി ഈ ഹോസ്പിറ്റലിലെ ഓരോ ജീവനക്കാരും ഉണ്ട്. ഇവരാണ് എന്റെ കരുത്ത്.നാളെ ഞാൻ ഇല്ലാത്ത അവസ്ഥയാണെങ്കിൽ പോലും എന്റെ ഈ അച്ചീവ്മെന്റ് ഇതേ പടി നിലനിൽക്കുക തന്നെ ചെയ്യും അതെനിക്ക് ഉറപ്പായി.

മറ്റൊരാളുടെ മുന്നിൽ കൈ നീട്ടാതെ തന്നെ എന്റെ ഈ പദ്ധതി മുന്നോട്ടു പോണം എന്ന് എനിക്ക് നിർബന്ധമുള്ളത് കൊണ്ട് മറ്റു ഹോസ്പിറ്റലുകളിൽ കൂടി ജോലി ചെയ്തു കിട്ടുന്ന ശമ്പളം ഞാനിവിടെ പാവപ്പെട്ട രോഗികൾക്ക് വേണ്ടി ചിലവഴിച്ചു. കൂടാതെ ഉപ്പയുടെ ബിസിനസ് സ്ഥാപനങ്ങളിൽ നിന്നും എസ് റ്റേറ്റുകളിൽ നിന്നുമെല്ലാം കിട്ടുന്ന വരുമാനങ്ങളും. പിന്നെ വരുന്നവരെല്ലാവരും പാവപ്പെട്ടവരല്ല അതിൽ ഒരു 50% പണക്കാരും ഉണ്ട് വിദേശികളും ഒക്കെ വന്നു തുടങ്ങിയിട്ടുണ്ട്. അവരൊക്കെ ഒരു നേർച്ച പോലെ രോഗം മാറി പോകുമ്പോൾ ഹോസ്പിറ്റലിൽ ഒരു തുക പാവപ്പെട്ടവരുടെ

ചികിത്സക്കായി സ്വയം അറിഞ്ഞു സഹായിക്കുന്നതും ദൈവത്തിന്റെ ഒരു കൃപയാണ്. ചിലർ രോഗം മാറി പോകുമ്പോൾ കൂട്ടത്തിലുള്ള മറ്റു രോഗികളോട് പറയാറുണ്ടത്രേ. " എന്റെ രോഗം മാറുകയാണെങ്കിൽ ഈ ഒരു അവസ്ഥയിൽ കഴിയുന്ന ഒരു പാവപ്പെട്ടവന്റെ രോഗം കൂടി മാറാനുള്ള തുക ഞാൻ ചിലവഴിക്കാം" എന്ന് ദൈവത്തോട് പ്രാർത്ഥിക്കുകയും അങ്ങനെ തന്നെ ചെയ്യുകയും ചെയ്തു എന്ന്. എന്ത് പറയാനാ അത്തരം ആളുകൾ രോഗം മാറി പോകുന്നതോടൊപ്പം ഒരു രോഗിയുടെ ചിലവും ഏറ്റെടുക്കും ഇത് കേട്ട് ചിലരും ഇത് തുടരാറുമുണ്ട്. ഇതും പറഞ്ഞ് പലരും എന്നെ എന്റെ ഓഫീസിൽ വന്ന് സമീപിക്കാറുണ്ട്. അവരോടൊക്കെ എനിക്കൊന്നേ പറയാനുള്ളൂ... ഞാനവരോട് സത്യസന്ധമായി തന്നെ പറയും": അങ്ങനെയാണെങ്കിൽ ആയിക്കോട്ടെ രോഗികളെ സഹായിക്കുന്നത് നല്ലതുതന്നെ പനമുള്ളവനും ഇല്ലാത്തവനും അനുഭവിക്കുന്നത് ഒരേ വേദന തന്നെ പിന്നെ എനിക്കോ എന്റെ ജീവനക്കാർക്ക് ഇതിൽ നിന്നും ഒരു പൈസ പോലും ആവശ്യമില്ല എന്നാൽ കഴിയുന്നത് പോലെ ഞാൻ ചെയ്യുന്നു. താൻ പാതി ദൈവം പാതി എന്നല്ലേ ഞാൻ എന്റെ ചെയ്തു തീർക്കുമ്പോൾ ദൈവമായി നിങ്ങളെപ്പോലെ ഉള്ളവരെ കൊണ്ട് ബാക്കി പാതി ചെയ്യിക്കുന്നു".

അവശ്യരെ വന്ന് തിരിച്ച് ആരോഗ്യവാന്മാരായി ഇവിടെ നിന്നും ഓരോരുത്തരും പടിയിറങ്ങുമ്പോൾ ഒറ്റ പ്രാർത്ഥനയേയുള്ളൂ " മോശം അവസ്ഥയിൽ ഇവരെ ഇനിയും കാണാൻ എന്നെ അനുവദിക്കല്ലേ റബ്ബേ "...

സന്തോഷത്തോടെ നിറകണ്ണുകളിൽ അവറെന്നെ അനുഗ്രഹിച്ച് ഇവിടെ നിന്നും പടിയിറങ്ങുമ്പോൾ ഞാൻ ഓർക്കും.

കല്യാണം കഴിക്കാഞ്ഞത് എത്ര നന്നായി. കല്യാണം കഴിച്ച മക്കളെ പ്രസവിക്കാനും നന്നായി വളർത്താനും നല്ല കുടുംബം കെട്ടിപ്പടുക്കാനും ഏതൊരു സ്ത്രീക്കും പറ്റും. പക്ഷേ ഇങ്ങനെ ഇതൊക്കെ ഒറ്റക്ക് നേടിയെടുക്കാൻ ഒരു സ്ത്രീക്ക് കഴിയുമോ എങ്കിൽ വേറെ പലതും ത്യജിക്കേണ്ടതുണ്ട്. എനിക്ക് സ്വന്തമായി ഒരു ജീവിതമോ ജീവിതപങ്കാളിയോ ഇല്ല. പക്ഷേ എന്റെ പ്രയത്നം കൊണ്ട് ഒരു പരിധിവരെ പലരെയും അവരുടെ ജീവിതത്തിലേക്ക് കൈപിടിച്ചുയർത്താൻ എനിക്ക് കഴിഞ്ഞു. കഴിയുന്നു...

ഈ ഒരു ലൈഫിൽ ഞാൻ തൃപ്തയാണ് ഞാൻ സന്തോഷവതിയാണ്...

ഇപ്പോ പ്രശസ്തയായ ഒരു ഡോക്ടറാണ് ഞാൻ.മലയാളികൾക്ക് മാത്രമല്ല അന്യസംസ്ഥാനക്കാർക്കും സുപരിചിതം .പലർക്കും എന്റെ ഇതുതന്നെ ട്രീറ്റ്മെന്റ് കിട്ടണം ബുക്ക് ചെയ്തു വിദേശികൾ വരെ വരുന്നുണ്ട്.രോഗികൾ പെരുകുന്നത് സങ്കടം തന്നെ.പക്ഷേ, ഇതുവരെ ഇവിടെ വന്നവർക്കാർക്കും ജീവൻ നഷ്ടപ്പെട്ടിട്ടില്ല എന്നത് മറ്റൊരു ആശ്വാസം. ഒന്നിൽ കൂടുതൽ പ്രാവശ്യം ട്യൂമർ വന്നവർ പോലും ഇവിടെ വന്നതിനുശേഷം റിക്കവർ ആയി പോയി, പൂർണ്ണ ആരോഗ്യത്തോടെയാണ് എല്ലാവരും ഇവിടെ നിന്നും പടിയുറങ്ങുന്നത്. എനിക്കും ഈ ഒരു കോമ്പൗണ്ട് ഇവിടെ എത്തുന്നവർക്കും ഫീൽ ചെയ്യുന്നത്.

" ഡിവൈൻ "...

മിറാക്കിൾ ഓഫ് ഗോഡ് അതുതന്നെ..

സോഷ്യൽ മീഡിയയിൽ ഒന്നും അത്ര സജീവമല്ലെങ്കിലും ഇപ്പോൾ ഇവിടെ എന്നെ ആകർഷിക്കുന്ന ഒരു ന്യൂസ്. പ്രളയതിനെ സംബന്ധിച്ച ഒരു ഇൻസിഡന്റ്.

പ്രളയത്തിൽ അകപ്പെട്ടവരെ രക്ഷിക്കാൻ രാജ്യത്തെ പട്ടാളക്കാർ വരുന്നതിനു മുൻപ് എത്തിച്ചേർന്ന് മത്സ്യത്തൊഴിലാളികൾ, അതിലേറെ എന്നെ അമ്പരപ്പിച്ചത് ഒരാൾ തന്നെ...

സ്വന്തം മുതുക് കുനിച്ച് ആളുകളെ തന്റെ മുതുകിൽ ചവിട്ടി ലൈഫ് ബോട്ടിലേക്ക് കയറാൻ സഹായിച്ച ഒരു ചെറുപ്പക്കാരന്റെ വീഡിയോ....

റിയലി അപ്പീറ്റ് എന്നല്ല അതിലും വലുത് തന്നെ പറയണം. കണ്ടപ്പോൾ എന്റെ കണ്ണുകൾ നിറഞ്ഞു പോയി. ഒരു റിയാലിറ്റി ഷോയിൽ അയാൾ പറയുന്നത് കേട്ടു. ആ ഒരു അവസ്ഥയിൽ സ്വന്തം വീട് തകർന്നൊരിച്ച് പോയതിൽ വേദനിക്കുന്ന കുഞ്ഞിനോട് അയാൾ പറഞ്ഞ ഒരു ഡയലോഗ് ": ഈ വീട് പോയതിൽ അല്ല വിഷമിക്കേണ്ടത് ഇത് നമുക്ക് ശ്വാസം അല്ല നമുക്ക് ശാശ്വതമായ ഒരു ലോകമുണ്ട് അവിടുത്തേക്ക് വേണ്ടി പ്രാർത്ഥിക്കുക".. കബർ എന്ന മണിയറ അതാണദ്ദേഹം ഉദ്ദേശിച്ചത് വീട്.

ശരിക്കും ഇതൊക്കെയാണ് ഹീറോയിസംആറടിമണ്ണ് എന്ന മണിയറയെ കുറിച്ച് ആ കുഞ്ഞിനെ പറഞ്ഞു മനസ്സിലാക്കുന്ന ഉപ്പ.

ദൈവം ഓരോരുത്തർക്കും ഓരോ ധർമ്മം ഏർപ്പെടുത്തിയിരിക്കുന്നു അതനുസരിച്ച് നമ്മൾ മുന്നോട്ടുപോകുന്നു.

ചൂടറിയ വാർത്തകൾക്കാണ് ഇവിടെ പ്രാധാന്യം ഈ ഉത്തരവ് ഒക്കെ എല്ലാവരും മറക്കും ഇപ്പോൾ ക്ലിനിക്കിലും കാന്റീനിലും എന്തിന് ക്യാൻസർ വാർഡിൽ പോലും സംസാരവിഷയം പൗരത്വ ഭേദഗതി നിയമം ആണ്.

രാവിലെ റൗണ്ട്സിന് പോയ സമയം വാർഡിലെ ഒരു ഉമ്മ എന്നോട് ചോദിച്ചു.

:" മോളെ നമ്മളൊക്കെ നാട് വിടേണ്ടിവരോ "(അവർ വല്ലാതെ ഉത്കണ്ഠയിലാണ്).

ഞാൻ :" ഇല്ലുമ്മ എങ്ങോട്ട് പോകാൻ അവരൊക്കെ അങ്ങനെയൊക്കെ പറയും. മോനെ ശരിക്ക് ശ്രദ്ധിക്ക് .നമുക്ക് വേണ്ടിയല്ലേ ഇവിടെ വിവാദങ്ങളും സമരങ്ങളും നടക്കുന്നത്.ഉമ്മ ഇതൊന്നും കാണുന്നില്ലേ.ഇതൊന്നും ആലോചിച്ചു വെറുതെ തല പുണ്ണാക്കണ്ട.

(ഉമ്മയെ പറഞ്ഞിട്ട് കാര്യമില്ല പലരും സ്വന്തം അസുഖം പോലും മറന്ന മട്ട വേറെ ചിലർ ഇതൊക്കെ എന്ത് ബാക്കിയുള്ള എപ്പോ ചാകുന്ന ചിന്തിച്ചിരിക്കുമ്പോൾ എന്നും പറഞ്ഞു ഇരിക്കുന്നവരും ഉണ്ട്)

എന്റെ കൂടെ ഉണ്ടായിരുന്ന പീഡിയാട്രിഷൻ ഡോക്ടർ സജിത്ത് പറഞ്ഞു :" ആരും എങ്ങോട്ടും പോകൂലമ്മ ഞങ്ങളൊക്കെ ഇല്ലേ ഇവിടെ കേരളത്തിൽ ഇതൊന്നും വിലക്ക് പോകില്ല.

ഞങ്ങൾ ചിരിച്ചുകൊണ്ട് നടന്നു നീങ്ങിയെങ്കിലും ഞാൻ മെല്ലെ ഡോക്ടറുടെ അടുത്ത് ചെന്ന് സ്വകാര്യമായി ചെവിയിൽ ചോദിച്ചു:" അല്ല ഡോക്ടറെ ഞാൻ ആപ്പീസ് പൂട്ടേണ്ടി വരോ?...

അയാൾ ചിരിച്ചുകൊണ്ട് നടന്നു നീങ്ങി

ഇന്ന് ധാരാളം പേഷ്യൻസ് ഉണ്ട് ചെക്കപ്പിന് രാവിലെ തന്നെ. ഞാനാണെങ്കിൽ ഒന്നും കഴിച്ചിട്ടുമില്ല. ഞാനെന്റെ ക്യാമ്പിൽ ഇരുന്നു ഒരു റസ്ക്കും ചായയും വരുത്തി അപ്പോഴാണ് അച്ചു അങ്ങോട്ടേക്ക് ഓടി വരുന്നത്.

"മമ്മ എനിക്കൊന്നു സ്കൂളിൽ പോകണ്ട പനിയാണ് "

ഞാൻ അവനെ ഒന്ന് തൊട്ടു നോക്കി :" അമ്പട കള്ളാ പനിയാണ് പനി ഞാനൊരു ഇഞ്ചക്ഷൻ എടുക്കട്ടെ"

അച്ചു :" മമ്മ ഇന്ന് പോണ്ട പ്ലീസ്,(അവൻ കരഞ്ഞു)

ഞാൻ :" അച്ചു ഡേ കേറിൽ പോണ്ടേ?..

ഉപ്പ് ചിരിച്ചുകൊണ്ടുവന്നു ബേക്കറി ലോ നീ ഏതുകാലത്ത് അവനിപ്പോൾ സ്കൂളില.

ഞാൻ ആശ്ചര്യപ്പെട്ടു.

അല്ലെങ്കിലും അവന്റെ കാര്യങ്ങൾ ഒന്നും ഞാൻ എങ്ങനെ ശ്രദ്ധിക്കാറില്ല.

കളിയും ചിരിയും ഉള്ളൂ,കെയർ ഒക്കെ ഉപ്പയാണ്.എത്ര പെട്ടെന്ന് എന്റെ മോന്റെ വളർച്ച..എന്റെ ഹോസ്പിറ്റലിന്റെയും..

കാലം പോയ പോക്ക്.എല്ലാം ഇന്നലെ കഴിഞ്ഞു പോയ പോലെ. വർഷങ്ങൾ പോയതറിഞ്ഞില്ല.

ഞാനവനെ ചേർത്തുപിടിച്ചു :" മോനേ ഡാ നീ ഇപ്പ സ്കൂളിൽ പോയില്ലെങ്കിൽ നിന്റെ ട്രോളി ബാഗും പുതിയ നോട്ടുബുക്കും ഞാൻ കളയട്ടെ"..

അച്ചു:" നോ".

ഞാൻ :"ന്നാ..നല്ല മോനായി റെഡിയായി സ്കൂളിൽ പോയി വന്ന മമ്മ നല്ലൊരു ഗിഫ്റ്റ് കൊണ്ടുവരുന്നുണ്ട്. പാലും കുടിച്ച് ബ്രേക്ക്ഫാസ്റ്റ് കഴിച്ച് പൊക്കോ. മമ്മക്ക് കുറെ പണികളുണ്ട്.കൊഞ്ചാനേരില്ല....

ഉപ്പ :"നീ നിന്റെ പണി നോക്ക് പെണ്ണേ,ഇവന്റെ കാര്യം ഞാൻ ഏറ്റു.നിനക്കറിയില്ലേ..ഇവന്റെ ഐഡിയ.. ഇവൻ ആരാ മോൻ.പനി യാത്രെ പനി.. "

ചിരിച്ചുകൊണ്ട് കുഞ്ഞിനെ ഓരോന്നും പറഞ്ഞ് ആശ്വസിപ്പിച്ചു കൊണ്ടുപോയി.

ബുധനാഴ്ച ദിവസങ്ങളിൽ 11 മുതൽ നാലുമണിവരെ എറണാകുളത്തെ ഒരു പ്രൈവറ്റ് ഹോസ്പിറ്റലിൽ കൺസൾട്ടിംഗ് ഇരിക്കുന്നുണ്ട്. ഇന്ന് കുറച്ചു നേരത്തെ കഴിഞ്ഞതുകൊണ്ട് വരുന്ന വഴി കിഡ് ഷോപ്പിൽ കയറി അച്ചുവിന് കുറച്ച് കളിപ്പാട്ടങ്ങളും വാങ്ങി തൊട്ടടുത്തുള്ള ചെറിയൊരു ഹോട്ടലിൽ നിന്ന് ചായയും കടല്റ്റും കഴിച്ചു കാറിൽ കയറി. ആ ഫോൺ സ്വിച്ച് ഓഫ് ആയിരുന്നു ഞാൻ

അത് ഓൺ ചെയ്തു ഇയർഫോൺ എടുത്ത് ചെവിയിൽ വച്ചു എന്നിട്ട് എനിക്ക് ഏറ്റവും ഇഷ്ടമുള്ള ഹിന്ദി മെലഡി ഗാനം വച്ച് ആസ്വദിച്ചു.

" ഹം ദിൽ ദേ ചുപ്കെ സനം "...

പെട്ടെന്ന് ആരോ ഫോണിൽ വിളിക്കുന്നു. ഞാൻ കോൾ ഓൺ ചെയ്തു. അയാൾ എന്നോട് പറഞ്ഞ വാർത്ത കേട്ടിട്ട് എനിക്ക് വിശ്വസിക്കാൻ കഴിയാത്തത് കൊണ്ട് ഡ്രൈവറോട് ചോദിച്ചു.

"മോഹൻ ഇന്ന് ഏപ്രിൽ ഫൂൾ ആണോ...

മോഹൻ :" ഏപ്രിലോ?മാം ഇതേതാ മാസം എന്നറിയില്ല ".

ഞാൻ :" തല്ലടോ, ഇപ്പോൾ കോൾ വന്നിട്ടുണ്ടായിരുന്നു അയാൾ പറഞ്ഞ വിശ്വസിക്കാൻ കഴിയാത്ത കൊണ്ട് ചോദിച്ചതാ "

മോഹൻ :"എന്താ മാം ".

ഞാൻ :" ഈ വർഷത്തെ ബെസ്റ്റ് ക്യാൻസർ സെന്ററിലുള്ള അവാർഡ് നമ്മുടെ ഹോസ്പിറ്റലിലാണ് ബെസ്റ്റ് ഉള്ള അവാർഡ് എനിക്ക് അങ്ങ് കേന്ദ്രത്തിന് അവാർഡ്. (വണ്ടി എന്റെ ഹോസ്പിറ്റൽ ഗേറ്റ് കഴിഞ്ഞു പാർക്കിംഗ് നു അടുത്തെത്തി)

അയാൾ :" ശരിയാകും നിങ്ങൾക്ക് ഇല്ലെങ്കിൽ വേറെ ആർക്കാ ഇതിനു 100% യോഗ്യത നിങ്ങൾക്ക് തന്നെയാണ്."

ഞാൻ :" അത് നിനക്ക് എങ്ങനെ അറിയാം "

മോഹൻ :" നമ്മുടെ പുറത്ത് വേറെ ഹോസ്പിറ്റലിൽ പോകാറുണ്ടല്ലോ എവിടെപ്പോയാലും എവിടെയായാലും താരം നിങ്ങളല്ലേ പ്രളയസമയത്ത് ഒക്കെ നമ്മുടെ പേഷ്യൻസിനെ ഒക്കെ സേഫ് ആക്കി പരിചരിച്ചു ഒപ്പം മറ്റൊരു രോഗികളെ കൂടി ശുശ്രൂഷിച്ചു എന്തിന് എത്ര പാവപ്പെട്ട കുടുംബത്തിലെ ആൾക്കാരാണ് 10 പൈസ ചെലവില്ലാതെ ഇവിടെ വന്ന പൂർണ ആരോഗ്യത്തോടെ ഇറങ്ങിപ്പോകുന്നത് എല്ലാവരുടെ കൂടെ നിന്ന് ഒപ്പം നിന്ന് നടത്തുന്ന ഈ ഒറ്റ പോരാട്ടം ഉണ്ടല്ലോ അതാണ് ഹീറോയിസം".

ഞാൻ :" അവാർഡിനു വേണ്ടിട്ടൊന്നുമല്ല... പക്ഷേ ഞാൻ മാത്രല്ലല്ലോ,വേറെ ഡോക്ടേഴ്സ് അന്നേരം എന്റെ ഒപ്പം ഉണ്ടായിരുന്നില്ലേ.നമ്മളെല്ലാവരും അവർക്ക് കഴിയുന്ന പോലെ പരസ്പരം സഹായിച്ചിരുന്നു.

മോഹൻ :" എന്തായാലും മാസാണ് ഞങ്ങളുടെ സ്റ്റാർ ".

ഞാൻ :" ഉപ്പ എന്താ ഹാപ്പി ആയിക്കോളും ഇത് കേട്ട് കഴിഞ്ഞാൽ എല്ലാവർക്കും പാർട്ടി ഉണ്ട് ട്ടോ..

ഞാൻ കാറിൽ നിന്നും ഇറങ്ങി നേരെ വീട്ടിലേക്ക് നടന്നു നീങ്ങി.

ഉപ്പയെയും അച്ചുവിനെയും വിളിച്ചുകൊണ്ട് അവനുള്ള സമ്മാനപ്പൊതിയും പിടിച്ച് വീട്ടിലേക്ക് കയറി,ഏറെ ആഹ്ലാദത്തോടെ. വീട്ടിൽ സ്വീകരണം മുറിയിൽ തന്നെ കുറച്ച് ഡോക്ടർ, നഴ്സുമാർ കൂട്ടമായി നിൽക്കുന്നത് കണ്ടു ഞാനാകെ അന്താളിച്ചു പോയി.അച്ചു എന്നെ കണ്ടതും പേടിച്ചുകൊണ്ട് ഓടിവന്ന് കെട്ടിപ്പിടിച്ചു.ഞാൻ അവനെ എടുത്തിട്ട് ചോദിച്ചു :"എന്തുപറ്റി ഉപ്പുപ്പാ എവിടെ? "

ഡോക്ടർസ് മൗനമായി നിൽക്കുന്നു.

ഡോക്ടർ എന്റെ ഷോൾഡറിൽ പിടിച്ചിട്ട് പറഞ്ഞു :"ഉപ്പയ്ക്ക് പെട്ടെന്ന് ഒരു ശ്വാസംമുട്ടൽ അതീവ മേ ഞങ്ങൾ കുറെ വട്ടം വിളിച്ചുനോക്കി ഫോൺ സ്വിച്ച് ഓഫ് ആയിരുന്നു."

എന്റെ കണ്ണുകൾ നിറഞ്ഞൊഴുകി

ഡോക്ടർ നിലൂഫർ തുടർന്നു :" സൈലന്റ് അറ്റാക്ക് ആയിരുന്നു ഞങ്ങൾ ഇത്രയും പേരുണ്ടായിട്ടും രക്ഷിക്കാൻ കഴിഞ്ഞില്ല സോറി മാം ".

കൂട്ടത്തിൽ ആരോ പറയുന്നത് കേട്ടു

:" നമുക്ക് പരിധിയില്ലേ മുകളിൽ ഒരാൾ ഉണ്ട് നമുക്ക് പഠിച്ചത് പോലെ പ്രവർത്തിക്കാൻ അല്ലേ പറ്റൂ അതിനുമപ്പുറം തീരുമാനങ്ങൾ മുകളിൽ നിന്നല്ലേ. "

ഉപ്പയുടെ ദൗത്യം കഴിഞ്ഞിരിക്കുന്നു ഇനി വിഷമിക്കട്ടെ ആറടി മണ്ണിൽ.

ഞാനെന്റെ കുഞ്ഞിനെ കെട്ടിപ്പിടിച്ച് ഉപ്പയുടെ അരികിൽ ചെന്നിരുന്നു. "പൊന്നൂപ്പാ അവസാനമായി ഒരിറ്റു വെള്ളം തരാൻ എനിക്ക് കഴിഞ്ഞില്ലല്ലോ ഇങ്ങക്ക് പോലും".

ഞാൻ വാവിട്ടുകാരന് ശേഷം എന്റെ ഷാളുകൊണ്ട് ഞാൻ തന്നെ എന്റെ വായ പൊത്തിപ്പിടിച്ചു.എന്റെ കൈകളിൽ നിന്ന് വീണുപോയ ഗിഫ്റ്റ് പൊതിയും കെട്ടിപ്പിടിച്ച് അച്ചു എന്റെ മടിയിലിരുന്ന് കരഞ്ഞു:" ഉപ്പുപ്പാക്ക് എന്താ മമ്മ പറ്റിയേ ഉപ്പാനോട് എണീക്കാൻ പറ ".

എത്ര വലിയ ഉയരങ്ങൾ കീഴടക്കിയെങ്കിലും എനിക്ക് നഷ്ടമായത് ഒരിക്കലും തിരിച്ചു പിടിക്കാൻ കഴിയാതെ പോയത് അതെ സമയം. ഉപ്പയുടെ കൂടെ ചിലവാക്കാൻ പറ്റാതെ പോയ സമയം, ഉമ്മയുടെ കൂടെ ചിലവാക്കാൻ കഴിയാതെ പോയ സമയം, അനിയത്തിയുടെ കൂടെ ചിലവാക്കാനും അവളുടെ നല്ല നാളുകളിൽ അവളുടെ ജീവിതത്തിലെ പ്രധാന ഘട്ടങ്ങളിലും കൂടെ നിൽക്കാൻ കഴിയാതെ പോയ സന്ദർഭങ്ങൾ. അവൾ ജനിച്ചപ്പോൾ അവൾക്ക് ആദ്യമായി ചുംബനം നൽകി സ്വീകരിച്ച എനിക്ക് ഒരു അന്ത്യ ചുംബനം നൽകി യാത്രയാക്കാൻ കഴിഞ്ഞില്ല. ഉപ്പയുടെ അവസാന നാളുകളിൽ കൂടെ ഉണ്ടായിട്ടും ഒരു തുള്ളി വെള്ളം തൊട്ടു നനച്ചിട്ട് യാത്രയാക്കാൻ കഴിഞ്ഞില്ല. ഇതിലും ഉപരിയായി എന്റെ ഫിലിംസ് അത് കൺട്രോൾ ചെയ്ത് നാളിതുവരെ ഒരാൾ നിഴലിനോട് പോലും അടുപ്പിക്കാതെ തള്ളിനീക്കിയ യൗവനം. ഞാനെന്റെ കുടുംബത്തിന് ഉപകാരപ്പെട്ടിട്ടില്ല. എന്തൊരു വിധിയാണ് റബ്ബേ എത്ര വലിയ സന്തോഷവാർത്ത അറിയിക്കാൻ വന്നതായിരുന്നു ഞാൻ ഒടുക്കം സംഭവിച്ചതോ ഇത്രയും വലിയ സന്തോഷം നിശ്ചയം എനിക്കെത്തിപ്പെട്ടെങ്കിലും ഈ ഒരു അവസ്ഥയിൽ ഞാൻ എങ്ങനെ മനസ്സ് തുറന്ന് സന്തോഷമായിരിക്കും.

കരയാനും ചിരിക്കാൻ ഒന്നിനും കഴിയാതെ നാളുകൾ തള്ളിനീക്കി. ഒടുക്കം ഉള്ള തുറന്ന് എന്റെ ഫീലിംഗ്സ് പ്രകടിപ്പിക്കാതെ തന്നെ ഞാൻ അവാർഡ് കൈപ്പറ്റി ഉയരങ്ങൾ കീഴടക്കിയ എന്നെ ആളുകൾ വാനോളം ഉയർത്തിയെങ്കിലും എനിക്ക് ആഹ്ലാദമോ മോട്ടിവേഷൻ സ്പീക്കിംഗ് ഒന്നും പറഞ്ഞറിയിക്കാൻ ഇല്ല വാചാലയായി ഉപഹാരം കൈപ്പറ്റി മടങ്ങിയെത്തി ഒരുപാട് ആളുകൾ ഇന്റർവ്യൂവിന് ആയി വന്നു ഈ അവസ്ഥയിൽ എനിക്ക് അത് കഴിയുമായിരുന്നില്ല മാത്രമല്ല എന്തുകൊണ്ട് ഇതുവരെ വിവാഹം കഴിച്ചിട്ടില്ല എന്ന ചോദ്യം ആരെങ്കിലും ചോദിച്ചാൽ അതൊരു പ്രധാന കാരണം തന്നെ ഈയൊരു കാര്യം കൊണ്ട് തന്നെ മാക്സിമം ഇന്റർവ്യൂകൾ ഞാൻ ഒഴിഞ്ഞുമാറി.

ഉമ്മയും, ഉപ്പയും, അനുജത്തിയും അങ്ങനെ എന്റെ കുടുംബം മൊത്തം എന്നെ വിട്ടു ഈ ലോകത്ത് നിന്നും വിടപറഞ്ഞു പോയി.ഞാൻ തികച്ചും അനാഥയായി. എനിക്കിത് സഹിക്കാൻ

കഴിയാവുന്നതിലും അപ്പുറമാണ്. ഈയൊരു അവസ്ഥയിൽ പോലും എന്നെ വിടാതെ പിന്തുടർന്ന് കൊണ്ടിരിക്കുന്നു അദ്ദേഹം എന്റെ സ്വപ്നങ്ങളിലൂടെ. ഇപ്പോൾ ഞാൻ എന്റെ സ്വപ്നലോകത്തിലൂടെ എത്തിപ്പെടുന്നത് പരിചിതമല്ലാത്ത ഒരു ബെഡ്റൂമിലാണ്.കബോർഡിൽ,ഞാൻ എന്റെ വസ്ത്രങ്ങൾ പെട്ടിയിൽ നിന്നും അടുക്കി വയ്ക്കുന്നു. കാരണം ഞാൻ വീട്ടിലേക്ക് ആദ്യമായി കടന്നുവന്നിരിക്കുന്ന പുതുപ്പെണ്ണ് രണ്ടു കുട്ടികൾ എന്റെ അരികിലേക്ക് ഓടിയെത്തി ബെഡിൽ ചാരി ഇരിക്കുന്ന ഒരാൾ. അതെ അത് അയാൾ തന്നെ....

എന്റെ അടുക്കൽ നിൽക്കുന്ന ആ കൊച്ചു കുട്ടിയെ അദ്ദേഹം വിളിച്ചു "ഷെസ...ഇവിടെ വരൂ..." ഞാൻ അങ്ങോട്ട് നോക്കി. അയാൾ ആ കുട്ടികളെയും കൂട്ടി മറ്റൊരു മുറിയിലേക്ക് ചെല്ലുന്നു കൂടെ ഞാനും. അവിടെ ഒരു സ്ത്രീ വയ്യാതെ കിടക്കുന്നുണ്ട് ഞാൻ അവർക്ക് മരുന്നുകൾ എടുത്തു കൊടുത്തു. അവർ കിടപ്പിലായിട്ട് നാളുകൾ ഏറെയായി കാണും. അവരുടെ കട്ടിലിനടുത്ത് ടേബിളിൽ മരുന്നുകൾക്കിടയിൽ ഞാൻ ഒരു ഫോട്ടോ ഫ്രെയിം ഇരിക്കുന്നത് കണ്ടു. ഞാൻ ആ ഫ്രെയിമിലോട്ട് ഒന്ന് നോക്കി അത് അവരുടെ ഫാമിലി ഫോട്ടോ ആണ്. ഇപ്പോൾ അവരും ആ ഫ്രെയിമിലോട്ട് തന്നെ നോക്കിക്കൊണ്ട് ഇരിക്കുകയാണ്. സത്യത്തിൽ ഞാൻ അത് കണ്ടപ്പോൾ അമ്പരന്നു പോയി. കാരണം അദ്ദേഹത്തിന്റെ ഭാര്യയാണ് ഈ കിടക്കുന്നത്. (അവരുടെ ഫാമിലി ഫോട്ടോയാണ് അത്). അദ്ദേഹം അവരോട് പറഞ്ഞു:" ഷബ്ന...ഉറങ്ങിക്കോളൂ,ഞാൻ അപ്പുറത്തെ മുറിയിലുണ്ട്.എന്തെങ്കിലും അത്യാവശ്യം ഉണ്ടെങ്കിൽ ആ സ്വിച്ച് ഒന്ന് അമർത്തിയാൽ മതി. " അയാൾ മുറിയിൽ നിന്നും പുറത്തേക്ക് കടന്നശേഷം ഒരിക്കൽ കൂടി അവരെ ഒന്ന് എത്തിനോക്കി, എന്നിട്ട് എന്നോട് കണ്ണുകൊണ്ട് ആംഗ്യം കാണിച്ചുഅപ്പുറത്തെ മുറിയിലേക്ക് വരാൻ....

ഞാനൊരിക്കൽ കൂടി അദ്ദേഹത്തിന്റെ ഭാര്യയെ ഒന്ന് നോക്കി പാവം ആ ഫോട്ടോ തന്നെ നോക്കി കിടക്കാണ് സ്വന്തം ഭാര്യ ഈ ഒരു അവസ്ഥയിൽ കിടക്കുമ്പോൾ ഒന്നുമില്ലെങ്കിലും അവരുടെ രണ്ടു മക്കളുടെയും അമ്മയല്ലേ... ഈ ഒരു അവസ്ഥയിൽ സ്വന്തം മക്കളെയും വയ്യാത്ത ഭാര്യയെയും പരിചരിക്കാൻ ചിലപ്പോൾ

ആണുങ്ങൾ കല്യാണം കഴിച്ചെന്നു വരാം. പക്ഷേ അന്ന് രാത്രി തന്നെ അയാൾ പുതിയ ഭാര്യയെ മണിയറയിലേക്ക് ക്ഷണിക്കുക എന്നുവച്ചാൽ,അതിനോട് എനിക്ക് യോജിക്കാൻ കഴിയുന്നില്ല. ഇയാൾ ഇത്തരക്കാരനാണോ?.. ഇത്രയ്ക്കും ഉള്ള ഇയാളുടെ സ്നേഹം.ഇയാൾ ഇത്ര സെൽഫിഷ് ആണോ.. സ്വപ്നത്തിൽ നിന്നുണർന്ന് ഞാൻ ഇങ്ങനെ ഓരോന്നും ചിന്തിച്ചുകൊണ്ട് ആ കട്ടിലിൽ തന്നെ കിടന്നു.... എന്ത് തന്നെ ആയാലും ഈ ഒരു സ്വപ്നം യാഥാർത്ഥ്യമല്ലെന്ന് മനസ്സിലാക്കാൻ ഞാൻ നന്നായി ബുദ്ധിമുട്ടി അത്രയ്ക്ക് റിയാലിറ്റി ആയിരുന്നു.

സ്വസ്ഥമായ ഒന്നുറങ്ങിയിട്ട് കാലങ്ങൾ ഏറെയായി... സ്വപ്നങ്ങളിലൂടെ ആണൊരുത്തം വന്നിട്ട് എന്റെ ഉറക്കവും സ്വസ്ഥതയും ജീവിതവും എല്ലാം നഷ്ടപ്പെട്ടിരിക്കുന്നു...

ഇന്നാണ് ഉപ്പയുടെ 40 ബന്ധുക്കളും സുഹൃത്തുക്കളും എല്ലാവരും ചടങ്ങിൽ പങ്കെടുത്തിട്ടുണ്ട്. ഇതുവരെയുള്ള എന്റെ ഏക ആശ്വാസം അച്ചുവാണ് പക്ഷേ ഇടുത്തിവീണ പോലെയാണ് എനിക്ക് അവസരത്തിൽ തോന്നുന്നത് അച്ചുവിനെ അവന്റെ പപ്പ ഹാഷിം തിരിച്ച് കൊണ്ടുപോകുകയാണ് ലണ്ടനിലേക്ക്. സാധാരണ മരിച്ച വീട്ടിൽ സംസാരവിഷയം സ്വത്ത് ഭാഗം വെക്കലാണ് പക്ഷേ ഇവിടെ കുട്ടിയുടെ കാര്യമാണ് എല്ലാവരും പറഞ്ഞു നടക്കുന്നത് അവർ പറയുന്നതിലും കാര്യമില്ല.

ഹാഷിം :" അബി പ്രാക്ടിക്കൽ ഉപ്പയെ ഓർത്തിട്ടാണ് മോനെ പിരിഞ്ഞു ഇത്രനാൾ ഞാൻ കഴിഞ്ഞത്. അല്ലാതെ മറ്റൊരു സുഖം തേടിപ്പോയി ഇവനെ ഉപേക്ഷിച്ചതല്ല.

ഞാൻ :" അതല്ല ഹാഷിം അങ്ങനെയല്ല ഞാൻ ഉദ്ദേശിച്ചത് ഇവനും കൂടി പോയ... എനിക്കുള്ളതൊക്കെ ഇനി ഇവനല്ലേ ഭാവിയിൽ നോക്കി നടത്താൻ പോകുന്നത്. ഇതൊക്കെ ഇവനും കൂടി അവകാശപ്പെട്ടതല്ലേ. വേറെ ആരൊക്കെ എന്റെ കൂടെ ഉണ്ടെങ്കിലും ഇവന് പകരമാവുമോ നിങ്ങൾ എന്റെ ആംഗിളിൽ നിന്നു കൂടി ചിന്തിക്കൂ....

ഹാഷിം ടെ വൈഫ് :" ഇത്താത്ത ഒന്നും വിചാരിക്കല്ലേ ഇക്ക അങ്ങനെയൊന്നും വിചാരിച്ചില്ല നിങ്ങളെപ്പോഴും ഈ ഹോസ്പിറ്റലും

മറ്റു തിരക്കുകൾ ആയി നടക്കുന്ന ആളല്ലേ ഉപ്പയല്ലേ ഇതുവരെ കൂടെ തന്നെ ഉണ്ടായത് ഈ 40 ദിവസം വീട്ടിൽ ഇരുന്നത് കൊണ്ടല്ലേ ഇവന്റെ കൂടെ തന്നെ നിൽക്കാൻ കഴിഞ്ഞത്. അല്ലാത്തപ്പോൾ ഇവൻ ആര് നോക്കും ഇവൻ വളരെയല്ലേ? ഇവൻ ഇനിയും ഒരുപാട് സമയം ഉണ്ട് സ്വന്തം കാര്യങ്ങൾ നോക്കി നടത്താൻ ഇവൻ ഇപ്പോൾ ഒരാശയം വേണം എല്ലാ കാര്യത്തിനും...പലതും ചോദിക്കാനും അറിയാനും ഉണ്ടാകും ഈ പ്രായത്തിൽ. നിങ്ങടെ ഡ്യൂട്ടി ടൈമിൽ ഇവനെ ആര് കെയർ ചെയ്യും മറ്റാരെങ്കിലും കൂടെ നിൽക്കുന്നതിലും ഭേദമല്ലേ അവന്റെ ഫാമിലിയിൽ തന്നെ നിൽക്കുക എന്നുവച്ചാൽ. ഇവിടെ അവൻ ഒറ്റപ്പെട്ടാണ് ജീവിക്കുക. അവിടെ അവന്റെ ഉപ്പയുണ്ട് അനിയത്തിയുണ്ട് ഞാൻ പൊന്നുപോലെ നോക്കിക്കൊള്ളാം ഇത് ഞാൻ നിങ്ങൾക്ക് തരുന്ന വാക്കാണ്. ദാ എന്റെ ഈ രണ്ട് കണ്ണിലെ കൃഷ്ണമണികൾ ആണ് എന്റെ ഈ രണ്ട് മക്കളും ഉമ്മയില്ലാതെ വളരുന്ന ഒരു കുഞ്ഞിന്റെ വേദന അത് അനുഭവിച്ചവളാണ് ഞാനും ആ ഒരു വേദന ഒരിക്കലും ഞാൻ ഉള്ളിടത്തോളം കാലം ഈ കുട്ടിക്ക് ഉണ്ടാകില്ല തീർച്ച.

ജിനി എന്നെ വിളിച്ച് സ്വകാര്യമായി പറഞ്ഞു :" അബി നീ ഒന്ന് ചിന്തിക്ക് നാളെ മുതൽ നീയും ഹോസ്പിറ്റലിൽ പോയി തുടങ്ങും. ഇവനൊക്കെ സ്വാർത്ഥത മൂലം നഷ്ടപ്പെടുത്തുന്നത് ഒരു ഫാമിലി ആണ് ഉമ്മ അമ്മു ഇവരോടൊക്കെ നീ ചെയ്തതു പോരാഞ്ഞിട്ടാ?. വളർന്നുവന്ന അവനും നിന്നോട് ചോദിച്ചു തുടങ്ങും അപ്പോൾ നീ എന്ത് പറയും?..

അമ്മാവൻ:" മോളെ അബി നീ പഠിപ്പും വിവരമുള്ളൊരു കുട്ടിയാണ്. ഒന്നുമില്ലെങ്കിലും വലിയ അവാർഡ് ഒക്കെ വാങ്ങിച്ചിട്ടുണ്ട്,മറ്റുള്ളവർക്ക് നല്ലത് പറഞ്ഞു കൊടുക്കുന്നോളല്ലേ.നിന്റെ അത്രയ്ക്ക് വിവരം ഇല്ലെങ്കിലും ഞാൻ പറയുന്നത് ഒന്നാലോചിക്ക്.ഈ കാണുന്ന ആശുപത്രിയാണ് നിന്റെ ലോകം.നാളെ നിനക്കും ഇതിലും വലിയ വേദനയേറിയ ഒരു അവസ്ഥ വരും. അതെന്നാ ആർക്കും പറയാൻ കഴിയില്ല.നീ ഒന്ന് വീണുപോയാൽ ആരൊക്കെ ചുറ്റിലും നിന്ന് പരിചരിച്ചാലും എത്ര പണം ചിലവ് ആണെങ്കിലും നിന്റെ മരണംവരെ കഴിഞ്ഞുകൂടാനുള്ളത് ഇവിടെ ഉണ്ട്. ഒരു പക്ഷേ ഈ കാണുന്ന നേഴ്സുമാർ ഡോക്ടർമാരും നിന്നെ

പരിചരിക്കും.പക്ഷേ അതിലും ഉപരി സ്നേഹം സാമീപ്യം അത് പൈസ കൊടുത്ത് കിട്ടില്ല മോളെ. ഞങ്ങളാരും ചിലപ്പോൾ ഉണ്ടായെന്നു വരില്ല. തന്നെയല്ല എല്ലാർക്കും അവരുടേതായ ജീവിതമുണ്ട്. തിരക്കുകൾ ഉണ്ട്.നിനക്ക് ഇനിയും സമയമുണ്ട് ഇപ്പോഴും ഒന്നും നഷ്ടപ്പെട്ടിട്ടില്ല... നിന്നെ സ്നേഹിക്കാനുംനിനക്ക് തണലായി നിന്റെ ഒപ്പം ഈ ഹോസ്പിറ്റൽ നോക്കി നടത്താനും പറ്റിയ ഒരാളെ മാമ കണ്ടുപിടിച്ചു കൊണ്ടുവരാം. എതിര് പറയരുത്.ആ കുഞ്ഞിനെ അതിന്റെ ഫാമിലേക്ക് തന്നെതിരിച്ചു വിട്.നിന്റെ സ്വാർത്ഥതയ്ക്ക് വേണ്ടി അവന് നീ ഒരു കുടുംബം നഷ്ടമാക്കരുത്. ഉപ്പയുടെയും ഉമ്മയുടെയും സ്നേഹം ഏറ്റു വളർന്നവളല്ലേ നീ..നിനക്കാ സ്നേഹം എന്താണെന്ന് അറിയാം. അത് നീയായിട്ട് ആ കുഞ്ഞിനു നിഷേധിക്കരുത്. നീ ഹോസ്പിറ്റൽ തിരക്കൊന്നും പറഞ്ഞു പോയി കുട്ടിയെ ആര് നോക്കും, അതിന് നീ പൈസ കൊടുത്തു വേറെ ആളെ നിർത്തി...അതിലും ഭേദമല്ലേ സ്വന്തം കുടുംബത്തിലെ കൂട്ടിനിൽക്കുന്നത്.

ഹാഷിം :" മോനെ ഞാൻ തൽക്കാലം കൊണ്ടുപോകുന്നു. ഞാൻ മുൻപ് പറഞ്ഞില്ലേ ഇവിടെ ബന്ധമൊന്നും അവസാനിക്കുന്നില്ല ഞാനെന്നും നിന്റെ ജ്യേഷ്ഠനായി നിന്നോടൊപ്പമുണ്ട് മോനെ കാണാൻ എപ്പോ വേണമെങ്കിലും നിനക്ക് അങ്ങോട്ടേക്ക് വരാം. അവന് നിന്നെ കാണണമെങ്കിൽ ഞാൻ അവനെ ഇങ്ങോട്ട് കൊണ്ടുവരും.

അമ്മാവൻ:" അതെ അങ്ങനെ പറഞ്ഞു കൊടുക്കു മോനെ ഇനി നിന്റെ കിണുങ്ങൽ ഒന്നും ഇവിടെ ഞങ്ങളുടെ അടുത്ത് ചെലവാവില്ല ഒരു വർഷം അതിനോടകം നിന്റെ കല്യാണം നടന്നിരിക്കും നീ തയ്യാറായിക്കോ ".

എന്തോ ഈ വാക്കുകളിലേക്ക് ഒന്നും എന്റെ ശ്രദ്ധ പോകുന്നില്ല അച്ചു അവനെ ഞാൻ നിരീക്ഷിക്കുകയാണ് അവന്റെ ഓരോ ചലനങ്ങളും. അവൻ അങ്ങനെ എന്നെ വിട്ടു പോകുമോ ഒന്നുമില്ലെങ്കിലും അമ്മു ഏൽപ്പിച്ചതല്ലേ എന്നെ ഒരുപക്ഷേ അവളും ഇപ്പോൾ ഇങ്ങനെ ഇവരെപ്പോലെ മാറി ചിന്തിക്കുന്നുണ്ടാകും അവനെത്തന്നെ കണ്ടില്ലേ അനുജത്തിയുമായി കുസൃതിയും കളിയും ചിരിയും ഉള്ളത് കുട്ടി നന്നായി തന്നെ അവനെ നോക്കുന്നുണ്ട് 40 ദിവസം ഇവിടെ എന്റെ കൂടെ നിന്ന് എന്റെ അമ്മുവിന് പകരം

അല്ലെങ്കിൽ അവൾക്ക് സമയമായി തന്നെ. അമ്മു അവളി വീട്ടിൽ ഉണ്ടായ എങ്ങനെയാണോ അതുപോലെത്തന്നെ ആരും ഒന്നും പറയാതെ തന്നെ അടുക്കളയിൽ കിടന്നു കഷ്ടപ്പെട്ട് കുട്ടികളെ നോക്കിയും എന്റെ കൂടെ തന്നെ ഉണ്ടായിരുന്നു. ഒരു ജേഷ്ഠന്റെ സ്ഥാനത്ത് കാര്യങ്ങൾ നോക്കി നടത്താൻ ഹാഷിമും ആദിയും എല്ലാവരും ഉണ്ടായിരുന്നു.സ്നേഹം ആത്മാർത്ഥത അത്രമാത്രം..

എന്റെ മോന് ഞാനായിട്ട് നല്ലൊരു ഫാമിലി നഷ്ടപ്പെടുത്തുന്നില്ല.

ചങ്കു പറിച്ചെടുക്കുന്ന വേദനയോടെ ഞാൻ എന്റെ കുഞ്ഞിനെ അവന്റെ ഉപ്പയ്ക്ക് ഏൽപ്പിച്ചു കൊടുത്തു. കുഞ്ഞാവയുടെ കൂടെ കളിക്കാനുള്ള സന്തോഷത്തിലാണ് അവനും... എന്നെന്നേക്കുമായുള്ള ഒരു പറിച്ചു നടൽ ആണെന്ന് അവന് മനസലായി കാണില്ലായിരിക്കാം. പിന്നെ അവനും പെട്ടെന്ന് എല്ലാവരോടും ഇണങ്ങിക്കോളും. അതാണ് ഒരു ആശ്വാസം. കാറിൽ കയറി എനിക്ക് ടാറ്റയും തന്ന് ഒരു കിസ്സൻ സാധാരണ ഹാഷിമിന്റെ കൂടെ ഡ്രൈവിങ്ങിനൊക്കെ പോകുന്ന പോലെ ആ ഒരു ലാഘവത്തോടെയാണ് അവൻ പോയത്. സത്യത്തിൽ ഹാഷിമിന്റെ ഭാര്യയെ കണ്ടപ്പോൾ എനിക്ക് ഓർമ്മ വന്നത്.ആദ്യ ഭാര്യ മരിച്ച ശേഷം ആയിഷ ബീവിയെ രണ്ടാം വിവാഹം ചെയ്ത നബി സല്ലല്ലാഹു അലൈഹിവസല്ലമ തങ്ങളെ യാണ്.അത്രയ്ക്ക് നല്ല ജോലികളാണ് രണ്ടുപേരും.

രാത്രി അത്താഴം കഴിക്കുന്നതിനിടെ പറഞ്ഞു:" നാളെ ഞങ്ങൾ പോകും (ഞാൻ അവളെ ഒന്നു നോക്കി) നോക്കണ്ട നിന്റെ പോലെ ഒറ്റത്തടി അല്ല ഇഷ്ടത്തിന് നടക്കാൻ എനിക്കൊരു കുടുംബമുണ്ട് ഭർത്താവുണ്ട് മൂന്നു മക്കളുണ്ട് (ഞാനൊന്നും മിണ്ടിയില്ല) വിഷമിക്കല്ലേടി നിന്റെ അവസ്ഥ നീ എന്റെ അവസ്ഥ ഒന്ന് മനസ്സിലാക്ക് എനിക്ക് പോകാതിരിക്കാൻ പറ്റുമോ പക്ഷേ ഇനിയും നിന്റെ പിടിവാശി വിട്ടു പോയില്ലെങ്കിൽ നീ ഡിപ്രഷനിൽ ആകും അതാണ് എന്റെ പേടി. (അവൾ എന്റെ മുടിയിൽ തലോടി വാത്സല്യത്തോടെ എന്നിട്ട് ചോദിച്ചു) വാപ്പ പറഞ്ഞതിൽ നീ വിഷമിക്കേണ്ട ആള് ദേഷ്യപ്പെട്ടതല്ല അറിയാലോ ക്യാരക്ടർ അങ്ങനെയാണ് എല്ലാവർക്കും നിന്റെ കാര്യത്തിൽ നല്ല സങ്കടം ഉണ്ട് നീ പറ എന്താ നിന്റെ പ്രോബ്ലം. "

ഞാൻ:" പറയാം രാത്രി നീ മുറിയിലേക്ക് വായോ വേറെ ആരെയും അറിയിക്കരുത് പ്ലീസ്......"

ജിനി :" ഇല്ലടാ പിന്നെ നാളെയല്ലേ നിന്റെ ഇന്റർവ്യൂ കുറെ നാളായില്ലേ ആ ചാനലുകാരെ പുറകെ നടക്കുന്നു. ഉപ്പ മരിച്ച സങ്കടത്തിൽ അതിലൊന്നും നീ വേണ്ടപോലെ ശ്രദ്ധിച്ചില്ല.ഇനി ഇതിങ്ങനെ നീട്ടിക്കൊണ്ടു പോകാൻ പറ്റില്ലട്ടോ... അല്ല,എപ്പോഴാ കഴിയുക.

ഞാൻ :"രാവിലെയാണ്, അവര് വരാന്ന് പറഞ്ഞത് ഉച്ചയോടെ കഴിയാരിക്കാം ആട്ടെ എന്താ?.

ജിനി :" എടാ എന്റെ നാട്ടിന്ന് ഒരാൾ വരുന്നുണ്ട് നാളെ നിന്റെ ഹോസ്പിറ്റലിലേക്ക്. നിന്റെ ഈ വിശമത്തിനിടയിൽ ഞാൻ അത് പറയാഞ്ഞിട്ടായിരുന്നു.

ഞാൻ :" ആരാ നിനക്ക് അറിയാവുന്നോരാ വേണ്ടപ്പെട്ടവർ ആരെങ്കിലുമാണോ?. "

ജിനി :" എന്റെ ഹസ്ബന്റിന്റെ ഫ്രണ്ട് എന്ന് പറഞ്ഞ് ചങ്ക് എന്ന് വേണം പറയാൻ അവരുടെ വൈഫിനാണ് പ്രോബ്ലം. അയാളുടെ വൈഫ് എന്ന പറഞ്ഞാ പോരാ നീ എന്റെ ലൈഫിൽ നിന്നും പോയ ശേഷം നിനക്ക് പകരം എനിക്ക് കിട്ടിയ എന്റെ ബെസ്റ്റ് ഫ്രണ്ട് എന്നെക്കാളും അഞ്ച് വയസ്സ് മൂത്തതാ ട്ടോ എന്നാലും ഞാൻ എടി എന്നൊക്കെ വിളിക്കാറുള്ളൂ ഞങ്ങൾ അത്രയ്ക്ക് വലിയ ഫ്രണ്ട്സ് ആണ് പിന്നെ അവരുടെ ചെറിയ മോളും എന്റെ ചെറിയ മോളും ഒരേ പ്രായം ഞങ്ങൾ ഒരു കുടുംബം പോലെ കഴിഞ്ഞവരാ...

ഞാൻ :" അസുഖത്തിന്റെ കാര്യമാണല്ലോ ഞാൻ കരുതി നീയും വല്ല കല്യാണക്കാര്യം കൊണ്ട് വരികയാണെന്ന്

ജിനി :" (അവൾ സ്വരം താഴ്ത്തി പറഞ്ഞു") ട്യൂമർ ആടി ഒരിക്കൽ വന്നിട്ടുണ്ട് കല്യാണം കഴിഞ്ഞ് ഒരു മാസത്തിന് ശേഷം നിനക്ക് ഓർമയില്ലേ അന്ന് എന്റെ കല്യാണം കഴിഞ്ഞ് കാറിൽ വരുന്ന വഴി പുള്ളിക്കാരന്റെ കൂട്ടുകാരൻ പറഞ്ഞില്ലേ..

ഞാൻ :"ആ.. യെസ്.. യെസ്.. ഞാനോർക്കുന്നു...സത്യത്തെ അവർക്കപ്പോൾ ട്യൂമർ ആയിരുന്നു?. സുബ്ഹാനള്ളാ.. പാവം ട്ടോ അന്ന് അവർക്ക് വിശേഷമായിരിക്കുന്നോക്കെ പറഞ്ഞ് വണ്ടിലിരുന്ന് എല്ലാരും ഓരോ കമന്റടിച്ചതല്ലേ... ഞാനോർക്കുന്നു.

ജിനി :" സത്യത്തിൽ അവർ ആകെ തകർന്നിരിക്കുകയാണ്. രണ്ട് പെൺകുഞ്ഞുങ്ങളും ഞാൻ ഇതറിഞ്ഞപ്പോൾ തന്നെ നിന്റെ കാര്യം

അവരോട് പറഞ്ഞു. എനിക്കിപ്പോ ഇവിടെ നിൽക്കണം എന്നൊക്കെയുണ്ട് നാളെ അവര് വരുന്നതല്ലേ. പക്ഷേ എന്റെ ഭർത്താവിന്റെ ഉമ്മയെപ്പഴ് സുഖമില്ലാത്തവരല്ലേ. എത്ര ദിവസം പിടിച്ചുനിന്നത് തന്നെ വലിയ കാര്യം. ഞാൻ നാളെ രാവിലെ പോകും ശ്രദ്ധിക്കണോടി പറഞ്ഞത് ഓർമയില്ലേ നിനക്ക് പകരമായിട്ടാണ് ഞാൻ അവളെ കാണുന്നത് എന്റെ ഇന്റിമേറ്റ് ഫ്രണ്ട് ആണ്.

ഞാൻ ഓക്കേ പറഞ്ഞു മുറിയിലേക്ക് പോയി.

ഭാഗ്യം കുഞ്ഞിനെ ഉറക്കിയിട്ട് വരാമെന്ന് പറഞ്ഞവർ വന്നില്ല എങ്ങനെ വരും പാവംഅവളുടെ മൂന്നാമത്തെ വലിയ പിടിവാശിക്കാരിയാണ് ഒരു പോള ഉറങ്ങിയിട്ടില്ല അവളെ ഓർക്കുന്നില്ല കരച്ചിൽ തന്നെ.....

പതിവുപോലെ സൂര്യനമസ്കാരം കഴിഞ്ഞു കുറേയേറെ നേരം ഉപ്പയ്ക്കും ഉമ്മയ്ക്കും അനുജത്തിക്കും വേണ്ടി പ്രത്യേകം പ്രാർത്ഥിച്ചു. ശേഷം പൊതുവേ എല്ലാവർക്കും വേണ്ടി പ്രാർത്ഥിച്ചു.ഇവിടെ വരുന്നതൊക്കെ ഒരു കുഴപ്പവും കൂടാതെ നല്ല രീതിയിൽ റിക്കവറി ആകണം. എല്ലാവർക്കും മെച്ചപ്പെട്ട ചികിത്സ ലഭിക്കാനും അങ്ങനെ എല്ലാം നന്നായി ഭവിക്കാനുംഞാൻ പ്രാർത്ഥിച്ചു.

അടുക്കളയിൽ പോയി എല്ലാവർക്കും ചായയിട്ടു ശേഷം വാട്സ്ആപ്പ് ഒന്ന് ചെക്ക് ചെയ്തു അച്ചു എയർപോർട്ടിൽ എത്തിയിരിക്കുന്നു കുറെ ഫോട്ടോയും ഒന്ന് രണ്ട് വോയിസും വിട്ടിട്ടുണ്ട്. ആളവിടെ സെറ്റായ മട്ടാണ്. ഞാൻ ചായയുമായി ജിനിയുടെ മുറിയിലേക്ക് ചെന്നു നോക്കി പാവം നല്ല ഉറക്കത്തിലാണ് കുഞ്ഞുമായ ഒരു യുദ്ധം ഒക്കെ കഴിഞ്ഞ് എപ്പോഴാണാവോ ഉറങ്ങിയത്. കണ്ടിട്ട് ഒരംഗം കഴിഞ്ഞ ക്ഷീണം ഉണ്ട്. അമ്മാവന്മാരും എളാപ്പന്മാരും പള്ളിയിൽ പോയി കഴിഞ്ഞിരിക്കുന്നു അടുക്കളയിൽ ഐഷാ ഉള്ള കാലം മുതൽക്കുള്ളതാണ് ഇവിടെ ഇടയ്ക്ക് ഉപ്പ് ഒറ്റക്കായ സമയത്ത് വന്നെങ്കിലും ഉപ്പ അടുപ്പിച്ചില്ല. ഞാൻ ഹോസ്പിറ്റൽ കെട്ടിക്കഴിഞ്ഞപ്പോൾ പിന്നെ അവരുടെ വർക്കിംഗ് ഇവിടെ ഏറ്റെടുത്തു. ഉമ്മയുടെ സഹായം മാത്രമല്ല ഉമ്മയുടെ സന്തോഷവും സങ്കടവും എല്ലാം പങ്കിടുന്നത് ഇവരോടാണ്. ഉമ്മ ഈ കുടുംബത്ത് വന്ന അന്ന് മുതൽ ഉമ്മയ്ക്ക് സഹായിയായി സുഹൃത്തായും ഇവരുമ്മയുടെ കൂടെ തന്നെ ഉണ്ടായിരുന്നു. അതുകൊണ്ടുതന്നെ

ഞാൻ ഇവർക്ക് എന്റെ ഉമ്മയുടെ സ്ഥാനം കൊടുത്തിട്ടുണ്ട്.

ഇപ്പോ ഉപ്പ കൂടി പോയപ്പോൾ പുള്ളിക്കാരി എന്റെ ഗാർഡിയൻ സ്ഥാനം ഏറ്റെടുത്തു കഴിഞ്ഞു പൂർണമായും.

പുള്ളിക്കാരി രാവിലെ തന്നെ പ്രാതൽ തയ്യാറാക്കുന്ന തിരക്കിലാണ്.എന്നെ കണ്ടതും അവർ ചോദിച്ചു:" മോളെ അവരൊക്കെ ഇന്ന് രാവിലെ തന്നെ പോകും എന്നല്ലേ പറഞ്ഞത് ".

ഞാൻ :"അതെ "...

ഞാനതും പറഞ്ഞു എന്റെ മുറിയിലേക്ക് ചെന്ന് കഥ കാണിച്ചിരുന്നു ജനിക്ക് കുറച്ച് വോയിസ് മെസ്സേജ് ഇട്ടു കൊടുത്തു എന്റെ എല്ലാ പ്രശ്നങ്ങളും വള്ളി പുള്ളി തെറ്റാതെ ഇനിയും ഒന്നു മറച്ചു വെച്ചിട്ട് കാര്യമില്ല.എന്നെക്കുറിച്ച് ചിന്തിച്ച് ആദ്യം പിടിച്ചവർ ആരും ഇപ്പോൾ ജീവിച്ചിരിപ്പില്ല. ഉള്ളവരെ കൂടി വെറുതെ വെറുപ്പിക്കുന്നത് എന്തിന്.അവൾ ആകുമ്പോൾ എനിക്ക് എല്ലാം ഓപ്പൺ ആയി പറയാം.അവൾ അത് വേണ്ടപോലെ വേണ്ടി പ്രസന്റ് ചെയ്തോളും. മറ്റുള്ളവരെ പോലെയല്ല ഏതൊരു കാര്യത്തിലും അതിന്റേതായ ആംഗിളിൽ നോക്കിക്കാണാൻ കഴിവുള്ളവളാണ്. അതുകൊണ്ടല്ലേ ഇത്ര സ്മൂത്തായി ഒരു കുടുംബം ഡീൽ ചെയ്യുന്നത്.

നേരം വെളുത്തു തുടങ്ങി ജിന്നി എണീറ്റിട്ടുണ്ട്. കുട്ടികളെ കുളിപ്പിക്കുന്നു,ഒരുക്കുന്നു.ഞാൻ ധൈര്യം സംഭരിച്ച് അവളുടെ അടുക്കൽ ചെന്നു പറഞ്ഞു :"ജിനി...(അവളുടെ കൈകൾ ചേർത്ത് പിടിച്ചു)

എനിക്ക് പറയാനുള്ളതൊക്കെ ഞാൻ വോയിസ് ഇട്ടിട്ടുണ്ട്.വീട്ടിൽ ചെന്നിട്ട് ഫ്രീയായിട്ട് നീ അത് എടുത്ത് കേട്ടാൽ മതി.കേട്ട് ആലോചിച്ചിട്ട് റിപ്ലൈ ഇട്ടാൽ മതി.ഇപ്പോൾ നോക്കരുത് പ്ലീസ്...

ജിനി :" അതെന്താ ഇപ്പോൾ നോക്കണ്ടാതെ?..

ഞാൻ :" ചിലപ്പോൾ നീ വയലന്റ് ആകും പേടിച്ചിട്ടാ.. "

ജിനി :" എന്തു തന്ന തലപോണ കേസാനു വേണ്ടില്ല മാരേജ് നടക്കണം പിന്നെ ഇന്നലെ പറഞ്ഞ എന്റെ ഫ്രണ്ടിന്റെ കാര്യം പ്രത്യേകമായി തന്നെ നോക്കനേടി...നീ തന്നെ നോക്കണം.

ഞാൻ :" നിന്റെ ഫ്രണ്ട് എന്റെ ഫ്രണ്ട് അല്ലേ.നോക്കുന്ന മാത്രമല്ല വേണ്ടിവന്നാൽ എന്റെ ജീവൻ കൊടുത്തിട്ടാണെങ്കിലും നീ എനിക്ക് പകരക്കാരിയായ നിന്റെ ഫ്രണ്ടിനെ ജീവിതത്തിലേക്ക് തിരിച്ചു

പിടിച്ചേക്കാം പോരെ.

ജിനി :" ഇനി ഇവിടത്തെ കാര്യങ്ങളും ഹോസ്പിറ്റലും എല്ലാം നീ ഒറ്റയ്ക്ക് മാനേജ് ചെയ്യേണ്ടേ?...

ഞാൻ :" അതിനല്ലേ ഇനിയിപ്പോൾ നിങ്ങളെന്നെ കല്യാണം കഴിപ്പിക്കണം എന്നും പറഞ്ഞ് നടക്കുന്നത്. എനിക്കുറപ്പുണ്ട് ഞാൻ തേടുന്നത് അത് അവിടെ തന്നെയുണ്ട്.. (പറയാൻ വന്നതിന്റെ ബാധ നിർത്തി) നോക്കട്ടെ തീർച്ചയായും വരും.

ജിനി :" എന്ത് പിച്ചും പരിപാടി നീ പറയുന്നത് എനിക്കൊന്നും മനസ്സിലാവുന്നില്ല.. ഒരു സംശയം നീയിപ്പോൾ കുറെക്കാലമായി തിരയാണെന്ന് പറഞ്ഞല്ലോ...ആളിപ്പോഴും ബാച്ചിലർ തന്നെയായിട്ട് ജീവിക്കാന്നു ഉറപ്പുണ്ടോ....

ഞാൻ :"അറിയില്ല "..

ജിനി :" ബെസ്റ്റ് എന്തു മാങ്ങാത്തൊലി പ്രേമമാ പിന്നെ നിന്റേ.. ഞാൻ പോകാം സംസാരിച്ച് നിന്നാ സമയം പോകും ഉച്ച ആകുമ്പോഴേക്കും എത്തിയാൽ മതിയായിരുന്നു".

ഞാൻ :" നീ ആദ്യം ഫുഡ് കഴിക്ക് കുഞ്ഞുങ്ങൾക്കും വലതു കൊടുക്കും ബ്രേക്ക് ഫാസ്റ്റ് ഈസ് ഫോർ ബ്രെയിൻ എന്നല്ലേ കുട്ടികൾക്ക് സ്നാക്സ് മറ്റാ വേണെങ്കിൽ സ്റ്റോറൂമിൽ ഉണ്ട് ട്ടോ "...

എല്ലാവരും പോയശേഷം ഞാൻ നേരെ ഹോസ്പിറ്റലിലേക്ക് പോയി വീടൊക്കെ അടച്ച് പൂട്ടിക്കൊണ്ട് ഇനി ആരാ അവിടെ.

ഹോസ്പിറ്റലിൽ എന്റെ ഓഫീസിലേക്കാണ് ഞാൻ ആദ്യം ചെന്നത് ഒരു മാസത്തെ ഫയൽ ഡോക്യുമെൻസ് ഒക്കെ ടേബിളിൽ സെറ്റാക്കി വച്ചിട്ടുണ്ട് ഇതൊന്നും ഒരു ദിവസം പോര നോക്കി തീരാൻ എന്നാലും ഞാൻ ഡോക്ടർസിനെയും കാബിനിലേക്ക് വിളിച്ചു ശേഷം അവരോട് പറഞ്ഞു :" തനിച്ചാ വീട്ടി നിൽക്കാൻ എനിക്ക് കഴിയില്ല. അതുകൊണ്ട് ഞാൻ രണ്ടുമൂന്നു ദിവസം മുൻപേ തീരുമാനമെടുത്തിരുന്നു ഈ ഓഫീസി നോട് ചേർന്നുള്ള ആ സ്റ്റോറും ഉണ്ടല്ലോ അത് ക്ലീൻ ചെയ്യാൻ ആളെ ഏൽപ്പിച്ചിരുന്നു, ഇപ്പോൾ ഏറെക്കുറേ കഴിഞ്ഞിരിക്കുന്നു ഉണ്ടല്ലോ. എന്തായാലും ഒരാൾ സൂപ്പർവൈസ ചെയ്യണം എന്റെ റൂം വിത്മിനി കിച്ചൻ അതിനുള്ളിൽ അറ്റാച്ച്ഡ് ബെഡ്റൂം സെറ്റ് ചെയ്യാൻ പ്ലംബറിനെയും വിളിച്ചിട്ടുണ്ട് പിന്നെ അവരോട് മറ്റൊരു കാര്യം കൂടി പറയണം തൊട്ടപ്പുറത്തുള്ള നമ്മുടെ

കോൺഫറൻസ് റൂമിലെ അത് ഇനി മുതൽ ക്രിറ്റിക്കലായി വരുന്ന രോഗികൾക്കുള്ള സ്പെഷ്യൽ റൂമായി സൗകര്യങ്ങൾ ചെയ്യണം. എനിക്ക് ഫ്ലോറിൽ ഇരുന്നു തന്നെ അവർക്കും ചെയ്യാം എമർജൻസി പേഷ്യൻസിനെ നോക്കുകയും ചെയ്യാലോ.

പിന്നെ ആ റൂമിൽ നിന്ന് ആകുമ്പോൾ ഐസിയു വിലേക്കും ഓപ്പറേഷൻ തിയേറ്ററിലേക്ക് എത്തിക്കാൻ എളുപ്പം കഴിയും. എന്റെ പ്രത്യേക ശ്രദ്ധ അവർക്ക് കൊടുക്കാനും കഴിയും. കോൺഫ്രൻസ് ഹാൾ ഇനിമുതൽ ഡി ബ്ലോക്കിലെ ലാസ്റ്റ് ഫ്ലോറിൽ ആക്കാം.

ഡോക്ടർ നിലൂഫർ :" മാം സൂപ്പർവൈസ് ഞാൻ ചെയ്യാം. എനിക്ക് ഇന്ന് രണ്ടോ മൂന്നോ പേഷ്യൻസ് ഉണ്ടാകുള്ളൂ.... മാത്രമല്ല ഞാൻ ഈ ഫ്ലോറിന്റെ തൊട്ടു താഴെ തേർഡ് ഫ്ലോറിൽ അല്ലേ...

ഹെഡ് നേഴ്സ് :" ശരിയാമിന ആകുമ്പോൾ കുറച്ച് ഇന്റീരിയർ ഐഡിയസ് ഒക്കെ അറിയാവുന്ന ആളല്ലേ.. "

ഞാൻ :" എന്തായാലും ഇന്ന് ഈവനിംഗിനുള്ളിൽ ഫുള്ള് കഴിച്ചിരിക്കണം പെയ്മെന്റ് ഞാൻ നേരിട്ട് കൊടുത്താൽ അറിയാലോ ഇതൊരു മാനേജ്മെന്റ് സ്ഥാപനം അല്ല ഇനിമുതൽ ഞാൻ ഒറ്റക്ക് ഇതുവരെ കൂടെ ഉണ്ടായിരുന്ന എന്റെ ഉപ്പ ഇല്ല. പിന്നെ ഉള്ളവരൊക്കെ അവരുടേതായ ലൈഫ് ഉണ്ട്. നിങ്ങൾ ഡോക്ടേഴ്സ് നിങ്ങളാണ് എന്റെയും ഈ ഹോസ്പിറ്റലിന്റെയും നെടുംതൂണുകൾ ഇപ്പോൾ.

(എന്റെ രണ്ടു കൈകൾ മേശമേൽ പതിപ്പിച്ച് ഞാൻ എഴുന്നേറ്റ് തലകുനിച്ചു നിന്നു)

ഡോക്ടർ നിലൂഫർ എന്റെ അടുക്കൽ വന്നു:" മാമന്റെ ഒപ്പം തന്നെയുണ്ട് ഞങ്ങളാരും ഇവിടെ ശമ്പളത്തിന് വന്നവരല്ല ല്ലോ. എസ് എ പാർട്ട് ഓഫ് സോഷ്യൽ വർക്ക്. നിങ്ങളുടെ ആശയമായി യോജിച്ചു കൊണ്ട് നിങ്ങളുടെ ഒപ്പം കൂടിയവരാണ് ഞങ്ങളെല്ലാവരും. ഞങ്ങളെക്കൊണ്ട് കഴിയുന്ന പോലെ ഈ സ്ഥാപനത്തിന്റെ കൂടെ എന്നും ഉണ്ടാകും നിങ്ങളുടെ കൂടെ ഫ്രണ്ട്, സിബ്ളിംഗ് ഓർ വാട്ടർ യൂ വിഷ്.

പുറത്തുനിന്നും ഒരു നേഴ്സ് കടന്നുവന്നു" മാം ഇന്റർവ്യൂക്കാർ താഴെ വെയിറ്റ് ചെയ്യുന്നു ".

ഞാൻ :"ഇത..എത്തി അവരെ ഇരുത്തി ബുദ്ധിമുട്ടിക്കണ്ട ".ഞാൻ ഇറങ്ങാൻ തുടങ്ങി.

ആയിഷത്ത എനിക്കുള്ള ബ്രേക്ക് ഫാസ്റ്റ് മായി ക്യാബിനിലേക്ക് എത്തിക്കഴിഞ്ഞു.

ഞാൻ :" അയ്യോ ഇപ്പൊ വേണ്ട ആന്റി കുറച്ച് തിരക്കുണ്ട് ".

ഐഷാത്ത :" മോൾ ഒന്നും കഴിച്ചില്ലല്ലോ ഞാനെന്താ അടുക്കളൊക്കെ വൃത്തിയാക്കി സാധനങ്ങളൊക്കെ ഒതുക്കി പെറുക്കി എല്ലാ ഭദ്രമാക്കി പൂട്ടി ഇറങ്ങിയത. ഇദ് കഴിച്ചിട്ട് പൊയ്ക്കോ.

ഞാൻ :" വേണ്ട ഇത്തിരി തിരക്കുകൊണ്ട് ആളുകളെ ഇവർക്ക് ആർക്കെങ്കിലും കൊടുത്തോ വേസ്റ്റ് ആക്കണ്ട. "

പിന്നെ വീട്ടുജോലി പോയി എന്നും പറഞ്ഞ് ഇവിടുന്ന് പോകണ്ട.കാന്റീനിൽ കൂടിക്കോ.ആ ചേച്ചിമാർക്ക് ഒരു സഹായം ആകും എന്റെ ഗാർഡിയന് കാന്റീരി ഇരുന്നിട്ടും എനിക്ക് വേണ്ടി കുക്ക് ചെയ്യാട്ടോ...

അവർ എന്നോട് ദേഷ്യപ്പെട്ടു:" നീയിപ്പോ ഇത് കഴിക്കുന്നുണ്ടോ അതോ എന്താന്ന് വച്ചാ ചെയ്യ് ഉണ്ടാക്കി തരാൻ അല്ലേ എന്നെക്കൊണ്ട് പറ്റുള്ളൂ കുട്ടികൾ ഒന്നുമല്ലല്ലോ എന്നെക്കാളും വലിയ ആൾക്കാരോട് എന്ത് പറയാൻ ".

അവരാ ക്യാരിബാഗ് അവിടെ വച്ചിട്ട് പോയി.

അവരവിടെ നിന്നും പോയത് ഞാൻ ഇന്റർവ്യൂനായി താഴെ ഇറങ്ങി. എന്താന്നറിയില്ല വല്ലാത്തൊരു ഇൻഡസ് ഹാർട്ട് ബീറ്റ്സ് എന്തോ വല്ലാത്തൊരു ടെൻഷൻ ഒരു പക്ഷേ ആദ്യമായിട്ട് ചാനലിൽ ഒക്കെ കയറി ഇന്റർവ്യൂ കൊടുക്കുന്നത് കൊണ്ടാകാം എന്നാലും എന്തോ ഒന്ന് എന്നിലേക്ക് എത്തിപ്പെടുന്ന പോലെ എന്നും രാവിലെ മുടങ്ങാതെ പറയുന്ന അഫർമേഷൻസ് നടക്കാൻ പോകുന്നു എന്നപോലെ ഒരു തോന്നൽ ഞാൻ ആ എഫർമേഷൻസ് മനസ്സിൽ ഉരുവിട്ടു കൊണ്ടിരുന്നു.

" നിനക്കാവശ്യമായതെന്തോ അത് നിന്നിലേക്ക് എത്തിച്ചേരുന്നു...

നീ അറിയേണ്ടതെന്തോ അത് നിനക്ക് മുന്നിൽ വെളിപ്പെട്ടു കൊണ്ടിരിക്കുന്നു.

സർവ്വശക്തനായ അല്ലാഹുവിന്റെ അനുഗ്രഹത്താൽ എല്ലാം നന്നായി ഭവിക്കട്ടെ അൽഹംദുലില്ലാഹ് അൽഹംദുലില്ലാഹ് അൽഹംദുലില്ലാഹ്..."

ഈ അഫർമേഷൻസ് ഈ സമയത്ത് എന്റെ ഉള്ളിൽ കിടന്നിങ്ങനെ മന്ത്രിക്കുന്നു.പടിക്കെട്ടുകൾ ഓരോന്നായി നടന്നു ഹോസ്പിറ്റലിന്റെ ഗാർഡയിലെത്തിയതും വെളുത്ത മെലിഞ്ഞ് മുടിയൊക്കെ സ്ട്രൈറ്റ് ചെയ്ത് ക്രാബ് കൊണ്ട് പൊക്കി കെട്ടിലെസ്സ് ഗ്ലാസും വച്ചത് ഒരു കൊച്ചു സുന്ദരി ചിരിച്ചുകൊണ്ട് എന്റെ നേർക്ക് കൈ നീട്ടി.

:" ഹലോ മാം ഞാൻ സൂര്യ ഇന്നലെ ഞാനാണ് കോൾ ചെയ്തത്".

ഞാൻ :" ഹായ് സൂര്യ വന്നിട്ട് ഒരുപാട് നേരായി രാവിലെ കുറച്ച് തിരക്കുണ്ടായിരുന്നു".

സൂര്യ :" ഏയ് അല്ല മാം ഞങ്ങൾ ആക്ച്വലി വന്നിട്ട് കുറച്ച് നേരമായി ഈ അറ്റ്മോസ്ഫിയർ ഒക്കെ ഒന്ന് കവർ ചെയ്യാമെന്ന് വിചാരിച്ചു അതൊക്കെ കഴിഞ്ഞു ഇനി മേമ ഇന്റർവ്യൂ കൂടി കഴിഞ്ഞാൽ മതി ഞങ്ങൾ ടൈം വേസ്റ്റ് ചെയ്യുന്നില്ല. "

ക്യാമറാമാൻ :" മേമിന്റെ ആ വീട് കൂടി ഉൾപ്പെടുത്തിയ നന്നായിരുന്നു പുറത്ത് പൂട്ടിക്കല്ലേ അവിടെയല്ലേ ആദ്യം ക്ലിനിക്കിന്റെ തുടക്കം ".

ഞാൻ :" അത് ശരിയാ പക്ഷേ അതിന്റെ സ്വകാര്യതയാണ് ഒന്ന് വിചാരിക്കരുത്. അല്ല നിങ്ങൾക്ക് കുടിക്കാൻ എന്തെങ്കിലും?

സൂര്യ :" അതൊക്കെ ഇവിടുത്തെ സ്റ്റാഫ് ഞങ്ങളെ കാന്റീന കൊണ്ടുവന്ന നല്ല രീതിയിൽ സഹകരിച്ചു വിട്ടു പിന്നെ അവര് തന്നെ ഒപ്പം കൂടി ഓരോ കാര്യങ്ങൾ പറഞ്ഞുതന്നു.. ഹോസ്പിറ്റലിന്റെ ഓരോ ഭാഗങ്ങളും വീഡിയോ എടുക്കുന്നതിനിടയിൽ. "

ഞാൻ :" ആണോ ആരാ അത്? "

സൂര്യ :" അറിയില്ല അമ്മേം പേര് ചോദിക്കാൻ വിട്ടുപോയി "(ക്യാമറമാൻ ഇടയ്ക്ക് കയറി പറഞ്ഞു)"സൗമ്യ അതാ പേര് ഇന്നലെ രാത്രി ആയിരുന്നത്രെ അവർക്ക് ഇവിടെ ഡ്യൂട്ടി രാവിലെ ഡ്യൂട്ടി കഴിഞ്ഞ് പോകാൻ നിൽക്കുകയായിരുന്നു പാവം ഞങ്ങളുടെ കൂടെ കൂടി എല്ലാം കാട്ടിത്തന്നു പോയത് ".

ഞാൻ :" ആ ഇവിടത്തെ എല്ലാ സ്റ്റാഫും ഹാർഡ് വർക്കേഴ്സ് ആണ് എന്റെ കൽപ്പനയ്ക്ക് കാത്തുനിൽക്കില്ല. എന്റെ അഭാവത്തിലും എല്ലാം നല്ല രീതിയിൽ വേണ്ടപോലെ എല്ലാവരും ഏറ്റെടുത്ത് ചെയ്യും അതാണ് ഈ സ്ഥാപനത്തിന്റെ വളർച്ചയും പരിശുദ്ധി യും എവിടെ എന്ത് ചെയ്യണം എന്ന് എല്ലാവർക്കും ധാരണയുണ്ട് ".

സൂര്യ :" നാം നമുക്ക് ഇന്റർവ്യൂയിലേക്ക് കടക്കാം ആർ ഗാർഡനിൽ ഇരിക്കുകയാണെങ്കിൽ നന്നായേനെ ".

ഞാൻ :" അതിനെന്താ ആവാലോ ആസ് യുവർ വിഷ്".

(അവർ ആഗ്രഹിച്ച പോലെ എന്റെ മാവു മരത്തിന്റെ ചുവട്ടിലേക്ക് ഞങ്ങൾ യാത്രയായി,അവൻ അവിടെ തന്നെ നെഞ്ചും വിരിച്ചിപ്പോഴും നിൽക്കുന്നുണ്ട്.ഞാൻ അവനെ നോക്കി പുഞ്ചിരിച്ചുകൊണ്ട് അവന്റെ താഴെ ഇരുന്നു. അപ്പോഴാണ് ഞാൻ ഓർത്തത് വരുന്നവഴിക്ക് കാറിൽ നിന്നും ഒരു പേഷ്യന്റ് ഇറങ്ങുന്നുണ്ട് കൂടെ രണ്ട് ചെറിയ മക്കളും. കൂടെ അദ്ദേഹം തന്നെ അതെ ഇത്.... അദ്ദേഹം തന്നെ).

ഞാൻ :" എക്സ്ക്യൂസ് പ്ലീസ് വൺ സെക്കൻഡ് ഞാനിപ്പോ വരാം നിങ്ങളെല്ലാവരും സെറ്റ് ചെയ്തു നിൽക്ക്. ഒറ്റ സെക്കൻഡ്."

അവർ എന്നോട് ഒന്നും പറഞ്ഞില്ല ഞാൻ കേൾക്കാനും നിന്നില്ല നിന്ന് നിൽപ്പിൽ നിന്നും ഓടിക്കിടച്ചുകൊണ്ട് അദ്ദേഹത്തിന്റെ മുൻപിലെത്തി. പക്ഷേ അടുത്തേക്ക് ചെന്നില്ല എന്തോ ഒരുവഴം മനസ്സു പറഞ്ഞു കമോൺ അബി ദിസ് ഈസ് ദ റൈറ്റ് ടൈം. ഇനിയും ഫൂളിഷ് നസ്സ് കാട്ടരുത്.രണ്ട് ചാൻസ് ദൈവം തന്നിട്ട് നീയത് കളഞ്ഞു മുടിച്ചതാണ്. ഇനിയും കൈവിട്ടു കൂടാ മരിച്ച തലക്ക് മുകളിൽ നിൽക്കുന്നവരുടെ പ്രാർത്ഥനയാകാൻ ഇയാളെ ഇപ്പോൾ ഇവിടെ എത്തിച്ചിരിക്കുന്നത്.

എന്ത് ചെയ്യണമെന്നറിയാതെ പുലമ്പിക്കൊണ്ട് അയാളുടെ വലതുഭാഗത്ത് ഒരു തൂണിനു അപ്പുറം നിൽക്കുന്ന എന്റെ പുറകിൽ ഏതോ ഒരു നേഴ്സ് വന്നു "ഗുഡ് മോർണിംഗ് മാം "

ഞാൻ:" ഹാ...മോർണിംഗ് "

അവർ :" മാം ഇന്റർവ്യൂ കഴിഞ്ഞ ഇത്ര പെട്ടെന്ന് "

ഞാൻ :" നോ പിന്നെ ഒരു ഹെൽപ്പ് വേണം ആ ചെക്ക് ബ്ലൂ കളർ ഷർട്ട് ഇട്ട ആളെ കണ്ടില്ലേ അഡാർ അയാളെ എനിക്ക് വേണ്ടപ്പെട്ട ആളാണ്. അവർക്ക് വേണ്ടപോലെ എല്ലാ കാര്യങ്ങളും ചെയ്തു കൊടുക്കണം.അവരെ പോകാൻ അനുവദിക്കേണ്ട തൽക്കാലം എന്റെ ഗസ്റ്റ് റൂമിലേക്ക് ഇരുത്തണം. എന്നെ കണ്ടിട്ട് പോകാൻ പാടുള്ളൂ എന്ന് പ്രത്യേകം പറയണം. ഞാൻ പെട്ടെന്ന് ഇന്റർ തീർത്തു വരും.പിന്നെ ട്രീറ്റ്മെന്റ് ആണെങ്കിൽ എന്ത് കേസ് ആണെങ്കിലും ശ്രദ്ധിക്കണം. ഓ പിയിൽ അവരുടെ പേരും അഡ്രസ്സും പ്രത്യേകം

നോട്ട് ചെയ്യിക്കണം. ട്രീറ്റ് ദം വെൽ ".

നേഴ്സ് :" അയ്യോ മാം ആക്ച്വലി ഞാൻ കുട്ടികളുടെ വാർഡിലെ ആണ് ഡ്യൂട്ടിക്ക് കയറിക്കഴിഞ്ഞു "..

ഞാൻ :" പ്ലീസ് തൽക്കാലം ഞാൻ വരുന്നത് വരെ ആരെങ്കിലും ഏൽപ്പിക്കണം ഇവരെ കെയർ ചെയ്യാൻ ഞാൻ പറഞ്ഞ കാര്യങ്ങളൊക്കെ അവരോട് പ്രത്യേകം പറയുകയും വേണം ഓക്കേ ദിസ് ഈസ് മൈ ഓർഡർ."

അവർ അദ്ദേഹത്തെയും കൂടെ വന്നവരെയും കൊണ്ട് അകത്തേക്ക് പോയി ഞാൻ അങ്ങനെ ഉറ്റു നോക്കിക്കൊണ്ട് ഇന്റർവ്യൂസ്ഥലത്തേക്കും പോയി. ശരീരം ഒരിടത്തും മനസ്സ് മറ്റൊരിടത്തുമായ അവസ്ഥ. ഒറ്റ ചോദ്യങ്ങൾക്കും കോൺസെൻട്രേഷൻ കിട്ടുന്നതേയില്ല. അവസാന പ്രതീക്ഷിച്ച ചോദ്യം തന്നെ അവർ ചോദിച്ചു വിവാഹം എന്തുകൊണ്ട് ഇതുവരെ വിവാഹം കഴിച്ചിട്ടില്ല. ഇപ്പോൾ ഇത് പറയാൻ എനിക്കൊരു മടിയുമില്ല.കാരണം എന്താണ് ചോദിച്ചാൽ വല്ലാത്തൊരു ധൈര്യംവന്നപോലെ.പക്ഷേ എനിക്കതിനൊന്നും സമയമില്ല.അവസാനിപ്പിച്ചേ പറ്റൂ..ഒറ്റവാക്കിൽ പറഞ്ഞു:" സോറി അത് എന്റെ പേഴ്സണൽ മാറ്റർസ് ആണ്,പറയാൻ താല്പര്യപ്പെടുന്നില്ല.മാത്രമല്ല ടൈം ടു വൈൻഡ് അപ്പ്."

സൂര്യ :" മാം അവസാനമായി ഒന്നുകൂടി ഇപ്പോൾ ചൈനയിൽ സ്പ്രെഡ് ആയ വൈറസ് അതിനെക്കുറിച്ച് എന്താണ് പറയാനുള്ളത്. "

ഞാൻ :" അതിനെക്കുറിച്ച് ഞാനും കേട്ടിരിരുന്നു പക്ഷേ എനിക്ക് വ്യക്തമായി ഒന്നും പറയാൻ കഴിയില്ല.കാരണം ഈ ഇടയാണ് എന്റെ ഉപ്പ മരിച്ചത് അതിന്റെ വിഷമത്തിലും ടെൻഷനിലും ഇരിക്കുമ്പോൾ വിചാരിതമായാണ് ഈ ഒരു വാർത്ത കേൾക്കുന്നത്. നമുക്ക് ജാഗ്രതരാകാം കേട്ടിട്ട് വല്ലാത്ത പേടിയുണ്ട് ഇതുപോലെയുള്ള അസുഖങ്ങൾ പണ്ട് കാലത്തും ലോകത്ത് വന്നിട്ടുണ്ട് ദൈവം രക്ഷിക്കട്ടെ ആശങ്കയുണ്ട്. നമ്മുടെ രാജ്യത്ത് മറ്റു രാജ്യത്ത് പടരാതെ ഇതുണ്ടായത് തന്നെ അവസാനിക്കാൻ നമുക്ക് പ്രാർത്ഥിക്കാം പോലും ലോകത്തെ തന്നെ എല്ലാവരും കെയർഫുൾ ആകണം ദൈവത്തിന് ധീരമായി ഒന്നുമില്ല പിന്നെ എപ്പോഴും ഹൈജീനിക്കായി ഇരിക്കണം ഏതൊരു അവസ്ഥയിലും നമ്മൾ പാനിക്കാവരുത്. ഓക്കേ ടൈം ടു വൈൻഡ് അപ്പ്. പ്ലീസ്.. "

ഞാനവരുടെ വോട്ട് ഓഫ് താങ്ക്സ് പോലും കേൾക്കാൻ നിൽക്കാതെ.ഹോസ്പിറ്റലിനകത്തേക്ക് ഓടി.

സമയം 12:30 ആയിരിക്കുന്നു.രാവിലെ ഒന്നും കഴിച്ചിട്ടില്ലെങ്കിലും എനിക്ക് തീരെ വിശപ്പ് തോന്നുന്നില്ല.എനിക്ക് അദ്ദേഹത്തെ എത്രയും പെട്ടെന്ന് മീറ്റ് ചെയ്യണം.അതിന് മുൻപ് എന്റെ ഓഫീസ് ബാക്കിൽ ആയി എനിക്കായി ഒരുക്കി തീർത്ത പുതിയ റൂമിലോട്ട് ഒന്ന് പോയികണ്ടു.വിചാരിച്ചതിലും വേഗത്തിൽ തന്നെ പണികൾ കഴിഞ്ഞു കൊണ്ടിരിക്കുന്നു.ഞാനെന്റെ ക്യാബിനിൽ ചെന്ന് മുടിയാക്കി ഒന്ന് എനിക്ക് തട്ടം ഒക്കെ ഒന്നുകൂടി സെറ്റ് ചെയ്തു അവിടെ ചെയറിൽ ഇരുന്നു.

ഒരുതരം ശിവറിങ്,കിതപ്പ്,എന്തെന്നില്ലാത്ത പരവേശം.നടന്നിട്ടും നടന്നിട്ടും എത്തുന്നില്ലാത്ത ഫീലിംഗ് ഒക്കെ ഉണ്ടായിരുന്നു. ഒരു ഗ്ലാസ് വെള്ളം കുടിച്ചിട്ട് ഫോൺ എടുത്തു ഒപിയിലേക്ക് വിളിച്ചു പറഞ്ഞു :"ഗസ്റ്റ് റൂമിൽ ആരെങ്കിലും ഇരിക്കുന്നുണ്ടെങ്കിൽ അവരെ എന്റെ ക്യാബിനിലേക്ക് കൊണ്ടുവരൂ ".

ഫോൺ താഴെ വച്ചിട്ട് രണ്ട് കണ്ണുകളും അടച്ച് ഒരു ഡീപ് ബ്രീഡ് എടുത്തശേഷംകണ്ണുകൾ തുറന്നു സ്ട്രൈറ്റ് ആയി ഇരുന്ന് ഫയൽ ചെക്ക് ചെയ്യാൻ തുടങ്ങി. കൈകൾ വിറയ്ക്കുന്നുണ്ട്. വാതിൽക്കൽ ആരോ മുട്ടുന്നു.

:" മേ ഐ കമിങ് മാഡം "(നേഴ്സ്)

ഞാൻ :"എസ്..അവരെവിടെ?.

പുറകെ തന്നെ അവരും വന്നു കയറി. അദ്ദേഹത്തെ നേരിട്ട് കണ്ടതും എന്റെ ഹൃദയമിടിപ്പ് വല്ലാതെ കൂടിക്കൂടി വരുന്നു. ശരീരം നന്നായി വിയർക്കുന്നു.കാൽമുട്ടുകൾ വിറയ്ക്കുന്നു. തണുത്തുവിറച്ച് എന്റെ കാൽ ഉപ്പൂറ്റിക്കും,ചുണ്ടിലും നീലനിറം.ടെൻഷൻ കൊണ്ട് ഞാനെന്റെ കയ്യിൽ കൈയിൽ പിടിച്ചിരിക്കുന്ന പേനയിൽ പിടിച്ചമർത്തി. അപ്പോഴാണ് ഞാൻ ശ്രദ്ധിക്കുന്നത് കൂടെ ഒരു സ്ത്രീയുണ്ട് സ്ട്രക്ച്ചറിൽ അവശയായി ഇരിക്കുകയാണ് അവർ.കൂടെ രണ്ട് പെൺകുട്ടികളും. ഞാനാകെ സ്തംഭിച്ചു പോയി. ഇവരെയല്ലേ കഴിഞ്ഞ രണ്ട് പ്രാവശ്യവും ഞാൻ സ്വപ്നത്തിൽ കണ്ടത്.അതെ ഇവരെ തന്നെ.സ്വപ്നത്തിൽ ഇവര് തന്നെ രണ്ടുവട്ടവും ഇയാളുടെ രോഗിയായ ഭാര്യയായി ഞാൻ കണ്ടത്.ഇതേ കുട്ടികൾ തന്നെ.എങ്ങനെ

തുടങ്ങണം എന്ത് പറയണം എന്നറിയാതെ സ്തംഭിച്ചു നിൽക്കുന്ന എന്നോട് ആദ്യമായി അദ്ദേഹം സംസാരിച്ചു തുടങ്ങി. ഞാൻ ശ്രദ്ധയോടെ ഉറ്റുനോക്കി

:"മേം ഞങ്ങൾ പാലക്കാട്ട്ന്നാണ്. ജനിഫർ പറഞ്ഞിട്ടുണ്ടായിരുന്നില്ലേ.."

ഞാൻ:" എസ്...എസ്..ഇരിക്കൂ ഇത് വൈഫ് ആണല്ലേ?.

അദ്ദേഹം:" അതെ ട്യൂമർ ആണ്,ഇതിപ്പോ സെക്കൻഡ് ടൈം.എല്ലാം ജനി പറഞ്ഞിട്ടുണ്ടാകുമല്ലോ ".

അദ്ദേഹം എനിക്ക് മുന്നിൽ വച്ച് നീട്ടിയ ഫയൽസ് ഞാൻ സൂക്ഷ്മമായി നിരീക്ഷിക്കുന്നതിനിടയിൽ ചോദിച്ചു.

:"ഇവരുടെ പേര് എന്താന്നാ പറഞ്ഞെ?.

അദ്ദേഹം:" ഷബ്ന ".

ഇടിവെടിവെട്ടവന്റെ കാലിൽ പാമ്പ് കടിച്ച അവസ്ഥയായി ഞാനിപ്പോൾ എന്താ പറയാ. ഇതും സ്വപ്നമാണോ റിയാലിറ്റി ആണോ എന്നതാണ് ഇപ്പോൾ എന്റെ സംശയം. ഈ പേര് തന്നെയല്ലേ കഴിഞ്ഞ രാത്രിയിലും ഞാൻ കേട്ടത്.ഇതെന്താണ് ഇങ്ങനെയൊക്കെ. എന്തായാലും അവരുടെ റിപ്പോർട്ട്സ് ഞാൻ കാര്യമായി നിരീക്ഷിച്ചു. എന്റെ പേഴ്സണൽ ഫീലിംഗ്സ് ഹൈഡ് ചെയ്ത് കൊണ്ട് അല്ലെങ്കിലും അതല്ലല്ലോ ഇപ്പോൾ പ്രധാനം.

ഞാനവരെ ഒന്ന് കിടത്തി ചെക്ക് ചെയ്തു.

അദ്ദേഹം തുടർന്നു:" കുറച്ചു ദിവസങ്ങളായി നല്ല ക്ഷീണവും ഛർദിയും തലചുറ്റിലും ഒക്കെയുണ്ട് വീട്ടുകാരും ഞാനും കരുതിയത് പ്രെഗ്നൻസിയുടെ സിംറ്റംസ് ആകുമായിരുന്നു. പിന്നെ ഞാൻ ഐപിൽ കൊണ്ടുവന്ന് ടെസ്റ്റ് ചെയ്തു നോക്കിയപ്പോൾ നെഗറ്റീവ് റിസൾട്ട് ആയിരുന്നു. മുൻപൊരിക്കൽ ഇതേ അസുഖം വന്നതുകൊണ്ട് ചെറിയൊരു ഭയം ഉള്ളിൽ കൂടി ഇത് തന്നെ ആകുമോ എന്ന് അതിന്റെ അടിസ്ഥാനത്തിൽ ജസ്റ്റ് ഒന്ന് ചെക്ക് ചെയ്തു നോക്കി റിസൾട്ട് അത് തന്നെ ".

ഞാൻ ശബ്നയോടായി ചോദിച്ചു :" ഇപ്പോൾ നടക്കുമ്പോൾ ബാലൻസ് കിട്ടാത്ത അവസ്ഥ ഉണ്ടോ? "

(അതെ എന്ന മട്ടിൽ അവർ ഒന്നു മൂളി).

കൂടുതൽ അവരുമായി സംസാരിച്ചപ്പോൾ എനിക്ക് മനസ്സിലായി അസുഖത്തെക്കുറിച്ച് നല്ല ധാരണയുള്ളവരാണ് എല്ലാവരെയും പോലെ ഇവർക്ക് ഇതേപ്പറ്റി ഒരു ക്ലാസ് എടുത്ത് കൊടുക്കണ്ട.

ഞാൻ ആകാംക്ഷയോടെ അദ്ദേഹത്തോട് ചോദിച്ചു:" ഡെൻ വാട്ടീസ് യുവർ നെയിം? "

(അദ്ദേഹം സ്വന്തം പേര് പറഞ്ഞു എനിക്ക് പേരിന്റെ അർത്ഥം അറിയാം ഞാൻ മനസ്സിൽ ചിന്തിച്ചു സൂര്യൻ അഥവാ നന്മയുടെ വെളിച്ചം)

ഞാൻ കുട്ടികളോട് പേര് ചോദിച്ചു കുട്ടികൾ:" ഞാൻ സന്ഹ ഇവൾ ഷെസ. ഷെസൂ.. ന്ന് വിളിക്കും."

ഞാൻ:" അപ്പോ സൻഹയെ സനാ എന്ന് വിളിക്കുമോ (ആ കുട്ടികൾ മെല്ലെ ഒന്ന് പുഞ്ചിരിച്ചു).

സത്യത്തിൽ ഞെട്ടിയെ ഞാൻ ഒന്നുകൂടെ ഞെട്ടിയിരിക്കുന്നു.കാരണം ഈ പേരും ഞാൻ സ്വപ്നത്തിൽ കേട്ടിട്ടുണ്ട് ഷെസ...

ഞാൻ കുട്ടികളെ ചേർത്ത് പിടിച്ചിട്ട് പറഞ്ഞു :"വെറൈറ്റി നെയിം ആണല്ലോ, " എന്നിട്ട് അദ്ദേഹത്തോട് പറഞ്ഞു ആശ്വസിപ്പിച്ചു :"സമാധാനമായിരിക്കു ഒന്നും സംഭവിക്കില്ല.പ്രാർത്ഥിക്കൂ എന്നാൽ കഴിയും വിധം ഞാൻ ഹെല്പ് ചെയ്യാം.ജിനിയുടെ ഫ്രണ്ട് ആയതുകൊണ്ട് മാത്രം അല്ല. മറ്റൊരു റീസൺ കൂടി ഹൈഡ് ചെയ്തു കൊണ്ട് പറയുകയാണ്..ഞാനും എന്റെ ഹോസ്പിറ്റൽ മൊത്തവും നിങ്ങളുടെ കൂടെയുണ്ട്. ഇവിടെ കുറച്ച് ദിവസം അഡ്മിറ്റ് ആകണം.റൂം അല്പസമയത്തിനകം റെഡിയാകും.നിങ്ങൾക്ക് സ്പെഷ്യൽ റൂം അറേഞ്ച് ചെയ്യുന്നുണ്ട്.അറിയാല്ലോ എന്റെ ഉപ്പ മരണപ്പെട്ടു ഇനി വീട്ടിൽ ആരുമില്ല സൊ ഇന്നു മുതൽ ഞാൻ ഫുൾടൈം ഇവിടെ തന്നെ കാണും.എന്റെ ഈ ക്യാമ്പിന്റെ നേരെയുള്ള കോൺഫറൻസ് ഹാൾ ആണ് നിങ്ങൾക്ക് കൺസിഡർ ചെയ്തേക്കുന്നത്.പണികൾ അല്പം കൂടിയുണ്ട്. തൊട്ടടുത്ത റൂമിൽ ഞാനുമുണ്ടാകും.പിന്നെ കുട്ടികളെ എന്താ ചെയ്യുന്നേ? അവർക്ക് സ്കൂളൊക്കെ കാണൂല്ലേ (കുട്ടികൾ ആകാംക്ഷയോടെ അവരുടെ ഉപ്പയെ നോക്കി)

ഷബിന:" കുട്ടികൾ എന്റെ കൂടെ നിന്നോട്ടെ കണ്ണടക്കും വരെ എനിക്കവരെ കാണാലോ ചിലപ്പോൾ...ഞാൻ..

ഞാൻ :"ഹേ ഈ നെഗറ്റീവ് ചിന്ത കളയോ ആദ്യം,എന്റെ ഉപ്പ ഉണ്ടായിരുന്നെങ്കിൽ പുള്ളിക്കാരൻ പ്രധാന ഹോബി ഇവിടെ വരുന്നവരെ മോട്ടിവേറ്റ് ചെയ്യലാണ്. ഒന്നുമില്ലെങ്കിലും നിങ്ങൾ ഒരിക്കൽ ഇതിനെ അതിജീവിച്ച് വരല്ലേ.. ആ ആൾ തന്നെ ഇങ്ങനെ ഡൗൺ ആകാൻപാടുണ്ടോ?. മനസ്സിനെ ശക്തിപ്പെടുത്തും എല്ലാം ദൈവത്തിൽ അർപ്പിക്കും ബാക്കി ഞങ്ങൾ നോക്കിക്കോളാം. "

ഞാൻ നഴ്സിനോട് ആയി പതുക്കെ പറഞ്ഞു:" ഇവർക്ക് കുറച്ച് ക്രിട്ടിക്കൽ ആണ് പുതിയ പുതിയ റൂം പെട്ടെന്ന് റെഡിയാക്കണം. ആട്ടെ എന്റെ റൂം റെഡിയായോ എങ്കിൽ അതുവരെ ഇവരെ എന്റെ റൂമിലേക്ക് കിടത്താം. "

നേഴ്സ് :" ഇല്ല രണ്ടും ഒന്നിച്ചാണ് റെഡിയാക്കുന്നത് ഏറെക്കുറെ റെഡിയായിട്ടുണ്ട് ഇനി 5 മിനിറ്റ് ഉള്ളൂ ക്ലീനിങ്ങിൽ ആണ് ".

ഞാൻ +" അത്രയേ ഉള്ളൂ സ്വാദ് വരെ അവരെ അവിടെ കിടത്തി ട്രീറ്റ്മെന്റ് തുടങ്ങിക്കോളൂ അവരുടെ റൂം റെഡിയായ നമുക്കിവരെ അങ്ങോട്ട് ഷിഫ്റ്റ് ആക്കാം".

ഞാൻ അദ്ദേഹത്തോട് ചോദിച്ചു :" ആ ബൈ ദ ബൈ സർ എന്ത് ചെയ്യുന്നു?

അദ്ദേഹം :" ഞാൻ നാട്ടിൽ ഒരു പ്രൈവറ്റ് ഇൻസ്റ്റിറ്റ്യൂട്ടിൽ എച്ച് എം ഐ വർക്ക് ചെയ്യുന്നു".

ഞാൻ :" ഹോ ദാറ്റ് ഈസ് വണ്ടർ ഇത്ര ചെറുതായി ഇത്ര വലിയ പൊസിഷൻ അൺബിലീവെബ്ൾ.. "

ഞാനെന്റെ ബാഗിൽ നിന്നും കുട്ടികൾക്ക് രണ്ടുപേർക്കും ചോക്ലേറ്റ് എടുത്തു കൊടുത്തു.

"മക്കൾ ഏത് ക്ലാസിലാ "..

കുട്ടികൾ :"ഞാൻ അഞ്ചിലും,ഇവളെ അടുത്തവർഷം ചേർക്കും".

"ആ നന്നായി സംസാരിക്കുന്നുണ്ടല്ലോ കുറുമ്പികൾ,മിടുക്കി കുട്ടികൾ "..

"സിസ്റ്റർ ഇവരെ റൂമിലേക്ക് കൊണ്ടുപോയിക്കോളൂ "...

അവർ ശരി എന്ന മട്ടിൽ തലയാട്ടി. അവരെ അവിടെ നിന്നും കൊണ്ടുപോയി.

അദ്ദേഹം പുറത്തിറങ്ങിയപ്പോൾ എനിക്ക് ഓർമ്മ വന്നത് കഴിഞ്ഞദിവസം സ്വപ്നത്തിൽ അപ്പുറത്തെ മുറിയിലേക്ക് വാ എന്ന മട്ടിൽ കണ്ണ് കൊണ്ട് എന്നെ വിളിച്ച് ആ മനുഷ്യനാണ്.

സത്യത്തിൽ ഇപ്പോൾ എന്റെ കണ്ണിൽ ഇരുട്ട് കേറുന്ന പോലെ,ഒരു ഗ്ലാസ് ലൈം വാട്ടർ കാന്റീനിൽ ഓർഡർ ചെയ്തു ഞാൻ എന്റെ ടേബിളിൽ തലവെച്ചുകിടന്നു.പെട്ടെന്നാരോ പിന്നെയും കഥയിൽ തട്ടി.അദ്ദേഹമാണോ...

അല്ല,നേഴ്സ് :"ഒരു ഫാമിലി വന്നിട്ടുണ്ട് കുട്ടിനേം കൂട്ടി."

ഞാൻ :"താഴെ ഡോക്ടർസ് ഇല്ലേ? ഓങ് കോളജിസ്റ്റ് ഡിപ്പാർട്ട്മെന്റ് പുതിയ ഡോക്ടർസ് വന്നിട്ടില്ലേ. എനിക്ക് പകരമായി എത്തിയത്.ഞാൻ ഓഫീസ് കാര്യങ്ങൾ മാത്രം ഇപ്പോൾ ശ്രദ്ധിക്കുന്നുള്ളൂ എന്ന് പറഞ്ഞില്ലേ?അത്രയ്ക്ക് ക്രിട്ടിക്കൽ ആണോ.

സിസ്റ്റർ :"വരുൺ ഡോക്ടറെ കണ്ടു.അവർക്ക് മാം നെ കാണണം എന്ന് പറഞ്ഞു കാര്യം ഒന്നും പറഞ്ഞില്ല.

ഞാൻ :"വരാൻ പറ അവരോട്. "

ഒരു കൊച്ചു കുടുംബം.അച്ഛൻ അമ്മ ഒരു നാലു വയസ്സുകാരൻ പയ്യനും അകത്തേക്ക് കടന്നുവന്നു. സത്യത്തിലാ കുഞ്ഞിനെ കണ്ടപ്പോൾ എനിക്ക് അച്ചുവിനെ ഓർമ്മ വന്നു.ഞാൻ അവരോട് ഇരിക്കാൻ ആവശ്യപ്പെട്ടു.വലിയൊരു കണ്ണീർ കടൽ അവരുടെ കണ്ണിൽ നിന്നും പ്രത്യക്ഷമാകുന്നുണ്ട്.അപ്പോഴേക്കും എനിക്കുള്ള ജ്യൂസിങ് എത്തി.ഞാനത് ആ കുട്ടിക്കടുത്തു കൊടുത്തു ആദ്യം മടിച്ചെങ്കിലും അവന്റെ അച്ഛൻ അനുവദിച്ചപ്പോൾ അവൻ അത് എടുത്തു കുടിച്ചു.

അവരുടെ ടെസ്റ്റ് റിസൾട്ട് എനിക്ക് മുന്നിൽ നീട്ടി. ഞാനതെല്ലാം വിശദമായി തന്നെ പരിശോധിച്ചു. ആ കുഞ്ഞിന് ക്യാൻസറാണ് എന്തൊരു വിധി.

ഞാൻ അവരോട് ചോദിച്ചു :" വരുൺ ഡോക്ടർ കാര്യങ്ങളൊക്കെ പറഞ്ഞില്ലേ? "

ഞാനിപ്പോൾ കൂടുതലും ഓഫീസ് കാര്യങ്ങളാണ് നോക്കുന്നത് എല്ലാം കൂടി എത്തേണ്ട എനിക്ക് പകരമായി ആണ് ഞാൻ ഡോക്ടറെ നിയമിച്ചിരിക്കുന്നത്. എന്നാലും എല്ലാ ദിവസവും രണ്ട് നേരം പേഷ്യൻസിനെ എല്ലാവരെയും ഞാൻ ചെക്ക് ചെയ്യുന്നുണ്ട് അത്യാവശ്യം റെയർ കേസുകൾ മാത്രം നോക്കാറുള്ളൂ മോന്റെ കാര്യം

വരും ഡോക്ടർ നോക്കിക്കോളാം ഞാനും ശ്രദ്ധിച്ചോളാം പണത്തിന് എന്തെങ്കിലും ബുദ്ധിമുട്ടുണ്ടെങ്കിൽ പറയാൻ മടിക്കണ്ട.

കുഞ്ഞിന്റെ അച്ഛൻ :" അതുകൊണ്ട് ഞങ്ങൾ മേനെ കാണാൻ വന്നത്. ഞങ്ങൾ അത്ര ഉള്ള കുടുംബം ഒന്നുമല്ല. ഞങ്ങളുടേത് ഒരു ആവറേജ് ഫാമിലി ആണ്.എന്റെ തറവാട്ട് വീട്ടിലാണ് ഞങ്ങൾ താമസിക്കുന്നത്. അവിടെ ഒരുപാട് പേരുണ്ട്.കുട്ടിയെ ചികിത്സിക്കാൻ ആയിട്ട് മാത്രം എന്തെങ്കിലുമൊക്കെ ചെയ്യാനുള്ള പ്രാപ്തി ഞങ്ങൾക്കില്ല. വീടും പരിസരവും പൊതു സ്വത്താണ്.എല്ലാവരും സഹായിക്കുമായിരിക്കും എന്നാലും ചിലവ് അത് എത്രത്തോളം ആകും എന്ന് അറിയില്ലല്ലോ.

ഞാൻ:". പറഞ്ഞാമതി പണത്തിന്റെ കാര്യോർത്ത് ഒരു പേടി വേണ്ട ചികിത്സയൊക്കെ അതിന്റെ മുറപോലെ അങ്ങ് നടന്നോളും. "

അയാളുടെ ഭാര്യ:" കൂട്ടുകുടുംബം ആണ് മാനേ വേണ്ട സമയത്ത് ശരിക്ക് കൊടുത്തിട്ട് പോലുമില്ല ഇപ്പോൾ ഇവനെ അവസ്ഥയിൽ ആയപ്പോൾ ഞാൻ ആകെ തകർന്നു പോയി. "

എനിക്കവരെ ആശ്വസിപ്പിക്കാൻ വാക്കുകളില്ല എന്നാലും കാര്യങ്ങൾ പറഞ്ഞു കൊടുത്തു :" സി ഇവിടെ അഡ്മിറ്റ് ആക്കാതെ പറ്റില്ല അമ്മ കുട്ടിയുടെ കൂടെ ഉണ്ടാകണം കുട്ടിക്ക് സ്പെഷ്യൽ കയറൊക്കെ ഇവിടെ വേണ്ടപോലെ എല്ലാവരും കൊടുക്കും. യു നോ മാസ് ഒക്കെ വച്ചിട്ട് വേണം വീട്ടിലേക്ക് നമ്മൾ നടക്കാൻ ഇവനെ സംബന്ധിച്ചിടത്തോളം കുഞ്ഞല്ലേ നിങ്ങൾ കുഞ്ഞിനെ ഇവിടെ ഏൽപ്പിച്ച ധൈര്യമായി പൊയ്ക്കോളൂ സാർ ഭക്ഷണമൊന്നും പുറത്തുനിന്ന് അല്ല രണ്ടാൾക്കും ഉള്ള ഭക്ഷണം ഇവിടെ തന്നെ കിട്ടും.

ആട്ടെ മോനുസിന്റെ പേരെന്താ"?

കുട്ടി :" നന്ദ് നന് വിളിക്കും "

ഞാൻ :" ആണോ എന്റെ വീട്ടിലും എന്നെ ന്നാണ് വിളിക്ക അപ്പോൾ നമ്മൾ രണ്ടുപേരും ആല്ലേ.(ഞാൻ ചിരിച്ചുകൊണ്ട് കുഞ്ഞിന്റെ കവിളിൽ ഒന്ന് തലോടി).

ഓക്കേ ടേക് കെയർ

അവർ അങ്ങനെ താൽക്കാലിക സമാധാനത്തോടെ എന്റെ ക്യാബിനിൽ നിന്നും മടങ്ങി.

ഓഫീസ് മുറിയിൽ എന്റെ ചെയറിന് ബാക്കിൽ മറ്റൊരു ഡോർ കൂടെയുണ്ട്. അതുവഴി എനിക്കെന്റെ ഇപ്പോഴത്തെ മുറിയിലോട്ടു കയറാം.ബട്ട് ഇപ്പൊ അവിടെ അദ്ദേഹവും കുടുംബവും ഉണ്ട്.

ഞാൻ ഫ്രണ്ടിലെ കോറിഡോറിലൂടെ നടന്ന് ജനൽ വഴി ഹോസ്പിറ്റലിന്റെ മെയിൻ ഗേറ്റിലൂടെ പുറത്തേക്ക് നോക്കി നിൽക്കെ ഞാനോർത്തു പോയി. എന്താണ് ഇവിടെ നടക്കുന്നത് കൊച്ചു കുഞ്ഞുങ്ങൾക്കാണ് ഈ ഒരു അവസ്ഥ വേദന കൊണ്ട് പുളയുന്ന എത്ര കുരുന്നു ജീവനുകൾ. ഇതൊന്നും കണ്ടുനിൽക്കാൻ കഴിയുന്നതേയില്ല. മറ്റൊരുവശത്ത് നാളിതുവരെ കാണാതിരുന്ന പുരുഷൻ നേരിൽ കണ്ട മാത്രയിൽ. എനിക്ക് ഇതൊന്നും പറയാൻ കഴിയാത്ത ഒരു അവസ്ഥ. അദ്ദേഹത്തിന്റെ കുടുംബത്തിന്റെ ഇപ്പോഴത്തെ അവസ്ഥ,

എന്തിനായിരുന്നു ഞാൻ ഇത്രയും കാലം ഇങ്ങനെ ഒറ്റ തടിയായി ജീവിച്ചത്. എന്തിനുവേണ്ടിയാണ് പടച്ചവൻ അയാളെ എനിക്ക് കാണിച്ചുതന്നത് മനസ്സിൽ കുടിയിരുത്തി തന്നതും.എത്ര എത്ര പ്രൊപ്പോസൽസ് വന്നിരുന്നു ഇയാൾക്ക് വേണ്ടിയല്ലേ ഞാൻ,ഇതുവരെ എന്റെ നിഴലിനെ പോലും മറ്റൊരാളിനെ പോലും തൊടീക്കാതെ സൂക്ഷിച്ചത്. അതും എന്റെ എല്ലാ ഫീലിംഗ്സും കൺട്രോൾ ചെയ്തിട്ട്.കഷ്ടംതന്നെ. (ഞാൻ ആകെ തളർന്നു പോയിരിക്കുന്നു).

ഐഷത്ത് ഉച്ചയൂണും കൊണ്ട് എന്റെ ക്യാബിനിലേക്ക് വന്നിരിക്കുന്നു. എങ്ങിനെയൊക്കെയോ ഞാൻ തിന്നു തിന്നില്ല എന്ന മട്ടിൽ പാത്രത്തിൽ നിന്നും എന്തൊക്കെയോ കഴിച്ചെഴുന്നേറ്റു. ഫയൽസ് ഒക്കെ ഒരുപാട് കൂടിയിട്ടുണ്ട് വല്ലാത്ത തലവേദനയും ക്ഷീണവും മനസ്സില്ല മനസ്സോടെ ഒന്ന് ഡൈവേട്ടാ വേണ്ടി ഞാൻ ഓരോ ഫയൽസും നോക്കിക്കൊണ്ടിരിക്കുന്ന സമയത്താണ് ജെനിയുടെ ഫോൺകോൾ വരുന്നത്.

ജിനി :" ഹലോ അബി എന്തായി അവരെത്തിയില്ലേ "?.

ഞാൻ :" ആ അവര് രാവിലെ നീ പോയി അല്പം കഴിഞ്ഞ് എത്തി. ഞാൻ കണ്ടു.ഇപ്പോൾ എന്റെ ക്യാബിനിന്ന് നേരെ തന്നെ സ്പെഷ്യൽ റൂം കൊടുത്തിട്ടുണ്ട്.

ജിനി :" അവള് രക്ഷപ്പെടില്ലേടി?.... അറിയാലോ നിന്നെപ്പോലെ തന്നെയാ എനിക്ക് അവളും നിനക്ക് പകരം പടച്ചവൻ എനിക്ക് തന്ന എന്റെ ബെസ്റ്റ് ഫ്രണ്ട്.

ഞാൻ :" ആടി മനസ്സിലായി എപ്പോഴും അതുതന്നെ പറയണ്ട ഒന്നും വിചാരിക്കരുത് കഴിഞ്ഞ രാത്രി മുഴുവൻ നീ നാഴിക്ക് 40 വട്ടം പറഞ്ഞ എനിക്ക് പകരം തന്ന ബെസ്റ്റ് ഫ്രണ്ട് ഇല്ലേ.. "

ജിനി ഇടയ്ക്ക് കയറി പറഞ്ഞു "നിനക്കത് ഫീൽ ആയോ?"

ഞാൻ :" എനിക്കതൊന്നും ഫീൽ ആയതല്ല. ഞാൻ മുഴുവൻ പറയട്ടെ. നീ തോക്കി കയറി വെടി വയ്ക്കാതെ,നീ പറയുന്ന പോലെ എനിക്ക് പകരമായി നീ കണ്ടുവെച്ച നിന്റെ ആ ഫ്രണ്ട് ഉണ്ടല്ലോ, അവരുടെ ഭർത്താവില്ല....അയാളെ കുറിച്ചാണ് ഇന്ന് രാവിലെ നിന്നോട് വോയിസ് ഇട്ടത്.അയാൾക്ക് വേണ്ടിയാണ് ഞാൻ ഇതുവരെ ഒരു കല്യാണം പോലെ കഴിക്കാതെ എല്ലാവരുടെയും ശാപം വാങ്ങി ഇങ്ങനെ കഴിച്ചുകൂട്ടുന്നത്.

ജിനി :" ആർ യു പറയുന്നത് എന്തെങ്കിലും ഒരു ലോജിക് ഉണ്ടോ? "

ഞാൻ :" അത് നിനക്കറിയാം പട്ട് ആ ഒരു സത്യം ഇന്ന് രാവിലെ അല്ലേടി ഞാൻ അറിഞ്ഞത് "

ജിനി :" ഇതിപ്പോ എന്താ ചെയ്യാ എന്താ പറയാ അയാളെയാണ് നീ അന്ന് തിരക്കിയത് എന്ന് ഞാൻ അറിഞ്ഞിരുന്നെങ്കിൽ, അന്ന് തന്നെ നിന്റെ മനസ്സിൽ നിന്നും മായിച്ച് കളയിച്ചേനെ ...

അദ്ദേഹം ഒരു കുടുംബസ്ഥനാണ് രണ്ടു കുഞ്ഞുങ്ങളുടെ ഉപ്പയാണ്. അത് നീ ഓർത്തിട്ട് വേണം ഇനിയുള്ള കാര്യങ്ങൾ മുന്നോട്ടു കൊണ്ടുപോകാൻ.

ഞാൻ :" അത് വിട് സാരമില്ല അതൊന്നും നീ ഓർത്ത് ടെൻഷനടിക്കേണ്ട. ഇനിയിപ്പോ ചെയ്യാനായിട്ട് വേറൊന്നുമില്ല. എനിക്ക് പകരം ദൈവം തന്ന നിന്റെ ആ ഫ്രണ്ടിലെ....അവരെ രക്ഷപ്പെടുത്തണം ബെറ്റർ ട്രീറ്റ്മെന്റ് കൊടുക്കണം.സാധാരണ കേസ് പോലല്ല ഈ കേസിൽ എനിക്കൊരു അല്പം ഭയമുണ്ട്. കാരണം ഒന്നാമത് എന്റെ പേഴ്സണൽ ഫീലിംഗ്സ് ആയ കേസ് ആണ്.. തുറന്ന് പറയാലോ എനിക്കെന്തെങ്കിലും കൈയബദ്ധം പറ്റി പോയാലോ അല്ലെങ്കിൽ കൂടിയോ അവർക്ക് എന്തെങ്കിലും സംഭവിച്ചാലോ അത് ഈ ജീവിതകാലം മുഴുവൻ എന്നിൽ മനസ്സാക്ഷിക്കുത്തായി അങ്ങനെ

നിൽക്കും. എന്റെ എല്ലാ ഭരവും ദൈവത്തിൽ അർപ്പിച്ച് എന്റെ കഴിവുകൾ എല്ലാം കൊണ്ട് പ്രയത്നിച്ച് ഞാൻ നിന്നെ തന്നെ ദൈവത്തിൽ അർപ്പിച്ചിട്ടാണ് ഈ കേസ് ഡീൽ ചെയ്യാൻ പോകുന്നത്...

ജിനി :" നിന്നെ എനിക്ക് വിശ്വാസമാണ്. നിനക്ക് കഴിയും പക്ഷേ ഇനിയും നീ ഈ ലൈഫ് പാഴാക്കരുത് ഈ റിലേഷൻ ഒരിക്കലും നല്ലതല്ല അയാളെ നീ മറക്കണം."

ഞാൻ :" ശ്രമിക്കാം,പക്ഷേ നിനക്കറിഞ്ഞൂടെ? എനിക്കയാളെ കുറിച്ച് ഒന്നും തന്നെ അറിയില്ലായിരുന്നു ഒരു പാട് കിണഞ്ഞു പരിശ്രമിച്ചു ഒന്ന് കണ്ടുപിടിക്കാൻ ഒന്ന് രണ്ട് വട്ടം യാദൃശ്ചികമായി നേരിൽ കണ്ടെങ്കിലും ഒന്നിനും സാധിച്ചില്ല.കുറെ ശ്രമിച്ചു മനസ്സിന് വിട്ടുകളയാൻ.നിനക്കറിയോ വെറുതെ ഇരുന്നു ഒരിക്കൽ പോലും ഇരുന്ന് സമയം കളഞ്ഞിട്ടില്ല ഞാൻ.. ഇതേ കുറിച്ച് ചിന്തിക്കാൻ ആയിട്ട്, ബട്ട് ഞാൻ പോലും അറിയാതെ എന്റെ സ്വപ്നങ്ങളിലൂടെ എന്നെ കീഴ്പെടുത്തി കൊണ്ടിരുന്ന ഒരാളാണ്.ഒന്നും എന്റെ പരിധിയിൽ അല്ല. ജീവിതത്തിൽ ഒരിക്കൽ പോലും നേരിട്ട് കാണുന്നതിന് മുൻപാണ് ഇങ്ങനെയൊക്കെ സംഭവിച്ചത്. നേരിട്ട് കണ്ടതിനുശേഷം അടങ്ങാത്ത പ്രണയം അഡിക്ഷൻ മത്തുപിടിപ്പിക്കുന്ന വികാരം അങ്ങനെ എന്തൊക്കെയോ തോന്നിപ്പോയി...എനിക്ക് റിക്കവർ ആകണം....."

ജിനി :" ഞാൻ വെക്കാനടി എന്തെങ്കിലും ഉണ്ടെങ്കിൽ വിളിക്കണേ... അവർക്ക് ഞാൻ വിളിക്കുന്നുണ്ട് ഇതൊന്നും തൽക്കാരം പുള്ളിക്കാരനോട് എന്റെ ഹസ്ബന്റിനോട് ഉപ്പയോടോ ഒന്നും പറയുന്നില്ല ഒക്കെ ".

ഞാനവളോട് ബൈ പറഞ്ഞു ഫോൺ കട്ട് ചെയ്തു തിരികെ ഫയൽസ് നോക്കാൻ ഇരിക്കെ,എന്തോ വല്ലാത്തൊരു വിരക്തി തോന്നി വല്ലാത്തൊരു അലസത.

അങ്ങനെ ജീവിതത്തിൽ ആദ്യമായി എന്ന് അദ്ദേഹത്തോട് സംസാരിച്ചതുമെല്ലാം ഞാൻ ഒന്ന് റിവൈൻഡ് ചെയ്തു നോക്കി. അദ്ദേഹത്തിന്റെ പേര് അതെന്നെ വല്ലാതെ ആകർഷിച്ചിരിക്കുന്നു. ആ പേര് കേട്ടതിനു ശേഷം അതിന്റെ അർത്ഥം അറിയാവുന്നതു കൊണ്ടും ആ നേരം മനസ്സിൽ പൊട്ടിമുളച്ചു ഒരു നാലുവരി കവിത അതും അദ്ദേഹത്തിന്റെ പേരിനെ ആസ്പദമാക്കി..

The sun shine
Touch me with your heart
Hugg me with your dreams
Kiss me with your hot rays
I’m a freezing snow
Melting me with your masculine
& you’re the sunshine,
Obsessed with you always
I'm a dreamy girl,
With you in my fancy world
Without your smile,
I can’t feel the bright sunshine
Day by day you’re always
Raising on my heart
Till my last breath
You will
Forever remain the same

ഒരുവശത്ത് പ്രണയത്തിന്റെ വിഷാദവും അമർഷവും പേറി മുന്നിൽ നിൽക്കുന്ന രോഗികൾക്ക് പ്രതീക്ഷയുടെ ലോകം തുറന്നു കൊടുക്കാൻ ശ്രമിക്കുന്നു. മുന്നിൽ പ്രതീക്ഷയുടെ ലോകം തുറന്നു കൊടുക്കുന്നത് സ്വന്തം വേദന മറച്ചുപിടിച്ചുകൊണ്ട്. എന്റെ സ്വകാര്യ ജീവിതത്തിലെ പിഴവുകളെ ഓർത്താൽ എനിക്ക് എന്നോട് തന്നെ വല്ലാത്ത പുച്ഛം തോന്നുന്നുണ്ട്, എന്നിരുന്നാലും ഒരല്പം ആശ്വാസം കിട്ടിയത് ഇവിടെ എന്റെ കൂടെ കളിച്ചും ചിരിച്ചും കുസൃതിക്കാട്ടിയും എന്റെ തിരക്കുകളിൽ എന്റെ അനുവാദവും കൂടാതെ എന്നിലേക്ക് കടന്നുവരുന്ന മൂന്ന് കുസൃതി കുരുന്നുകൾ ഉണ്ട്. എന്റെ മുറുക്ക് തൊട്ട റൂമിൽ സ്റ്റേ ചെയ്യുന്ന അദ്ദേഹത്തിന്റെ രണ്ടു മക്കൾ അവർ എന്റെ ഒഴിവുസമങ്ങ് യങ്ങളിൽ അങ്ങനെ എന്റെ ബെഡ്റൂമിലും ക്യാബിനിലും ഒക്കെ കയറിയിറങ്ങും.മറ്റൊരാൾ നന്താണ്, ഒരു പ്രത്യേക സ്നേഹമാണ് അവനെ എല്ലാവരോടും. വേദനയ്ക്ക് ഒരു അയവ്

കിട്ടിയാൽ അവൻ ഓടിയെത്തും എന്റെ അരികിലും. എന്നോട് ഇതുവരെ ഇവിടെ ഒരു കുട്ടികളും ഇത്രയ്ക്ക് ഇന്റിമേറ്റ് ആയിട്ടില്ല ഞാനും സമയം കിട്ടുമ്പോഴൊക്കെ അവരെ കെയർ ചെയ്യാനും ഒപ്പം കളിക്കാനും എല്ലാം കൂടും. ഒരുപക്ഷേ അദ്ദേഹത്തിന്റെ രക്തത്തിൽ ജനിച്ച മക്കളായതുകൊണ്ടാണോ എന്നറിയില്ല ആ കുട്ടികളോട് എനിക്കൊരു പ്രത്യേക ഫീൽ തോന്നുന്നുണ്ട് പക്ഷേ ഞങ്ങളുടെ ട്രയാങ്കിൾ ലൗവിൽ ഇടിച്ചു കയറി വന്ന സ്നേഹം കൊണ്ട് എന്നെ മൂടുകയാണ് നന്ദ് എന്ന കൊച്ചു മിടുക്കൻ. ഞങ്ങളുടെ എ ബ്ലോക്കിലെ മിന്നും താരമാണ് അവൻ. കുട്ടികളുടെ വാർഡിലെ ലീഡർ. ഡോക്ടർ ആന്റി എന്നെ..അവൻ എന്നെ വിളിക്കു. സത്യത്തിലാ കുഞ്ഞുമോനോട് കൂടി സമയം ചില വിടുമ്പോൾ ഞാൻ അച്ചുവിനെ ഓർത്തുപോകും. ഒന്നുമില്ലെങ്കിലും ഞങ്ങളുടെ കുടുംബത്തിലെ ആദ്യത്തെ ആൾതരി അല്ലേ എന്നെ മമ്മ എന്ന് ആദ്യമായി വിളിച്ചത് അവനല്ലേ.. അവന് ഞാൻ അവന്റെ ഉമ്മയുടെ സ്ഥാനം തന്നെയല്ലേ.

ഇപ്പോൾ ഇവിടെ എല്ലാവരും ഒരു കുടക്കീഴിൽ എന്ന പോലെയാണ്.വേദനകൾക്കിടയിലും കുഞ്ഞു കുഞ്ഞു സന്തോഷങ്ങൾ പങ്കുവെച്ചു ഒരു കുടുംബം പോലെ. ചില രോഗികളുടെ ഫാമിലി,കോമ്പൗണ്ടിനുള്ളിൽ കോർട്ടേഴ്സിൽ കഴിയുന്നത് കൊണ്ട് ഏറെക്കുറെ അവർക്ക് സ്വന്തം വീട്ടുകാരെ ഓർത്ത് ആശങ്കയോ,ഹോം സിഗ്നസോ ഫീൽ ചെയ്യുന്നില്ല.നല്ലൊരു ഹൗസ് ബോട്ടും ഞങ്ങൾ ഇതിനോടകം സ്വന്തമാക്കി. വേദനകളുടെ ഈ ചെറിയ ലോകത്ത് സ്നേഹം കൊണ്ടും,കൃത്യമായ പരിചരണം കൊണ്ട്,അതിലുപരി പരസ്പര സഹകരണം കൊണ്ടും,പലരും സുഖപ്പെട്ടു പോകുന്നു.അതുവരെ എല്ലാവരും ഒരു കുടുംബം പോലെ ഇവടെ കഴിയുന്നു.

ഇതിനിടയിൽ അദ്ദേഹത്തിന്റെ ഭാര്യയുമായി കൂടുതൽ അടുക്കുവാനും സൗഹൃദത്തിൽ ആകുവാനും എനിക്ക് കഴിഞ്ഞു. അവർക്കിടയിൽ വളരെ നല്ലൊരു ഇമേജ് ക്രിയേറ്റ് ചെയ്യുവാനും..

ഒരിക്കൽ അവർ എന്നോട് പറഞ്ഞിരുന്നു:" ഈ കാണുന്ന ആളെ അല്ല എന്റെ ഭർത്താവ് അദ്ദേഹത്തിന്റെ സ്നേഹവും വാത്സല്യവും എല്ലാം അനുഭവിക്കുന്നത് ഞാൻ ഇപ്പോഴാണ് എന്റെ ഈ

അവസ്ഥയിൽ. ദൈവം എനിക്ക് ഈ അവസ്ഥ നൽകിയത് ഒരുപക്ഷേ ഇങ്ങനെയെങ്കിലും അദ്ദേഹത്തിന്റെ സ്നേഹം ലഭിക്കാനാവും. വേദനയുള്ള അവസ്ഥയിൽ ആണെങ്കിലും ആഗ്രഹിച്ച പോലെ എനിക്ക് എന്റെ ഭർത്താവിനോടൊത്ത് കഴിയാൻ കഴിയുന്നുണ്ട് ഇപ്പോൾ. മുൻപ് ഇങ്ങനെ ആയിരുന്നില്ല.. വളരെ ഗൗരവക്കാരൻ ആണ് കൃത്യനിഷ്ഠ കാരനാണ് എല്ലാം അങ്ങ് കൽപ്പിക്കും പുറകിൽ നടന്ന ചെയ്തു കൊടുക്കണം വലിയ ദേഷ്യക്കാരൻ ആണ് ".

ഞാൻ ചിന്തിച്ചു ഒരു പക്ഷേ അവർ പറയുന്നത് ശരിയായിരിക്കാം എനിക്കും അങ്ങനെ തോന്നിയിട്ടുണ്ട് ചിലപ്പോഴൊക്കെ ഒരു പരുക്കൻ സ്വഭാവം പോലെ.

എത്ര നന്നായി പോകുന്നുവെങ്കിലും കാലത്തിനതും സഹിച്ചില്ല ഒരുപക്ഷേ മനുഷ്യരുടെ പ്രവൃത്തികൾ മൂലം ആകാം. മനുഷ്യർ ഏറെക്കുറെ ഇവിടെ സ്വാർത്ഥരായി ജീവിക്കുന്നു....

കുറെനാൾക്ക് മുന്നേ ഞങ്ങളെ തേടിയെത്തിയ ദുരന്തം പ്രളയം ആയിരുന്നു. അന്ന് മനുഷ്യത്വത്തിന്റെ ജീവന്റെ വില പ്രകൃതി നമുക്ക് പഠിപ്പിച്ചു തന്നു അതും കഴിഞ്ഞ് എല്ലാം മറന്നു പിന്നെയും ജാതി ചിന്ത രൂപപ്പെട്ട പൗരത്വ ബില്ലും മറ്റുമായി മനുഷ്യർ ഭൂമിയിൽ രക്തം ഒരുങ്ങി ഇറങ്ങിയ ഈ വേളയിൽ അത് ലോകം മുഴുവൻ വ്യാപിച്ചിരിക്കുന്ന കൊറോണ എന്ന മഹാവിപത്ത് ചൈനയിൽ നിന്നും കേരളത്തിൽ എത്തിയിരിക്കുന്നു. എന്താണോ ഭയന്നത് അതുതന്നെ സംഭവിച്ചു കഴിഞ്ഞു. ആദ്യം ചിലരൊക്കെ നിസ്സാരമായി പറഞ്ഞു ലോകത്തെവിടെയോ എന്തോ വന്നെന്നു കേട്ടു എന്നൊക്കെ അഭൂലോക വിപത്തിനെ കുറിച്ച്.

ഈ ഒരു അവസ്ഥയിൽ ഞാൻ മറ്റൊന്നും ചിന്തിച്ചില്ല എന്റെ തീരുമാനങ്ങളെല്ലാം വളരെ പെട്ടെന്നായിരുന്നു ചിന്തിച്ചു നിൽക്കാൻ സമയമില്ല എന്റെ ബ്ലോക്ക് ഓൾറെഡി ഓങ്കോളജി മാത്രമുള്ളതാണല്ലോ. ബി ബ്ലോക്ക്, സി ബ്ലോക് കളിലെ സാധാരണ പേഷ്യൻസിന് മറ്റു ആശുപത്രിയിലേക്ക് ഷിഫ്റ്റ് ചെയ്തു,പകരം മറ്റു ആശുപത്രിയിൽ ക്രിട്ടിക്കലായി മറ്റും രോഗബാധിതനായി കിടക്കുന്ന ക്യാൻസർ പെൻഷൻ എന്റെ ഹോസ്പിറ്റലിലേക്ക് പ്രവേശിപ്പിച്ചു.എല്ലാവരും തന്നെ അനുകൂലിച്ചു എന്റെ ഈ പ്രവർത്തിയിൽ. സത്യത്തിൽ ഈ കിടക്കുന്ന എന്റെ

പേഷ്യൻസിനെയും പ്രത്യേകിച്ച് ഡെലിവറിക്ക് വേണ്ടി അഡ്മിറ്റ് ആയവരെയും മറ്റു ആശുപത്രിയിലേക്ക് മാറ്റിയത് മനസ്സില്ല മനസ്സോടെയാണ് അവരെ ദൈവത്തിലേർപ്പിച്ച് പ്രാർത്ഥിച്ചു കൊണ്ടാണ് അതും എന്റെ സ്വന്തം റിസ്കിൽ.

കുറേക്കാലമായി പൂട്ടിക്കിടന്ന് എന്റെ വീട് തുറന്നു വൃത്തിയാക്കിച്ചു. ക്വാറന്റീനിനായി.കൂട്ടത്തിലുള്ളവർക്ക് പ്രത്യേകിച്ച് പുറത്തുവന്നവർക്ക് വല്ല രോഗലക്ഷണം വന്നാൽ ഇവിടെ താമസിപ്പിക്കാം. അത്യാവശ്യം മുറികൾ ഉണ്ട് കൂടാതെ കോറന്റീനിൽ കഴിയുന്നവരെ പരിചരിക്കാൻ പ്രത്യേകം ഡോക്ടേഴ്സ് നേഴ്സുമാർ എന്നിവരെ ഏൽപ്പിച്ചു അവരും അവിടെ തന്നെ താമസം ആരംഭിച്ചു. ഭക്ഷണം പോലും ഞങ്ങളുടെ അടുക്കളയിൽ അതിനും പ്രത്യേകം സ്റ്റാഫിനെ ഏർപ്പാടാക്കി. തൽക്കാലം ക്വാറന്റീനിൽ കഴിയുന്ന രോഗികളെ നോക്കാൻ നിൽക്കുന്ന ഡോക്ടർസ് പലരും ഫാമിലി ഉള്ളവരാണ് അവരുടെ ഫാമിലിയെ ഡോക്ടേഴ്സ് ക്വാർട്ടേഴ്സിലേക്കും താമസം മാറ്റിച്ചു. അവർ കൂടെയില്ലെങ്കിലും ഞങ്ങൾ അവരുടെ കുടുംബത്തെ സംരക്ഷിക്കുമെന്ന ഉറപ്പിലും വിശ്വാസത്തിലും. പുറത്തുനിന്ന് വരുന്ന ക്യാൻസർ രോഗികളെ ഇവിടെ എന്റെ വീട്ടിൽ ക്വാറന്റൈനിൽ ഇരുത്തി രോഗലക്ഷണം ഒന്നുമില്ല എന്ന് ഉറപ്പിച്ചിട്ട് ടെസ്റ്റ് ചെയ്തിട്ട് നെഗറ്റീവ് റിസൾട്ട് കണ്ടതിനുശേഷം ആണ് ഹോസ്പിറ്റലിലേക്ക് പ്രവേശിപ്പിച്ചത്. മെയിൻ ഗേറ്റും മറ്റു ഗേറ്റുകളും പുറത്തൊന്നും പൂട്ടി രോഗം മാറി ഡിസ്ചാർജ് ആകുന്നവരെ ഹോസ്പിറ്റൽ ആംബുലൻസിൽ വീട് എത്തിക്കും അങ്ങനെ ഞാൻ എന്റെ ഹോസ്പിറ്റലിലെ പേഷ്യൻസിനെ കൊറോണയിൽ നിന്നും ആക്കി. ഗർഭാവസ്ഥയിൽ ഇരിക്കുന്ന കുഞ്ഞിനെ സ്വന്തം അമ്മ സംരക്ഷിക്കുന്ന പോലെ.

അദ്ദേഹവും മറ്റു രോഗികളുടെ ബൈസ്റ്റാൻഡേഴ്സും മിക്കവരും ലാപ്പിൽ ഇരുന്നു ഓൺലൈൻ ആയാണ് വർക്ക് ചെയ്യുന്നത്. ഇപ്പോൾ ശരിക്കും പറഞ്ഞാൽ വർക്ക് ഫ്രം ഹോസ്പിറ്റൽ ചുരുക്കിപ്പറഞ്ഞാൽ എല്ലാവരുടെയും ജീവിതരീതി ഇന്റർനെറ്റ് മാറ്റിമറിച്ചു കഴിഞ്ഞിരിക്കുന്നു. ഭക്ഷ്യവസ്തുക്കൾ പോലും ഓർഡർ ചെയ്താൽ ഗേറ്റിനു മുൻപിൽ എത്തുന്ന അവസ്ഥ. ഏത് സാഹചര്യത്തിലും പിടിച്ചുനിൽക്കാൻ കെൽപ്പുള്ളവരാണ് മനുഷ്യന്റെ തലച്ചോറ്

ചിന്തകൾ അത് കാലം തെളിയിച്ചു. ഇവിടെ ശുദ്ധമായ പച്ചക്കറികൾ ഒരു പരിധിവരെ ഞങ്ങൾ തയ്യാറാക്കുന്നുണ്ട് വെറുതെയിരിക്കുന്ന സമയം ബൈ സ്റ്റാറ്റസ് പോലും ഞങ്ങളുടെ കൂടെ ഗാർഡൻ മെയിന്റനൻസിന് വരുന്നുണ്ട് അത്രയ്ക്ക് അടുത്തു പോയെന്ന് വേണം പറയാൻ. ഒരു ഹോസ്പിറ്റൽ എംഡിയിലുപരി ഞാൻ ഒരു ഫാമിലി മെമ്പറായി ആണ് ഇപ്പോൾ അവർക്ക് മുമ്പിൽ നിൽക്കുന്നത്. സത്യത്തിൽ ഈ ഒരു അവസരത്തിൽ ഞാൻ അനാഥത്വം ഫീൽ ചെയ്യുന്നതേയില്ല.

ഇതിനിടയിൽ ഹാഷിമിനും രോഗം പിടിപെട്ടെന്ന് ലണ്ടനിൽ നിന്നും കോൾ വന്നു ഞാൻ ആകെ ഭയപ്പെട്ടിരിക്കുകയാണ്. കഴിക്കുന്ന ഭക്ഷണം മുതൽ കുടിക്കാൻ കൊടുക്കുന്ന ജ്യൂസ് വരെ ആക്കിയിട്ടാണ് രോഗികളുടെ മുൻപിൽ എത്തിക്കുന്നത്. കാന്റീനിൽ കടുത്ത റെസ്ട്രിക്ഷൻസ് വച്ചു കഴിഞ്ഞു. രോഗികൾക്ക് മാത്രമല്ല ഇവിടെ എല്ലാവരും ഇത് ഫോളോ ചെയ്യുന്നു.

ഫ്ലൈറ്റ് പോയിത്തുടങ്ങിയാൽ എല്ലാ ബിസിനസും ക്ലോസ് ചെയ്തു നാട്ടിൽ സെറ്റാകാനാണ് ഹാഷിം കുടുംബവും കാത്തിരിക്കുന്നത്. എനിക്കും മോനെ കാണാൻ കൊതിയായിരിക്കുന്നു. പോയിട്ട് ഒത്തിരി ആയില്ലേ വല്ലാതെ മിസ്സ് ചെയ്യുന്നു. ഒരസുഖം വന്നപ്പോഴാണ് എന്ന് തോന്നുന്നു എത്രയൊക്കെ വെയിൽ സെറ്റിൽഡ് ആയാലും അന്യനാട് എന്ന് നമ്മളൊക്കെ അവിടെ സെക്കൻഡറി കാറ്റഗറി ആണെന്നും സ്വന്തം നാട്ടിൽ ആയിരുന്നെങ്കിൽ എന്ന ചിന്ത പല വിദേശികൾക്കും വന്നത്. പക്ഷേ നമ്മൾ കേരളം ആരോടാണല്ലോ കൊറോണയുടെ കളി ഇവിടെ ഒരു പരിപ്പും വേകില്ല. സത്യത്തിൽ ആദ്യം ഒന്ന് പകച്ചു പോയി എന്നത് വാസ്തവം തന്നെ.പക്ഷേ ഇപ്പോൾ എല്ലാവരും പൊരുതി കൊണ്ടിരിക്കുകയാണ് കൊച്ചു കുഞ്ഞു മുതൽ പ്രായമായ അപ്പൂപ്പൻമാർ. വരെ അല്ല പിന്നെ നമ്മുടെ അടുത്താണോ കൊറോണയുടെ കളി....

ഇന്ന് നന്ദിന്റെ സർജറി വിസിറ്റേഴ്സിനൊന്നും അല്ല പുറത്തുനിന്നും ഒരാളെയും ഇനി അകത്തേക്ക് പ്രവേശിക്കില്ലെന്ന് തീരുമാനിച്ച അന്ന് തന്നെ മാനം അച്ഛനും വേറെ ചില കുട്ടികളുടെ അച്ഛന്മാരും ഇവിടെ ഉറപ്പുവരുത്തിയത് കൊണ്ട് ഹോസ്പിറ്റൽ കോട്ടേഴ്സ് തുറന്നു

കൊടുത്തു. റൂമെടുത്തു അഞ്ചാർ ആണുങ്ങൾ അവിടെ സ്റ്റേ ചെയ്യുന്നുണ്ട്.

ഓപ്പറേഷൻ തിയേറ്ററിനോട് അടുത്ത് മോന്റെ അച്ഛനും അമ്മയും അല്ലാതെ വേറെ ആരും ഇല്ല. അവരുടെ ബിസിനസ് ഒക്കെ ഡൽ ആണ് അവരുടെ മാത്രമല്ല.കൊറോണ പ്രമാണിച്ച് മൊത്തത്തിൽ എല്ലാവരും സാമ്പത്തിക പ്രതിസന്ധി നേരിട്ടുകൊണ്ടിരിക്കുന്നു.

ഒരുവിധം രോഗികളുടെ കയ്യിൽ നിന്നും ബിൽ പേയ്മെന്റ് നടത്തുന്നുണ്ട് ഹോസ്പിറ്റൽ പ്രതിസന്ധിയിലാണ് അതുകൊണ്ട് മരുന്നു വാങ്ങാനും മറ്റു പാവപ്പെട്ട രോഗികളെ ചികിത്സിക്കാനും അല്ല ഇല്ലാതെ കഴിഞ്ഞു പോകാനും ആണ്. മറ്റു ചാരിറ്റി ഫണ്ട് ഒന്നും ഇവിടെ പുറത്തുനിന്ന് എടുക്കുന്നത് എനിക്ക് തൃപ്തിയല്ല. അത് ഭിക്ഷ യാചിക്കുന്ന പോലെ തോന്നുന്നു കൂടാതെ ഉപ്പാടെ ബിസിനസ് സ്ഥാപനങ്ങൾക്ക് കോട്ടം തട്ടിയിട്ടില്ല. അത് റബ്ബിന്റെ ഔദാര്യം മാത്രമാണ്. അതുകൊണ്ട് മാത്രം ഹോസ്പിറ്റൽ പിടിച്ചു നിൽക്കുന്നു.

മോന്റെ സർജറിക്ക് മരുന്നിന് ഒന്നും പൈസ വാങ്ങാൻ ഉദ്ദേശിക്കുന്നില്ല. അവന്റെ പൂർണ്ണ ആരോഗ്യമാണ് ഞങ്ങളുടെ ലക്ഷ്യം.

ഞാൻ പതിവ് പോലെ അതിരാവിലെ എഴുന്നേറ്റു സുബഹി നമസ്കരിച്ചു കുറച്ചുനേരം മോന് വേണ്ടി പ്രാർത്ഥിച്ച് അഞ്ചുമിനിറ്റ് മെഡിറ്റേഷൻ ചെയ്തു റെഡിയായി ഇറങ്ങി.ആദ്യം ശബ്നയുടെ മുറിയിൽ ചെന്ന് നോക്കി ലൈറ്റ് ഇട്ടിട്ടുള്ളത് കൊണ്ട് മാത്രം. അവൾക്ക് നല്ല ക്ഷീണമുണ്ട് പെയിൻ ഉണ്ട് രാത്രിയിൽ ഉറങ്ങിയിട്ടില്ല അദ്ദേഹം തൊട്ടടുത്ത് അവളുടെ കൈപിടിച്ച് ഇങ്ങനെ ഇരിക്കുന്നു. കുട്ടികൾ നല്ല ഉറക്കത്തിലാണ്. ഞാൻ അകത്ത് കയറി പറഞ്ഞു.:" ഡോർ എന്താ തുറന്നു വച്ചിരിക്കുന്നു "?.

അദ്ദേഹം :" ഇവിടെ വേറെ ആരാ.നിങ്ങളും ഞങ്ങളും മാത്രമല്ലേ ഉള്ളൂ അവൾക്ക് മുറി അടച്ചിടുമ്പോൾ വല്ലാത്ത വിമ്മിഷ്ടം അതാ "..

ഞാൻ അവളെ ശ്രദ്ധിച്ചുനോക്കി കീമോയുടെ തളർച്ച അവളിൽ പ്രകടമാകുന്നുണ്ട് പാടിയ മുഖവുമായി വളരെ ദയനീയമായി അവൾ എന്നെ നോക്കി. എന്തോ മുഖത്തുനോക്കാൻ ധൈര്യം തോന്നുന്നില്ല.

അദ്ദേഹം തുടർന്നു :" രാത്രി ഒരു പോള ഉറങ്ങിയിട്ടില്ല പെയിനിലും ഉപരി മാനസിക വിഷമമാണ്. "

ഞാൻ :" ബി പ്രാക്ടിക്കൽ ശബനം എന്തുതന്നെയായാലും നമ്മളെ ചെയ്തല്ലേ ഒക്കു ദൈവം പലർക്കും പല രൂപത്തിലും പരീക്ഷണങ്ങൾ നൽകും നിനക്കെങ്ങനെയാണെങ്കിൽ എനിക്ക് മറ്റൊരു രീതിയിൽ ഒരു വ്യത്യാസമേ ഉള്ളൂ നമ്മൾ അതിജീവിക്കാതെ പറ്റില്ല. അടുത്ത ആഴ്ച സർജറി വയ്ക്കുന്നുണ്ട് പ്രാർത്ഥിക്കണം പേടിക്കേണ്ട."

കുട്ടികളെ ഒന്ന് നോക്കിക്കൊണ്ട് അവളുടെ തലയിൽ മൃദുവായി തല ഓടിക്കൊണ്ടും ഞാൻ മുറിവിട്ട് ഇറങ്ങി ലിഫ്റ്റിൽ കയറി താഴെ സർജറി റൂമിലോട്ട് നടന്നു നീങ്ങി. മോന്റെ അമ്മ ഒരു ഷാൾ കൊണ്ട് വായ പൊത്തിപ്പിടിച്ച് കരയുകയാണ്. പിഞ്ചു കുഞ്ഞല്ലെ.പെറ്റമ്മേ പോയിട്ട് ഒരാൾക്കും കണ്ടു നിൽക്കാൻ കഴിയുന്നില്ല ആ കിടപ്പ്.അവന്റെ അപ്രസരിപ്പും തേജസ്വിറ്റ ചിരിയും എല്ലാം മാഞ്ഞു കഴിഞ്ഞിരിക്കുന്നു. നല്ല ടാലന്റ് ആൻഡ് എക്സ്ട്രാ ഓർഡിനറി ആയ കുഞ്ഞാണ്,ജീനിയസ് എന്നൊക്കെ പറഞ്ഞ പോരാ..

ഓപ്പറേഷൻ റൂമിൽ സർജറിക്കുള്ള തയ്യാറെടുപ്പുകൾ തുടങ്ങിക്കഴിഞ്ഞു ഞാൻ കാന്റീനിൽ ചെന്ന് ഒരു ചൂട് കാപ്പി കുടിച്ച് വേഗം തന്നെ തിയേറ്ററിൽ കയറി. കുഞ്ഞിനെ ആദ്യം ഞാൻ ഒന്ന് തലോടി നിർവഹിച്ച എന്റെ കണ്ണിൽ നിന്നും ഒറ്റൊന്ന് കണ്ണുനീർ തുടച്ചതും ഇല്ല. കൃത്യസമയത്ത് തന്നെ സർജറി സ്റ്റാർട്ട് ആയി നല്ല രീതിയിൽ പോയിക്കൊണ്ടിരിക്കുന്ന സർജറിക്കിടയിൽ വളരെ പെട്ടെന്നാണ് അത് സംഭവിച്ചത്. മോന് പെട്ടെന്നൊരു ഹാർട്ട് അറ്റാക്ക് യാദൃശ്ചികമായാണ്,അവൻ അത്രയ്ക്ക് ക്ഷീണിതനായിരുന്നു അതുകൊണ്ടാകാം. ഇങ്ങനെ ഒരു അനുഭവം എനിക്ക് ഇതുവരെ ഉണ്ടായിട്ടില്ല. എന്തെങ്കിലും ഒന്ന് ചെയ്യാൻ കഴിയുന്നതിനു മുൻപ്.. ഞാൻ എത്ര തന്നെ സ്പെഷ്യലായിട്ട് ഡോക്ടറായാലും, ജീവൻ അത് എന്റെ പരിധിയിൽ അല്ല.ഒരിക്കലും എന്റെ സർട്ടിഫിക്കറ്റ്സിനെയും എന്റെ തിയറീസിലും എല്ലാം കാറ്റിൽ പറത്തിക്കൊണ്ട്, ഒന്ന് കണ്ണ് തുറന്നു ആരോടും യാത്ര പറയാൻ ആകാതെ അവന് ലോകത്തുനിന്നും വേദനയുടെ നാളുകൾ മാത്രം വിട പറഞ്ഞകന്നു പോയി. എന്റെ ഹോസ്പിറ്റൽ ചരിത്രത്തിൽ ആദ്യമായി ഞാൻ എന്റെ കൺമുന്നിൽ ആദ്യമായി കണ്ടു നിന്ന മരണം സ്വന്തമല്ലെങ്കിലും ദൈവം തന്ന ഒരു ആത്മബന്ധമാണ് ഞാനും അവനും ഇവിടെ വച്ച് പുലർത്തിയിരുന്നത്.

" ഇങ്ങനെ വേദനിപ്പിക്കാൻ ആണോ പടച്ചവനെ ആ കുഞ്ഞിനെ നീ എനിക്ക് ഏൽപ്പിച്ചത്"...

ഞാനവിടെ വാവിട്ട് കരഞ്ഞുപോയി വിവരം വൈകാതെ ഹോസ്പിറ്റലിൽ മൊത്തം സ്പ്രെഡ് ആയി എന്റെ നിലവിളിയും കുഞ്ഞിന്റെ അമ്മയുടെ നിലവിളിയും ഒരേപോലെ പരിസരം മുഴുവൻ ഭീതിയിലാഴ്ത്തി.കാൻസർ രോഗികളായ മറ്റു കുട്ടികൾക്ക് ഭയവും ആദിയും ഉണ്ടാകുമെന്നൊന്നും ഞാൻ അന്നേരത്തോർത്തതേയില്ല. എത്ര കുട്ടികൾ എന്റെ ഈ കൈകൾ കൊണ്ട് മരണത്തെ അതിജീവിച്ചിരിക്കുന്നു.ആദ്യമായി എന്റെ കൺമുമ്പിൽ അതും എനിക്ക് സഹിക്കാവുന്നതിലും അപ്പുറമാണ്.ഇങ്ങനെ സംഭവിക്കുന്ന സ്വപ്നത്തിൽ പോലും ഞാൻ കരുതിയതല്ല.

അധികം വൈകാതെ വേണ്ട പ്രൊസീജ്യേഴ്സ് മറ്റ് ഡോക്ടേഴ്സ് ഏറ്റെടുത്ത് ചെയ്തു. എനിക്കൊന്നിനും കഴിയുന്നില്ല ഞാനാകെ തളർന്നുപോയി അതിലെ വലിയ വേദനയിൽ സ്വന്തം അമ്മയും അച്ഛനും. അവരെ ഞാൻ എന്തു പറഞ്ഞു ആശ്വസിപ്പിക്കും. കുട്ടിയെ ആംബുലൻസിൽ വീട്ടിലോട്ട് കൊണ്ടുപോകാൻ തുടങ്ങി കൂടെ ഞാനും കയറി.

" മകനെ പൂർണ്ണ ആരോഗ്യവാൻ ആക്കി തിരികെ തരാമെന്ന് പറഞ്ഞതല്ലേ എന്നിട്ടിപ്പോ ഞാനെന്താ ഈ കാണുന്ന "..

ആംബുലൻസിൽ ഇരുന്നുകൊണ്ട് മോന്റെ അമ്മ തേങ്ങി കഴിഞ്ഞു പിടിച്ചുനിൽക്കാൻ പറ്റാതെ ഞാനും മുഖം പൊത്തി കരഞ്ഞു പോയി..

" അറിഞ്ഞു കൊണ്ടല്ല..എനിക്ക് പിഴവ് പറ്റിയിട്ടില്ല..മാപ്പ് ".ഞാൻ അവരുടെ കാൽക്കൽ വീണു പോയി.

അവരുടെ ഭർത്താവ് അവരെ ചേർത്തുപിടിച്ച് ആശ്വസിപ്പിച്ചു." ഈ ദുഃഖം നമ്മൾ സഹിച്ച ഒക്കു അതിനിനി ആരെയും പഴിച്ചിട്ട് ഒരു കാര്യവുമില്ല, ശ്രീ...നമുക്ക് അത്രയേവിധിച്ചിട്ട് ഉള്ളൂ.ആരുടെ കുറ്റമല്ല,ദൈവം വിളിച്ചപ്പോൾ അവൻ അങ്ങ് പോയി.ദൈവത്തിന് അവനെ അത്രക്കും ഇഷ്ടമായി കാണും.വേദനകളുടെ ഈ ലോകത്ത് നിന്നും അങ്ങ് ദൂരെ സ്വർഗ്ഗത്തിൽ അവൻ സുഖമായി കഴിയട്ടെ നമുക്ക് പ്രാർത്ഥിക്കാം അവൻ ഉറങ്ങട്ടെ സുഖമായിട്ട് കുറെ നാളായില്ലേ പാവം ഒന്നുറങ്ങിയിട്ട്". അയാൾ നെഞ്ച് പൊട്ടി കരഞ്ഞു.

തറവാട് വളപ്പിൽ തന്നെ കുഞ്ഞിനെ മറവ് ചെയ്തു വൈകുന്നേരം വരെ ഞാൻ അവരുടെ കൂടെ തന്നെ ഇരുന്നു. ഇടയ്ക്ക് അബിയുടെ അമ്മയ്ക്ക് ബോധക്ഷയം സംഭവിച്ചു ബിപി ലോ ആയി പിന്നെ ഒരു സഡേഷനും കൊടുത്തിരുന്നു സന്ധ്യയായപ്പോഴാണ് അവരു ഉണർന്നത്. വേറെ നിവൃത്തിയില്ലായിരുന്നു പിന്നെയും ഒരുതരം പ്രാന്ത് പോലെ കരച്ചിൽ. കൂട്ടുകുടുംബം ആയതുകൊണ്ട് എന്നും പണിതരായിരുന്നു പാവത്തിന് കുഞ്ഞിനെ വേണ്ടപോലെ നോക്കിയില്ല മറ്റുള്ളവരോടുള്ള ദേഷ്യം അതിന്റെ മേൽ തീർക്കുമായിരുന്നു പാവം ഇപ്പോൾ കുറ്റബോധമുണ്ട്. അവിടെ ഹോസ്പിറ്റലിൽ നിൽക്കുമ്പോൾ അതിനൊക്കെ പ്രായശ്ചിത്തം ചെയ്തു കഴിഞ്ഞ് എന്നാലും അവരുടെ വേദന....

സന്ധ്യ സമയത്ത് എണീറ്റ പാട് അവർ കുഞ്ഞിന്റെ അടുത്തേക്ക് ഓടാൻ തുടങ്ങി. ": എനിക്ക് പോണം എന്റെ മോന് ഇരുട്ട് പേടിയാ..അവന് ആ പറമ്പിലെ ഒറ്റക്കാണ്. അവന് ഒറ്റക്കാക്കിയിട്ട് നിങ്ങൾ ഇവിടെ വന്ന് നിൽക്കാണോ മനുഷ്യ".

അവരെ പിടിച്ച് അവിടെ കിടത്താൻ ശ്രമിച്ചിട്ട് ആർക്കും വഴങ്ങുന്ന ലക്ഷണമില്ല അവസാനം ഒരിക്കൽ കൂടി സഡേഷൻ കൊടുത്തിട്ട് ഞാൻ അവിടെ നിന്നും മടങ്ങി.

കാലം അത്ര നല്ലതല്ല ആർക്കാണ് ലോകാണക്ഷണം ഉണ്ടാക്കുക എന്നറിയില്ല ഇവിടെനിന്നും ഞാൻ ചെല്ലുമ്പോൾ എനിക്ക് എന്തെങ്കിലും സംഭവിച്ചാൽ പിന്നെ അത് മൊത്തം എന്റെ ഹോസ്പിറ്റലിൽ പടരും. അധികം നേരം ഇവിടെ നിന്നാൽ ശരിയാക്കിയില്ല കൊറോണയെ ഒന്നും ആ സമയത്ത് ഞാൻ ചിന്തിച്ചതും ഇല്ല.

ഹോസ്പിറ്റലിൽ പോയി നേരെ മുറിയിൽ ചെന്ന് കുളിച്ച് ഫ്രഷ് ആകാൻ ശവറിന്റെ ചുവട്ടിൽ ഇരുന്നു അങ്ങനെ കരഞ്ഞു തീർത്തു മതിവരവോളം പിന്നെ കരഞ്ഞു കരഞ്ഞു ചർദ്ദിച്ചു.

കൂളറിൽ നിന്നും അല്പം വെള്ളം കുടിച്ച് ബാൽക്കണിയിൽ അങ്ങിനെ നിന്നു മോന്റെ ചിരിയും സംസാരവും മനസ്സിന് മായനില്ല

രാവിലെ കണ്ട അവന്റെ മരണവെപ്രാളവും. മരണത്തിനു മുൻപിൽ ചിരിക്കാൻ ആവാതെ വളരെ ദയനീയ അവസ്ഥയിൽ എന്നെ നോക്കിയതും എല്ലാം വല്ലാത്തൊരു ഭയം പോലെ.

കട്ടിലിൽ കിടന്ന് കരഞ്ഞു കരഞ്ഞു കരഞ്ഞു തീർന്നു സമയം എത്രയായെന്ന് അറിഞ്ഞില്ല ആരോ കഥകൾ തട്ടുന്നു എന്റെ മുഖം ഒന്ന് കഴുകിത്തുടച്ച് ഞാൻ വാതിൽ തുറന്നു.

അത് അദ്ദേഹം തന്നെയാണ്. എന്റെ സൺഷയിൻ.

:" എന്താ ഈ സമയത്ത് സമയം 10 മണി കഴിഞ്ഞു എന്തുപറ്റി "(ഞാൻ അന്വേഷിച്ചു).

അദ്ദേഹത്തിന്റെ മുറിയിൽ കയറി :" ഹേയ് സീരിയസായി ഒന്നുമില്ല പേടിക്കണ്ട വൈഫ് ഉറപ്പാണ് കുട്ടികളും ഉറങ്ങി.

ഞാൻ ഇരിക്കാൻ ഇട്ടു കൊടുത്തു.

അദ്ദേഹം:" അവിടെ എല്ലാം നോർമൽ ആയില്ലേ ആ കുട്ടിയുടെ വീട്ടിൽ. പെട്ടെന്ന് ഇങ്ങനെ അറ്റാക്കൊക്കെ വരാന്ന് പറഞ്ഞ് അതും ഈ കൊച്ചു പ്രായത്തിൽ."

(ഞാൻ കരയാൻ വിതുമ്പി നിൽക്കുന്ന സമയത്ത് എന്റെ ഫോൺ ബെല്ലടിച്ചു)

ഞാൻ ഫോൺ എടുത്തുനോക്കി മാമനാണ് ജിനിയുടെ ഉപ്പ

ഞാൻ :" പറ മാമ ".....

മാമൻ :" പിന്നെ,നാളെ ഒരു കൂട്ടിൽ വരും നിന്നെ കാണാൻ".

(എനിക്ക് ദേഷ്യം വന്നു ഞാൻ ഉറക്കെ വിളിച്ചു പറഞ്ഞു)" ഇപ്പോ ഇതിനുള്ള മാനസികാവസ്ഥയല്ല എന്റെ ഒരു എനിക്ക് കല്യാണവും മാങ്ങാത്തൊലിയും ഒന്നും വേണ്ട വച്ചിട്ട് പൊയ്ക്കോ?..

കോൾ കട്ട് ചെയ്തു.പിന്നെയാണ് കൂടെ ഒരാൾ ഇരിക്കുന്നത് പോലും ഓർത്തത് മോശമാണ് ഐ ഫീൽ ചെയ്യും.

ഞാൻ അദ്ദേഹത്തോട് പറഞ്ഞു:" സോറി സത്യം പറഞ്ഞ ഞാൻ ഇങ്ങനെയൊന്നും ഒരാളോടും ഇതുവരെ പെരുമാറിയിട്ടില്ല എന്റെ ഇന്നത്തെ അവസ്ഥ അറിയാല്ലോ ഈ സമയത്ത് കല്യാണം ഒന്നും പറഞ്ഞു വിളിച്ചാൽ പിന്നെ....എന്റെ കൺട്രോൾ പോയത് അതാ...ഒന്നും വിചാരിക്കരുത്. "

അദ്ദേഹം :" ശരി തന്നെ ബട്ട് അവർക്കിത് അറിയില്ലല്ലോ ഇത്രക്ക് റഫ് ആകണ്ടായിരുന്നു സമാധാനമായി പറയാമായിരുന്നില്ലേ. "

ഒരഞ്ചുമിനിറ്റ് രണ്ടുപേരും മൗനമായിരുന്നു. ഞാൻ ചിന്തിച്ചു, പാടില്ലെന്ന് അറിയാം എന്നിട്ടും ചിന്തിച്ചു പോയി ആദ്യമായിട്ടാ അദ്ദേഹവും ഞാനും ഒറ്റയ്ക്ക് ഒരു മുറി എത്രകാലമായി ഈ ഒരു

സന്ദർഭം ആഗ്രഹിച്ചത്. ഞാൻ പറയണോ? വല്ലാത്തൊരു ഹൃദയമിടിപ്പ് തുടങ്ങിയതും അദ്ദേഹം തുടർന്നു.

:" സത്യം പറഞ്ഞാൽ ജിനി ഇക്കാര്യം പറഞ്ഞ് എന്നെ വിളിച്ചിരുന്നു അത് പറയാൻ കൂടിയാ ഞാൻ വന്നത്. രണ്ടുമൂന്ന് ദിവസമായി ഇനി പറയാൻ തുടങ്ങിയിട്ട് ഞാൻ പറഞ്ഞ താൻ കേൾക്കുന്ന..സോറി,മേം കേൾക്കുന്ന അവൾ പറയുന്നത് എനിക്ക് പിടികിട്ടാത്തത്. അതിനുമാത്രം അമ്മ തന്നെ അടുപ്പം ഒന്നും ഇല്ലല്ലോ ഞാനാണെങ്കിൽ വൈഫിന്റെ കേസ് ഫുള്ള് ഡിസ്റ്റർബ് ആയി ഇരിക്കാനും ഇന്നത്തെ ഇൻസിഡന്റ് കൂടിയായപ്പോൾ നിങ്ങളുടെ പേഴ്സണൽ ഞാനെന്തു പറയാനാ... എസ് എ ഫ്രണ്ട് ആയി പറയെനെന്നു കരുതിയ മതി, നിങ്ങൾ ഇനിയും വൈകിക്കരുത്...നിങ്ങളുടെ ജീവിതം..

ഞാൻ ഇടയ്ക്ക് കയറി, പുച്ഛരിച്ചു ചിരിച്ചുകൊണ്ട് :"വൽ, ഇത് നിങ്ങൾ തന്നെ എന്നോട് പറയണം"..

അദ്ദേഹം :" എന്ത്?എന്താ..അതെന്താ ഡോക്ടർ അങ്ങനെ പറഞ്ഞെ? ".

ഞാൻ :"ഹേ,, നതിങ്.

അദ്ദേഹം :"സോറി, ആർ യൂ ഹൈഡിങ് സം തിങ്?.."

ഞാൻ മുഖം താഴ്ത്തി സൗമ്യമായി പറഞ്ഞു :" വിശ്വസിക്കുന്നത് വിശ്വസിക്കാതിരിക്കുന്നത് നിങ്ങളുടെ ഇഷ്ടം പക്ഷേ എനിക്ക് ഇനിയും ഉള്ളിലടക്കിപ്പിടിക്കാൻ വയ്യ. (ഞാൻ എഴുന്നേറ്റ് നിന്നു എനിക്കിപ്പോൾ ഒരല്പം ധൈര്യം വന്നു)" വെറുതെ പറഞ്ഞാൽ പോര തെളിവ് സഹിതം ഞാൻ കാട്ടിത്തരാം എന്റെ കൂടെ ഒന്ന് വരുമെങ്കിൽ ".

അദ്ദേഹം :"ഷുവർ,..."

ഞാൻ അദ്ദേഹത്തെയും കൂട്ടി എന്റെ വീട്ടിലേക്ക് നടന്നു നീങ്ങി..

ഞാൻ ": പേടിക്കേണ്ട ധൈര്യമായി വന്നത് ആ കാണുന്ന എന്റെ വീട്ടിലേക്കാണ് നമ്മൾ പോകുന്നത്".

അദ്ദേഹം :" അവിടെ കോറന്റൈൻ ആയി ആളുകൾ ഉള്ളതല്ലേ? "

ഞാൻ :" ഇപ്പോ ആരുമില്ല ഫുൾ ക്ലീൻ ആണ് ധൈര്യമായി വന്നോളൂ "..

ഞങ്ങൾ എന്റെ വീടിന്റെ അകത്തേക്ക് കയറി.അവിടെ ഭിത്തിയിൽ പതിപ്പിച്ചു വച്ചിട്ടുള്ള എന്റെ പഴയ ഫാമിലി ഫോട്ടോ നോക്കി നിൽക്കുന്ന അദ്ദേഹത്തെ ഞാൻ എന്റെ പൂട്ടി കൊടുക്കുന്ന

മുറിയിലേക്ക് ക്ഷണിച്ചു. അവിടെ മാത്രം ആരെയും കിടക്കാൻ അനുവദിച്ചിട്ടില്ല മുകളിലത്തെ മുറിയിലായിരുന്നു ക്വാറന്റീൻ റൂമായി ഏർപ്പെടുത്തിയിരുന്നത്.

ഞാൻ തുടർന്നു :" ഒരന്യ പുരുഷൻ ആദ്യായിട്ടാണ് എന്റെ വീടപ്പുമുറിയിൽ കാലുകുത്തുന്നത്(അദ്ദേഹം ഇപ്പോൾ ആശയക്കുഴപ്പത്തിലാണ്) ഞാൻ എന്റെ പഴയ പെട്ടി കട്ടിലിനടിയിൽ നിന്നും പുറത്ത് എടുത്ത് ബെഡിന്റെ മുകളിൽ വച്ചു " ഇതാണ് എന്റെ ഓർമ്മച്ചെപ്പ്, എന്റെ മനസ്സിന്റെ കണ്ണാടി " ഞാന് പെട്ടിയിൽ കൈവച്ചുകൊണ്ട് പറഞ്ഞു ശേഷം ആ പെട്ടി പതുക്കെ തുറന്നു. ഒരു തുണി ശീലയിൽ ഭദ്രമായ മൂടിവച്ച് അദ്ദേഹത്തിന്റെ ചിത്രം പണ്ടു ഞാൻ വരച്ചത് അത് ഞാൻ അദ്ദേഹത്തിന്റെ മുൻപിൽ എടുത്ത് നീട്ടി.

അദ്ദേഹം അത് കണ്ടതും കണ്ണ് തള്ളിപ്പോയി ഞാൻ പറഞ്ഞു ആ പെയിന്റിങ്ങിനു താഴെ ഡേറ്റും വർഷവും എഴുതിയിട്ടുണ്ട് കൂടെ ഒരു കുറിപ്പും അതുകൂടി നോക്കൂ സർ. ഇനി ഇതിൽ കൂടുതൽ ഒന്നും പറയേണ്ടതില്ലല്ലോ.

വിറച്ചുകൊണ്ട് അദ്ദേഹം ചോദിച്ചു :"ഇതെന്റെ ചിത്രമല്ലേ..ഇതെങ്ങനെ?.

ഞാൻ :" അങ്ങനെ ചോദിച്ചാൽ എനിക്ക് ഇപ്പോഴും കൺഫ്യൂഷനാണ് നിങ്ങളാണോ എന്നോ അതോ നിങ്ങളുടെ രൂപസാദൃശ്യമുള്ള മറ്റൊരാൾ ആണോ...എന്ധോ നിങ്ങൾ തന്നെ ആണെന്നാണ് എന്റെ നിഗമനം ".

അദ്ദേഹം :" ഇത് പക്ഷേ ഒരുപാട് പഴക്കമുള്ളതാണല്ലോ നിങ്ങളെ ഞാൻ ഇതിനു മുൻപ് കണ്ടിട്ടു പോലുമില്ല എന്താ ഇതിനൊക്കെ അർത്ഥം?.

ഞാൻ :" അതുതന്നെയാണ് എനിക്ക് മനസ്സിലാക്കാത്തത്.എന്താണ് ഇതിന്റെയൊക്കെ അർത്ഥം. ഇന്നോ ഇന്നലെയോ എന്റെ മനസ്സിൽ കയറിക്കൂടിയ ആളല്ല നിങ്ങൾ എന്റെ പതിനാറാം വയസ്സിൽ ഞാൻ ആദ്യമായി ഋതുമതിയായ ഒരു ദിവസം തൊട്ടന്റെ രാത്രികാല സ്വപ്നങ്ങളിൽ നിങ്ങൾ നിരന്തരം വന്നു പോയിക്കൊണ്ടിരുന്നു. അല്ല വന്നുകൊണ്ടിരിക്കുന്നു. ഒരു പരിധിയിൽ അപ്പുറം ഞാൻ... എന്റെ മനസ്സിന്റെ കണ്ട്രോ തന്നെ കൈവിട്ടുപോയി. നിങ്ങളെ ഓർക്കാതിരിക്കാൻ കഴിവതും ഞാൻ എൻഗേജ്ഡ് ആയി ബട്ട് എത്ര

ശ്രമിച്ചിട്ടും എന്നെ വിട്ടു പോയിട്ടില്ല നിരന്തരം എന്നെ പ്രണയിച്ചു പ്രാപിച്ചും എന്നിലെ വികാരങ്ങളെ ഉണർത്തിയും നോവിച്ചും.

ഒരിക്കൽ നമ്മൾ പരസ്പരം കണ്ടിട്ടുണ്ട്. ജിനിയുടെ വീട് താമസത്തിന് അന്ന് ഞാൻ നിങ്ങളുടെ കയ്യിന്ന് അടിച്ചുമാറ്റിയ കർച്ചീഫും ഡിസ്പോസ് ഗ്ലാസ്സുമാണ് ഇത് കണ്ടില്ലേ. എനിക്ക് മെന്റൽ ആണെന്ന് തോന്നുന്നുണ്ടോ.

അതിനുശേഷം ഒരിക്കൽ കൂടി ഞാൻ നിങ്ങളെ കണ്ടു പി കെ ദാസ് ഹോസ്പിറ്റലിൽ ഞാൻ ഈ രണ്ടു പ്രാവശ്യവും നിങ്ങളോട് സംസാരിക്കാൻ ശ്രമിച്ചതാണ് പക്ഷേ കാലം അത് ഇങ്ങനെയാണ് വിധിച്ചിരിക്കുന്നത്.

നിങ്ങൾ ഭാര്യയുമായി എന്റെ മുന്നിൽ വന്നപ്പോൾ സത്യത്തിൽ ഞാൻ ആകെ തകർന്നു പോയി. ഇത്രയും കാര്യം ഒരു ഭാര്യയെപ്പോലെ മനസ്സുകൊണ്ട് നിങ്ങളോടൊപ്പം ജീവിച്ചു തീർത്ത് ഞാനെങ്ങനെ വേറൊരാളെ വിവാഹം കഴിക്കും. അതും നിങ്ങടെ നാവിൽ നിന്നും തന്നെ ഇത് കേട്ടപ്പോൾ തൃപ്തിയായി. ഞാനീ തനിമ അനുഭവിക്കാൻ തുടങ്ങിയിട്ട് വർഷങ്ങളായി എനിക്ക് മുഷിഞ്ഞിട്ടില്ല. വികാരങ്ങൾ ഇല്ലാഞ്ഞിട്ടല്ല നിങ്ങൾ തന്നെ ആ കുറവ് തരുന്നുണ്ട്. എന്റെ ഡ്രീംസിലൂടെ എന്റെ മൈൻഡിലൂടെ. ഇനി ഇങ്ങനെയൊക്കെ അങ്ങ് പൊയ്ക്കോട്ടെ. പക്ഷേ ഇതൊന്നും ഒരുതരത്തിലും നിങ്ങടെ ഭാര്യയുടെ ട്രീറ്റ്മെന്റ് ബാധിക്കില്ല അവരെ ഞാൻ തിരിച്ചു തന്നിരിക്കും."

ഇത്രയും പറഞ്ഞശേഷം ഞാൻ അദ്ദേഹത്തിന്റെ മുഖത്തുനോക്കി. വിശ്വസിക്കാനാകാത്ത മട്ടിൽ അദ്ദേഹം എന്നെ നോക്കി നിൽക്കെ ഞാൻ അദ്ദേഹത്തിന്റെ കണ്ണുകളിലേക്ക് നോക്കിയെങ്കിലും പെട്ടെന്ന് എന്റെ കണ്ണുകൾ വെട്ടി മാറ്റി. ഞാൻ ആഗ്രഹിച്ചുപോയി അദ്ദേഹം സ്വന്തം കൈകൾ കൊണ്ട് എന്നെ കാവിൽ തടങ്ങൾ തലോടാൻ നെറ്റിയിൽ ഒന്ന് ചും ഏറെ ഇഷ്ടപ്പെടുന്ന അദ്ദേഹത്തിന്റെ സ്ഥിര വിനോദം ...അദ്ദേഹം എന്റെ പുറകിൽ നിന്നുകൊണ്ട് എന്റെ കഴുത്തിലെ വലതുഭാഗത്തെ മറുകിൽ ഒന്ന് ചുംബിക്കാൻ. ഞാൻ കടിച്ചമർത്തിയ കണ്ണുനീരുകൾ പൊട്ടിപ്പുറപ്പെടുമ്പോൾ. ഒന്ന് വാരിപ്പുണരാൻ. അങ്ങിനെ എന്തൊക്കെയോ ഇങ്ങനെ എന്റെ മനസ്സിൽ ചിന്തിച്ചു കൂട്ടി. അദ്ദേഹം ആ ചിത്രം കട്ടിൽ തന്നെ വച്ചുകൊണ്ട്

മുറിയിൽ നിന്നും പുറത്തേക്ക് ഇറങ്ങി എന്നോടിനു സംസാരിക്കാൻ അദ്ദേഹം താല്പര്യപ്പെടുന്നില്ല എനിക്ക് മനസ്സിലായി.

ഇതുവരെ മനസ്സിൽ കെട്ടിവച്ച ഭാരം മുഴുവൻ പുറംതള്ളിയപ്പോൾ മനസ്സിന് ഒരുതരം റിലാക്സേഷൻ. സുഖമായി ഉറങ്ങണം ഞാൻ പെട്ടി പഴയപോലെ ഒതുക്കി വെച്ച് മുറികൂട്ടി ലൈഫ് ഓഫ് ചെയ്തു വീട്ടിൽ നിന്നും ഇറങ്ങി. ഹോസ്പിറ്റലിലേക്ക് നടന്നു നീങ്ങി ഇതിനോടകം അദ്ദേഹം ഒന്നും മിണ്ടാതെ പോയിക്കഴിഞ്ഞു. ഇരുട്ടുനിറഞ്ഞ ഇടനാഴിയിലൂടെ ഞാൻ ഒറ്റക്ക് നടന്നു നീങ്ങുകയാണ്. എന്റെ മനസ്സാകെ നെഗറ്റീവ് ചിന്തകൾ വന്നു കുമിഞ്ഞു കൂടി. ഞാൻ അങ്ങനെ ചിന്തിച്ചു പോയി,ഒരുപക്ഷേ ദൈവം വിധിച്ചത് ഇങ്ങനെയൊക്കെ ആയിരിക്കാം. ഇവരെ ഇങ്ങനെ കണ്ടുമുട്ടാൻ വേണ്ടി ഇവരുടെ ജീവിതത്തിലെ രണ്ടാം അധ്യായം ആയിരിക്കാം ഞാൻ. അദ്ദേഹത്തിന് വേണ്ടി ദൈവം മുൻകൂട്ടി എന്നെ മറ്റൊരു ബന്ധത്തിൽ ഏർപ്പെടാതെ പിടിച്ചുനിർത്തിയത്.അവരെ ഇപ്പോൾ ഇങ്ങനെ ഈ ഒരു അവസ്ഥയിൽ എത്തിച്ചതും ഈ സ്വപ്നം അതെല്ലാം എന്റെ ഭാവിജീവിതത്തെ പടച്ചവൻ കാണിച്ചുതന്നത് ആവാം.

പെട്ടെന്ന് ഞാനെന്റെ ചിന്തകളെ പൊടി തട്ടി മാറ്റുന്നപോലെ മാറ്റിമറിച്ചു. റബ്ബേ ഞാൻ എന്തൊക്കെയാ ചിന്തിച്ചു കൂട്ടുന്നത് എന്നെ വിശ്വസിച്ച് ട്രീറ്റ്മെന്റ് വന്ന ഒരാളുടെ മരണമോ? സ്വന്തം സുഖത്തിനു വേണ്ടി,എന്റെ സ്വാർത്ഥത.ഞാൻ ഇത്രയ്ക്ക് സെൽഫിഷ് ആണോ ?....

നീചമായ ചിന്ത ഇങ്ങനെയൊക്കെ ചിന്തിക്കാൻ എനിക്ക് കഴിയുമോ ഒരിക്കലുമില്ല എന്റെ ജീവൻ ദൈവത്തിന് അർപ്പിച്ചിട്ടാണെങ്കിലും അവരെ രക്ഷിക്കേണ്ടത് എന്റെ കടമയാണ്. എന്റെ ഉത്തരവാദിത്വമാണ് അല്ലെങ്കിൽ ജീവിതകാലം മുഴുവൻ കുറ്റബോധം എന്ന് വേട്ടയാടി കൊണ്ടേയിരിക്കും.

കുമിഞ്ഞു കൂടിയ ചിന്തകളെ കെട്ടിപ്പറക്കി ഭണ്ഡമാക്കി മനസ്സിന്റെ ഒരു കോണിൽ കൊണ്ടിട്ടു കൊണ്ട് വിശപ്പ് എന്ന യാഥാർത്ഥ്യത്തിലേക്ക് തിരിച്ചുവന്നു.

ഞാൻ നേരെ കാന്റീനിലേക്ക് കയറി. ഇന്നത്തെ എല്ലാ ജോലികളും കഴിച്ച് കാന്റീന പൂട്ടി ഉറങ്ങാനുള്ള തയ്യാറെടുപ്പാണ്. അവർ എന്നെ കണ്ടതും.

അതിൽ ഒരാൾ പറഞ്ഞു :"എന്താ മേം പാല് റൂമിൽ എത്തിച്ചിട്ടുണ്ട് ".

ഞാൻ :" ആണോ ഓക്കേ "... (അവരെ ആ സമയത്ത് ബുദ്ധിമുട്ടിക്കാൻ എനിക്ക് തോന്നിയില്ല ഞാൻ തിരിഞ്ഞു നടക്കാൻ നിന്നതും)

കാന്റീൻ ജീവനക്കാരിൽ ഒരാൾ :" അല്ല! മാം,പതിവില്ലാതെ ഇങ്ങോട്ട്,വേറെ എന്തെങ്കിലും ആവശ്യമുണ്ടോ?.

ഞാൻ :" വേരൊന്നുമല്ല, ഞാൻ ഫുഡ് ഒന്നും തന്നെ ഇതുവരെ കഴിച്ചിട്ടില്ല നിങ്ങള് പൂട്ടിയ വിവരം അറിഞ്ഞില്ല റൂമിൽ ഉണ്ടല്ലോ ഞാൻ പോയി കുടിച്ചോളാം വിശപ്പ് ഒന്നുമില്ല അല്ലെങ്കിലും.സാരില്ല. "

അയാൾ :" അയ്യോ നിൽക്കണെ മേടം, നിങ്ങളെ പട്ടിണികിട്ടിട്ട് ഞാൻ ഉറങ്ങാനോ നല്ല കഥ നിങ്ങളല്ലേ എനിക്ക് അന്നം തരുന്നയാൾ.അതു നന്നായി... ഞാൻ അറിഞ്ഞില്ലട്ടോ പുറത്തൊന്നും കഴിച്ചിട്ട് വന്നൂന്ന് കരുതി. മാത്രമല്ല വരാത്ത ലേറ്റ് ആയപ്പോൾ. ആ ആയിഷത്തെ ഭക്ഷണം കൊണ്ടുവരാനുള്ളതാണല്ലോ അവരാണെങ്കിൽ സുഖമില്ലാതെ വീട്ടിൽ പോയേക്കല്ലേ. കണ്ടില്ലേ അവരില്ലാണ്ട് ആയപ്പോൾ നിങ്ങടെ കാര്യങ്ങൾ കുഴഞ്ഞു. "

ഞാൻ :"ഹോ ഞാൻ ബുദ്ധിമുട്ടിച്ചല്ലേ ഒന്നും വേണ്ട കുറച്ച് കഞ്ഞി മതി കുക്കറിൽ ഇട്ടാൽ മതി ലേശം പയറും കൂടി ഉണ്ടെങ്കിൽ അത് മാത്രം മതി...

സത്യത്തിൽ രാവിലെ ഇവിടുന്ന് ഒരു കപ്പ് കാപ്പി മാത്രമാണ് കുടിച്ചത്. അതും കൂടി ചങ്ക് ഇറങ്ങിയത് അതിനുശേഷം അകത്തേക്ക് ഒന്നും പോയിട്ടില്ല നോമ്പ് എടുക്കുന്നതായിരുന്നു ഇതിലും ഭേദം. ഭക്ഷണം കഴിക്കാൻ പറ്റുന്ന മാനസികാവസ്ഥ അല്ലല്ലോ മനസ്സൊക്കെ മരവിച്ചു കിടക്കാണ് ചേട്ടാ പിന്നെ ശരീര തളരുന്ന പോലെ കഴിക്കാനും വിചാരിച്ച് ഇങ്ങോട്ട് കയറിയത്".

അയാൾ :" ഒറ്റ മിനിറ്റ് ദാ .... ഇവിടെ ഇരുന്നോളൂ ".

സ്വല്പം കഞ്ഞിയും നല്ല ചൂടുള്ള പയറു കഞ്ഞിയും പപ്പടവും ചുട്ടരച്ച തേങ്ങാ ചമ്മന്തിയും ഒരു പ്ലേറ്റ് ഓംലെറ്റും മേശപ്പുറത്ത് റെഡിയായി. വിശപ്പുകൊണ്ട് എന്തോ ഞാനാ കഞ്ഞി മുഴുവൻ കുടിച്ചു ഇപ്പോൾ ക്ഷീണത്തിന് നല്ല ആശ്വാസം. കഴിച്ചു കഴിയുംവരെ അയാൾ

എനിക്ക് കൂട്ടിയിരുന്നു. പാവം പുലർച്ചെ എഴുന്നേൽക്കേണ്ട ആളാണ് ഉറക്കമൊഴിച്ച് ഇരിക്കുന്നത്. സമയം അത് ഏറെയായി. ഞാൻ കഴിച്ച പാത്രം ഞാൻ തന്നെ വൃത്തിയാക്കി.അത് പണ്ടുമുതലേയുള്ള ശീലമാണ്.പാത്രം കമിഴ്ത്തി വെച്ചു അദ്ദേഹത്തിന് നന്ദിയും പറഞ്ഞു ഞാൻ എന്റെ മുറിയിലേക്ക് നടന്നു നീങ്ങി. എന്റെ ഒപ്പം തന്നെ കാന്റീന പൂട്ടി അദ്ദേഹം കോട്ടേഴ്സിലേക്ക് പോയി.

ഇപ്പോൾ സമയം 11 കഴിഞ്ഞു ലിഫ്റ്റിലൂടെ ഞാൻ മുകളിലേക്ക് കയറി, ലിഫ്റ്റ് ഇറങ്ങി വരാന്തയിൽ എത്തിയ ഞാൻ കണ്ടത് കോറിഡോർ ഇന്റെ ജനാലരിയിലൂടെ വിദൂരതയിലേക്ക് നോക്കി വാചാലനായി നിൽക്കുന്ന അദ്ദേഹത്തെയാണ് തോളിൽ കുഞ്ഞുമോളും ഉറങ്ങുന്നുണ്ട്.

ഞാൻ :" കുഞ്ഞുറങ്ങിയിട്ടുണ്ടായിരുന്നില്ലേ"...

അദ്ദേഹം (എന്റെ മുഖത്ത് നോക്കാൻ താല്പര്യമില്ലാതെ എങ്ങോട്ടോ നോക്കിക്കൊണ്ട്). " ഞാൻ വന്നപ്പോൾ ഇവൾ കരയുകയായിരുന്നു. എണീറ്റപ്പോൾ എന്നെ കാണാത്തത് കൊണ്ട് പേടിച്ചു. വൈഫ് ആണെങ്കിൽ ഒന്നും പറയേണ്ട രാവിലത്തെ ഇൻസിഡന്റ് ഷോക്കിലാണ് മാത്രമല്ല അവളുടെ സർജറി ഇങ്ങടുത്തു വരല്ലേ അതിന്റെ ടെൻഷനും. "

ഞാൻ :" ഈ ഹോസ്പിറ്റലിന്റെ ചരിത്രത്തിൽ തന്നെ ഇത് ആദ്യസംഭവമാണ്. വൈഫിനെ കോൺഫിഡൻസ് കൊടുക്ക് ദൈവം കൈവിടില്ല. ഞാനും.".

ഞാൻ അയാളെ തന്നെ കണ്ണെടുക്കാതെ നോക്കി നിന്നു അദ്ദേഹത്തിന്റെ കണ്ണുകളിലേക്ക് ആഴ്ന്നു നോക്കി നിൽക്കെ എന്റെ ഉപബോധമനസിന്റെ വികാരങ്ങൾ മനസ്സിലാക്കിക്കൊണ്ട് എന്നെ ഒന്ന് നോക്കുക പോലും ചെയ്യാതെ എന്നോടുള്ള സംഭാഷണം എങ്ങനെയെങ്കിലും അവസാനിപ്പിക്കണം എന്ന മട്ടിലാണ് അയാൾ അവിടെ നിൽക്കുന്നത്. അയാളുടെ ആ ഒരു ആറ്റിറ്റ്യൂഡ് മനസ്സിലാക്കിയാൽ ഞാനും അപ്പോൾ തന്നെ എന്റെ മുറിയിലേക്ക് കയറി വാതിൽ അടച്ചു. എല്ലാം മറന്ന് സുഖമായി ഒന്നു ഉറങ്ങാൻ. ഒരുപക്ഷേ ജീവിതത്തിൽ ഇങ്ങനെയൊക്കെ ആയിരിക്കും എന്നാലും സാരമില്ല . എന്നെ സ്നേഹിക്കാൻ എന്റെ സ്വപ്നങ്ങളിലൂടെ വന്നല്ലോ സത്യത്തിൽ ഈ തനിമയും രാത്രികാലങ്ങളിലെ എല്ലാം മറന്നുള്ള

ഉറക്കവും സ്വപ്നങ്ങളും എല്ലാം ഞാൻ വല്ലാതെ ഇഷ്ടപ്പെടുന്നുണ്ട് എന്ന വാസ്തവം തിരിച്ചറിയുന്നു.

പതിവുപോലെ പ്രഭാത ചര്യകളും മറ്റുകാര്യങ്ങളും ഓഫീസ് വർക്കുകളും ട്രീറ്റ്മെന്റുകളും എല്ലാം പഴയപോലെ സ്മൂത്തായി പോയിക്കൊണ്ടിരിക്കുന്നു. ഞാനിപ്പോ അങ്ങനെ ആരെയും ചികിത്സിക്കാറില്ല ഓഫീസ് കാര്യങ്ങൾ മാത്രം കൂടുതൽ ശ്രദ്ധ കേന്ദ്രീകരിച്ച് ഇങ്ങനെ കഴിയുന്നു.എങ്കിലും ഒന്ന് രണ്ട് നേരം റൌണ്ട്സിന് പോകുന്നുണ്ട്.എല്ലാ രോഗികളെയും സന്ദർശിക്കുന്നുണ്ട്.

എന്റെ ക്യാബിനും എന്റെ റൂമും ഷബ്നയുടെ റൂമും ഒരു ട്രയാങ്കിൾ ആകൃതിയിൽ ആയതിനാൽ എപ്പോഴും അവരെ കൂടുതൽ കെയർ ചെയ്യാൻ എനിക്ക് കഴിയുന്നു. നന്ദിന്റെ അമ്മയ്ക്ക് ഓൺലൈനിലൂടെ കൗൺസിലിംഗ് കൊടുക്കുന്നുണ്ട്.

ഇന്ന് എന്തായാലും കുറച്ച് സമയം ഞാൻ എനിക്കുവേണ്ടി മാറ്റിവച്ചു. സാധാരണ ഞായറാഴ്ചകളിൽ വൈകുന്നേരം കുറച്ചുനേരം ഞങ്ങൾ അദ്ദേഹത്തിന്റെ കുട്ടികളെയും കൂടെ താല്പര്യമുള്ളവരും കൂടി ഒരു ബോട്ടിംഗ് ചെയ്യും. മെന്റലി ഡിപ്രെസെഡ് ആയ പലരും ആ ബോട്ടിങ്ങിന് കൂടും.

പക്ഷേ ഇന്ന് എന്തോ എനിക്ക് ബോട്ടിങ്ങിനു പോകാൻ തോന്നിയില്ല. ഇന്നൊരു ദിവസം എനിക്ക് ധരിച്ചിരിക്കണം അല്പസമയം.

ഉച്ചവെയിൽ പോയി മറഞ്ഞപ്പോൾ ഞാൻ സ്വൽപനേരം എന്റെ ചങ്ങാതിയായ മാവു മരത്തിന്റെ തണലിൽ ചെന്നിരുന്നു. അവനും അത് ആഗ്രഹിക്കുന്നുണ്ടാകാം.ഒരുപാട് കാലമായി ഇങ്ങനെ ഇവന്റെ അടുത്ത് ഒറ്റയ്ക്കിരുന്നിട്ട്. അവന് ചുറ്റും വട്ടത്തിൽ ഒരു തിന്മ നിർമ്മിച്ചിട്ടുണ്ട് അവനിപ്പോഴും നെഞ്ചുംവിരിച്ച് നീണ്ടു നിവർന്ന് കാഴ്ച നിൽക്കുന്നു പൂർണ്ണ ആരോഗ്യവാനായി തന്നെ. ആ ഞാൻ അവിടെ ഇരുന്ന് ആദ്യം എന്റെ ഹോസ്പിറ്റലിന് ഒന്നു നോക്കി അവനും തലയെടുപ്പോടെ അങ്ങനെ നിൽക്കുകയാണ്.

ഓർമ്മവച്ച നാൾ മുതൽ ഇന്നലെ വരെ എന്താണ് എന്റെ ജീവിതത്തിൽ സംഭവിച്ച് കൊണ്ടിരിക്കുന്നത് എന്ന് ഒരു നിമിഷം ചിന്തിച്ചു പോയി.

പിച്ച വച്ച് നടന്ന മുറ്റം മുതൽ ഇന്ന് ഞാൻ നേടിയ എന്റെ ഈ സാമ്രാജ്യം വരെ.. ഞാൻ ആ കഥകളൊക്കെ ഒരിക്കൽക്കൂടി മനസ്സിലൂടെ ഓടിച്ച് നോക്കുമ്പോഴേക്കും നേരം സന്ധ്യയോട് അടുത്ത്,തിരിച്ചു പോകാൻ എഴുന്നേൽക്കാൻ തുടങ്ങുമ്പോഴാണ് ദൂരെ നിന്നും എന്റെ മുന്നിലേക്ക് നടന്നുവരുന്ന അദ്ദേഹത്തെ കാണുന്നത്.

മനസ്സിലാകെ വല്ലാത്ത കുളിർമഴ പോലെ എല്ലായിപ്പോഴും അങ്ങിനെ തന്നെ ആണ് അദ്ദേഹത്തെ കാണുമ്പോൾ. മാത്രമല്ല എന്റെ മനസ്സ് പടർന്നുണ്ട് ഒന്ന് കൺട്രോൾ ചെയ്യാൻ നല്ല രീതിയിൽ പാടുപെടുന്നുമുണ്ട്. അർഹതയില്ലാത്തത് ആഗ്രഹികരുത്.

ഇത് എന്റേതല്ല.... ഞാൻ സ്നേഹിക്കുന്ന ആരുടെയോ ഒരു പ്രതിരൂപം മാത്രം. പിന്നെയും ഞാൻ ചിന്തിക്കും അങ്ങനെയാണെങ്കിൽ അദ്ദേഹത്തിന്റെ ഭാര്യയും കുഞ്ഞുങ്ങളെയും വരെ ഞാൻ സ്വപ്നത്തിൽ കണ്ടിട്ടുണ്ടല്ലോ.... അപ്പോൾ ഇത് അദ്ദേഹം തന്നെ എനിക്ക് തെറ്റിയിട്ടില്ല. എന്തോ, അദ്ദേഹം മുന്നിൽ വന്നു നിന്നാൽ പിന്നെ മറ്റൊന്നും കോൺസെൻട്രേറ്റ് ചെയ്യാൻ കഴിയുന്നില്ല. ഞാൻ നടന്നുവരുന്ന അദ്ദേഹത്തിന്റെ ആ ഒരു നടപ്പ് ആസ്വദിച്ച് അങ്ങ് നിന്നു പോയി.

ആയിരം പൊൻ സൂര്യൻ ഒരുമിച്ച ഉയരുന്ന പോലെ എന്തൊരു ചൈതന്യം. എന്റെ ഉച്ചുമുതൽ കാൽവിരൽ വരെ എന്തോ ഒരുതരം തരിപ്പ് തിരിച്ചറിയുന്നു. സിരകൾ തിളച്ച് മറിയുന്നു. കാർമേഘവും ഇടിമുഴക്കവും വരുമ്പോൾ ഉണ്ടാകുന്ന ആ ഒരു ഫീലിംഗ്.. കൈകൾ വിറച്ച് തുടങ്ങിക്കഴിഞ്ഞു വിയർപ്പും തണുപ്പും മരവിപ്പും എല്ലാം ഒരുമിച്ച് തന്നെ കൈകളിൽ തോന്നുന്നു. കാൽമുട്ടുകൾ കൂട്ടിയിടിക്കാൻ തുടങ്ങിക്കഴിഞ്ഞു.എന്തിനേറെ ഒരാണിന്റെ സുഖം തൊട്ടു തീണ്ടിയിട്ടില്ലാത്ത ഒരു കുഞ്ഞിനെ പ്രസവിച്ച പാലൂട്ടില്ലാത്ത ഞാൻ എന്റെ മാറുകളിൽ നിന്നും എന്തോ ഒന്ന് ഉള്ളിൽ നിന്നും പുറപ്പെടാൻ വെമ്പുന്ന പോലെ.എന്തു ചെയ്യണം... അദ്ദേഹം എന്റെ അടുത്ത് വന്നു നിന്നു. പക്ഷേ ഇപ്പോഴും എന്റെ മുഖത്തോട്ട് ഒന്ന് നോക്കുന്നില്ല.മറ്റെങ്ങോക്കെ എങ്കിലും ഞാൻ അദ്ദേഹത്തെ തന്നെ നോക്കി നിന്നു.

കുട്ടികൾ എന്റെ കൈകളിൽ പിടിച്ചു കുലുക്കി

:" ആന്റി അബി എവിടെ? അവൻ എന്താ പറ്റിയെ ".

ഞാൻ :" മക്കളെ യുണ്ടല്ലോ നമ്മളെ വിട്ടു പോയി സ്വർഗത്തിലോട്ട് (ഞാൻ വിതുമ്പി)

അവർ :" സ്വർഗ്ഗത്തിലേക്കോ അതിന് കരയണോ? സ്വർഗ്ഗം നല്ലതല്ലേ?..

ഞാൻ :" ഹാ സ്വർഗം നല്ല സ്ഥലം. പക്ഷേ ഇനി നമുക്ക് അവനെ കാണാൻ പറ്റില്ലല്ലോ. ആട്ടെ! നിങ്ങൾ കളിക്കാൻ ഇറങ്ങിയതാണോ സന്ധ്യയായില്ലേ..മമ്മാ അവിടെ ഒറ്റക്കല്ലേ.

കുട്ടികൾ ചിരിച്ചുകൊണ്ട് മാവിന്റെ കൊമ്പിൽ കെട്ടിവെച്ച ഊഞ്ഞാലിൽ ഇരുന്ന് ആടാൻ തുടങ്ങി

നിമിഷം അദ്ദേഹം എന്നെ ഒരുപാട് മോട്ടിവേഷൻ ചെയ്തു.

ഭാവിജീവിതം ഭർത്താവ് മക്കൾ കൂട്ടത്തിൽ ഹോസ്പിറ്റൽ മാനേജ് ചെയ്യുന്നതും അങ്ങനെ എന്തൊക്കെയോ വിശദമായ ഒരു ക്ലാസ്. ഞാനാണെങ്കിൽ "എന്നോടോ", ബാല എന്ന ലാഘവത്തോടെ അദ്ദേഹത്തെ നോക്കിനിൽക്കെ. ഇപ്പോളും മുഖത്തോട്ട് നോക്കുന്നില്ല എന്തുകൊണ്ട് എന്നെനിക്കറിയില്ല അയാളുടെ മനസ്സ് മാനസികാവസ്ഥ ചോദിച്ചതുമില്ല. അത് ചോദിച്ചു കൂടാ. തെറ്റാണെന്ന് അറിയാം ഒരുപക്ഷേ സിംഗിൾ ആയിരുന്നെങ്കിൽ ഞാൻ ചോദിച്ചറിഞ്ഞേനെ. കൂട്ടത്തിൽ ജനിയുടെ ഉപ്പ കൊണ്ടുവന്ന പ്രൊപ്പോസ് അതാണ് സത്യത്തിൽ സബ്ജക്ട്.

വാകപ്പൂമരം പൂത്ത മത്ത് പിടിപ്പിക്കുന്ന ഗന്ധം അവിടെ എവിടെ നിന്നോ വീശുന്നു. അതിലും വലിയ മത്ത് പിടിപ്പിക്കുന്ന അഡിക്ഷനിലാണ് ഞാൻ ഈ നിൽക്കുന്നതും. അദ്ദേഹത്തിന്റെ മോട്ടിവേഷൻ ഒന്നുമല്ല എന്റെ ശ്രദ്ധ ഞാൻ ഇപ്പോഴും ആ കണ്ണുകളിലൂടെ ആഴ്ന്നിറങ്ങി പോയി. ഇന്നലെകളിൽ ഏതോ ഒരു മരുഭൂമണൽ തട്ടിൽ ഈ റന്നിലാവിന്റെ കുളിരിൽ ഒരായിരം പ്രണയ മധുരങ്ങൾ എന്നിലേക്കായി പകുത്ത് നൽകിയ ഒരു നിമിഷം ദൃശ്യം മനസ്സിലൂടെ കണ്ടുകൊണ്ട് എന്നാൽ സംസാരത്തിനിടയിൽ എന്നെ ഒരു നോട്ടം നോക്കിയാൽ അദ്ദേഹത്തിന് മനസ്സിലായി ആളെ പറഞ്ഞതൊന്നും കേട്ടിട്ടുമില്ല അറിഞ്ഞിട്ടുമില്ല വേറെ എവിടെയോ ആണെന്ന്. സൈക്കോളജി ഒക്കെ പഠിച്ചിട്ടുള്ള ആളല്ലേ അതുകൊണ്ടാകാം എന്റെ ചിന്തകൾ ഊഹിച്ചെടുക്കുന്നത്. അല്ലെങ്കിലും ഈ സന്ദർഭങ്ങളിൽ സൈക്കോളജിയുടെ ആവശ്യമില്ല

സ്വല്പം ബുദ്ധിയുള്ളവർക്ക് മനസ്സിലാകും. പറഞ്ഞിട്ട് കാര്യമില്ല എന്ന മട്ടിൽ മക്കളെയും കൊണ്ട് മുറിയിൽ പോകാൻ അദ്ദേഹം ഒരുങ്ങി. എന്നാൽ മക്കൾക്ക് അവിടെ വിട്ടു പോകാൻ ഇപ്പോൾ താൽപര്യമില്ല അവർക്ക് കുറച്ചുകൂടി കളിക്കണം. ഞാൻ അദ്ദേഹത്തോട് പറഞ്ഞു:" സാർ പൊയ്ക്കോളൂ മക്കളെ ഞാൻ അല്പസമയം കഴിഞ്ഞ് അങ്ങോട്ടേക്ക് എത്തിച്ചേക്കാം ഞാനും ആ ഫ്ലോറിലേക്ക് ആണല്ലോ വരുന്നത് ".

അദ്ദേഹം മറുത്ത് പറയാതെ മക്കളെ അവിടെ വിട്ടിട്ട് പോകാൻ ഒരുങ്ങി രണ്ടടി മുന്നോട്ടു നടന്നതും അദ്ദേഹം എന്നെ ഒന്ന് തിരിഞ്ഞു നോക്കി ഓർമിപ്പിച്ചു :"ഷബ്ന നിർബന്ധിച്ചത് കൊണ്ടാണ് ഇപ്പോൾ നിങ്ങളോട് പറഞ്ഞത്. ഒന്നും ശ്രദ്ധിച്ചിട്ടില്ല എന്നറിയാം. അതാ സംസാരം നിർത്തിയത്,പിന്നെ ഇന്നലെ എന്നോട് പറഞ്ഞതൊന്നും അവൾ അറിയരുത് അറിയാലോ ഇപ്പോ തന്നെ അവളുടെ മാനസികാവസ്ഥ".(ഞാനൊന്നും പറഞ്ഞില്ല മൗനമായി തലകുനിച്ച് അവിടെ നിന്നും ജീവിതത്തിൽ ആദ്യമായി ഒരാളുടെ മുൻപിൽ തെറ്റുപറ്റിയെന്ന് കുനിക്കേണ്ടി വന്നു ഞാൻ ഏറ്റവും കൂടുതൽ ആഗ്രഹിക്കുന്ന ആളുടെ മുൻപിൽ.)

അദ്ദേഹം പോയി കഴിഞ്ഞപ്പോൾ മക്കൾ ഒരുപാട് കാര്യങ്ങൾ എന്നോട് സംസാരിച്ചു മുൻപ് ശബനം പറഞ്ഞ പോലെ :" ഉപ്പയ്ക്ക് ദേഷ്യം കൂടുതലാണ് ഉമ്മയ്ക്കും അങ്ങനെ തന്നെ ആയിരുന്നു. പലപ്പോഴും ഉപ്പയോടുള്ള ദേഷ്യത്തിന് ഞങ്ങളെ അടിക്കുമായിരുന്നു".

അങ്ങനെ അവരുടേതായ സങ്കടങ്ങൾ പരാതികൾ ഇപ്പോൾ ഈ ഒരു അവസ്ഥ മാറി ഇവിടെ വന്നപ്പോൾ ഉപ്പ് കൂടെ തന്നെയുണ്ട്.ഇതുവരെ പുറത്തെടുക്കാൻ മടിച്ച സ്നേഹം നുകർന്നുകൊണ്ടിരിക്കുന്നു രണ്ടു കുഞ്ഞുങ്ങൾക്കും ഭാര്യക്കും.

ഞാൻ അപ്പോൾ ചിന്തിച്ചു ഇവിടുന്ന് പോയ ശേഷം അവൾക്ക് എന്തെങ്കിലും സംഭവിക്കുകയാണെങ്കിൽ തന്നെ ഈ മക്കളെ ഞാൻ പൊന്നുപോലെ നോക്കും. അദ്ദേഹം ആഗ്രഹിക്കുന്ന രീതിയിലുള്ള ഭാര്യയായി. നോ ഞാൻ ഇങ്ങനെയൊന്നും ചിന്തിച്ചു കൂടാ..വാട്ട് എ സ്റ്റുപ്പിഡിറ്റി. ഒരുപാട് ഡോക്ടേഴ്സ് എന്റെ തിയറി ഫോളോ ചെയ്ത് ഒരു പ്രതിഫലവും ഇച്ഛരിക്കാതെ പ്രവർത്തിക്കുന്ന ഒരു സ്ഥലമാണിത്. ദൈവത്തിന്റെ കയ്യൊപ്പ് ആയുസ്സിന്റെ പുസ്തകത്തിൽ

രേഖപ്പെടുത്തുമെങ്കിൽ അതിവിടെ വച്ചായിരിക്കും. അതാണല്ലോ എല്ലാവരുടെയും വാദം. അത്രയ്ക്ക് ദൈവീകത നിറഞ്ഞ നിൽക്കുന്ന ഒരു ഇടമായാണ് ആളുകൾ ഇവിടെ കാണുന്നത് തന്നെ. എന്റെ ഈ മോശം ചിന്താഗതി ദൈവമേ ഒരു കുഞ്ഞു ജീവൻ ഇവിടെ വച്ച് പൊഴിഞ്ഞു പോയത് ഞാൻ ഓർക്കുന്നു എന്റെ കണ്ണുനീർ അടക്കാൻ കഴിയാതെ ഞാനാ മക്കളെയും കൂട്ടി മുകളിലേക്ക് പോകാൻ ഒരുങ്ങി. പക്ഷേ അവർക്കൊരു വാശി റൂമിൽ ഇപ്പൊ പോണ്ട അവർക്ക് നല്ല മടുപ്പുണ്ട് ഞാനവരെയും കൂട്ടി കുട്ടികളുടെ വാർഡിലേക്ക് പോയി അവിടെ ഇവിടെ ഇവരെയും കൂട്ടി ചെല്ലാറുണ്ട് വേദനകൊണ്ട് പുളയുന്ന ആ കുഞ്ഞു മക്കളെ കാണുമ്പോൾ. ജങ്ക് ഫുഡ് ഒക്കെ മാറ്റി ഇവരിപ്പോൾ നല്ല മക്കളായിട്ടുണ്ട്. പതിവുപോലെ ഞങ്ങൾ വാതിൽ ചെന്നപ്പോൾ കുട്ടികളുടെ മുഖത്ത് ചെറിയൊരു പുഞ്ചിരി വിടർന്ന് മോന്റെ കുറവ് അവിടെ ഉണ്ടെങ്കിലും ഞാനത് പരിഹരിക്കാൻ വേണ്ടി കുറച്ചുനേരം അവിടെയിരുന്നു കുട്ടികൾക്ക് കഥകളും തമാശകളും പറഞ്ഞുകൊടുത്തു എന്നെക്കൊണ്ടാക്കും വിധം എന്റർടൈൻ ചെയ്തു കൊടുത്തു. സന്ധ്യ കഴിഞ്ഞപ്പോൾ ഞാൻ മക്കളെ തിരികെ റൂമിൽ ആക്കാൻ പുറപ്പെട്ടു എനിക്ക് നമസ്കാരം ഓഫീസിൽ തന്നെ അങ്ങനെ അല്പനേരം കഴിച്ചുകൂട്ടി കുറച്ചുനേരം ഞാൻ എന്റെ ക്യാബിനിൽ ടേബിളിൽ ഇങ്ങനെ കണ്ണുകൾ അടച്ച് കിടക്കുന്ന സമയം എമർജൻസി അടിക്കുന്നത് കേട്ട് ചാടി എഴുന്നേറ്റു പുറത്തേക്കോടി. ഷബ്നയുടെ മുറിയിൽ നിന്നാണ് എവിടെ നിന്നൊക്കെയോ നഴ്സുമാരും ഡോക്ടർമാരും പാഞ്ഞു വന്നു. അവളുടെ അവസ്ഥ ഗുരുതരമായിരിക്കുകയാണ്. പെട്ടെന്ന് സർജറി ചെയ്യാതെ പറ്റില്ല. സ്ട്രക്ചറിൽ ശബ്ദയെ കിടത്തി എത്രയും പെട്ടെന്ന് ഓപ്പറേഷൻ തീയേറ്റർ പാഞ്ഞു എല്ലാവരും. ഇങ്ങനെയൊക്കെയോ ഓടിപ്പിടഞ്ഞ് ഞാൻ ഓപ്പറേഷൻ തീയേറ്ററിന് മുൻപിൽ ചെന്നു. കുട്ടികൾ രണ്ടുപേരും പേടിച്ച് നിലവിളിക്കുകയാണ്. എന്ത് ചെയ്യണമെന്ന് അറിയാതെ അദ്ദേഹം ഓടിവന്ന് എന്റെ കൈകൾ ചേർത്തുപിടിച്ചു അദ്ദേഹത്തിന്റെ നെഞ്ചിൽ അമർത്തിക്കൊണ്ട് പൊട്ടിക്കരഞ്ഞു:" അകത്ത് കിടക്കുന്നത് എന്റെ ജീവിതമാണ് എന്റെ ജീവന്റെ പാതിയാണ് നിങ്ങളെ ഏൽപ്പിച്ചിരിക്കുന്നു തിരിച്ചു തരില്ലേ "...

അദ്ദേഹത്തിന്റെ ആ ചോടി സ്പർശം.

ജീവിതത്തിൽ ആദ്യമായി ഒരു പുരുഷന്റെ സ്പർശം അതും ഞാൻ ആഗ്രഹിച്ച പുരുഷൻ സ്വന്തം ജീവിത സജിക്ക് വേണ്ടി യാചിക്കുന്ന അദ്ദേഹത്തെ ആശ്വസിപ്പിക്കാൻ എനിക്കിവിടെ നേരമില്ല ഞാൻ പറഞ്ഞു "കൂൾ..മക്കളെ നോക്ക് അവർ പേടിച്ചിരിക്കുകയാണ്"ബി,പേഷ്യന്റെ ."

ശേഷം ഞാനാ മക്കൾക്ക് നേരെ ചെന്നു :" ഇത് എന്റെ വാക്ക് മോന് സംഭവിച്ച പോലെ ഒരിക്കലും സംഭവിക്കില്ല എന്റെ ജീവൻ കൊടുത്തതാണെങ്കിലും നിങ്ങളുടെ ഉമ്മാനെ ഞാൻ തിരിച്ചുപിടിക്കും കരയല്ലേ മക്കളെ ആന്റി ചെല്ലട്ടെ പ്രാർത്ഥിക്ക് ".

ബിസ്മി പറഞ്ഞ് ഞാൻ സർജറി തുടങ്ങി.ഞങ്ങളുടെ പ്രയത്നം ഫലിച്ചു,വളരെ നല്ല രീതിയിൽ തന്നെ സർജറി കഴിഞ്ഞു. യാതൊരു തടസ്സങ്ങളും നേരിട്ടില്ല.ആദ്യമായി സർജറി ചെയ്യുമ്പോൾ പോലും ഇത്രക്ക് പ്രഷർ ഞാൻ അനുഭവിച്ചിട്ടില്ല. ഇത്രയ്ക്ക് പ്രാർത്ഥിച്ചിട്ടുമില്ല അത്രയ്ക്ക് ഡീപ് വികാരമാണ്,പറഞ്ഞറിയിക്കാൻ കഴിയാത്ത ഇമോഷൻസ്.തഹജ്ജുദ് നിസ്കാരം വരെ ഞാൻ അവൾക്ക് വേണ്ടി മുടങ്ങാതെ ചെയ്യാറുണ്ട്.സർജറിക്ക് ശേഷം ഒബ്സെർവേഷൻ കിടത്തിയ അവളെ ഞാൻ ഒരു ചില്ലുപാളികൾക്കിടയിലൂടെ അദ്ദേഹത്തിന് കാണിച്ചുകൊടുത്തു. സന്തോഷം കൊണ്ട് ആ കണ്ണുകൾ നിറഞ്ഞൊഴുകുന്നു. സക്സസ് എന്ന രീതിയിൽ കൈവിരൽ ഉയർത്തിക്കാട്ടിയ ചിരിച്ച എന്നെ ശ്രദ്ധിച്ചതേയില്ല. പ്രാണസഖിയുടെ ഈ വരവസ്ഥ അങ്ങേയറ്റം വേദനിച്ചിട്ടാണ് നാളുകൾ അത്രയും അദ്ദേഹം താണ്ടി പോയത്.ഞാനാണെങ്കിൽ ആ ഒരു നിമിഷം എന്നെ തന്നെ മറന്നു കണ്ണിൽ നിന്നും വാർന്നൊലിക്കുന്ന എന്റെ കണ്ണുതുള്ളികൾ പോലും തുടയ്ക്കാൻ നിൽക്കാതെ അദ്ദേഹം നിൽക്കുന്നിടത്തേക്ക് നടന്നു നീങ്ങി.എന്നെ കാണുന്നില്ല എങ്കിലും ആ ചുവരെ ഒരു വാതിലിന്റെ അപ്പുറം ഞാനും അപ്പുറം അദ്ദേഹവും ചാരി നിൽക്കുന്നുണ്ട് അപ്പുറം നിൽക്കുന്ന അദ്ദേഹത്തെ സഹായത്തോടെ നോക്കി നിന്നു കൈവിരൽ വാതിലിൽ ചേർത്തുപിടിച്ചുകൊണ്ട് അപ്പുറം അദ്ദേഹം സ്വന്തം ഭാര്യയെ നോക്കുന്നു.ഇവിടെ ഞാൻ അദ്ദേഹത്തെയും നോക്കി നിൽക്കുന്നു.

ഓഫീസ് കാര്യങ്ങളിലോ മറ്റു വർക്കുകളിലോ ഒന്നും തന്നെയല്ല എന്റെ ശ്രദ്ധ. ശബന റിക്കവറി ആകുന്നതുവരെ ഊണും

ഉറക്കവുമില്ലാതെ അവളുടെ കൂടെ തന്നെ അവൾക്കാഹാരം കൊടുത്തു ശരീര വൃത്തിയാക്കി കൊടുത്തു ഒരു കൂടപ്പിറപ്പ് പോലെ. അവർക്കിടയിലുള്ള എന്റെ ഈ പ്രസൻസ് പലപ്പോഴും അദ്ദേഹത്തിന് അലോസരപ്പെടുത്തുന്നുണ്ടെന്ന് എനിക്കറിയാം. ഞാൻ അതൊന്നും കാര്യമാക്കുന്നില്ല. എന്റെ ഒരു നിമിഷത്തെ ശ്രദ്ധക്കുറവ് കൊണ്ട് അവൾക്കൊന്നും സംഭവിക്കരുത് മറ്റൊന്നും ആഗ്രഹിക്കുന്നില്ല. അദ്ദേഹത്തിനും കുടുംബത്തിനും നല്ലത് മാത്രം നേരുന്നു. എന്റെ ശ്രദ്ധക്കുറവ് മൂലം എന്തെങ്കിലും അത്യാഹിതം അവൾക്കുണ്ടായ പിന്നെ അതോർത്ത് പശ്ചാത്തപിക്കാൻ വയ്യ. ഒരു മരണം തന്നെ കണ്ട് കണ്ണ് നിന്നതിന്റെ റിക്കവറി ആയിട്ടില്ല. പലപ്പോഴും മനസ്സിന്റെ ബലം കൊണ്ടാകും പലർക്കും വേഗം ഇവിടുന്ന് സുഗൻ പ്രാപിക്കുന്നത് ഇവിടെ എത്തിയ എല്ലാം ശരിയാകും എന്ന് ഉള്ളിൽ നിറഞ്ഞ വിശ്വാസം നാം ചിന്തിക്കുന്നതാണ് ജീവിതത്തിൽ സംഭവിക്കുക എന്ന് പഠിച്ചിട്ടുണ്ട് ഒരു പോസിറ്റീവ് ഇനിയൊരു മരണം കൂടിയായ ജനങ്ങൾക്കിടയിൽ നഷ്ടപ്പെടും അതും മറ്റൊരു കാരണമാണ്.

ഇടയ്ക്ക് എപ്പോഴോ ക്ഷീണം കൊണ്ട് ഒന്നുറങ്ങി പോയ ഞാൻ പെട്ടെന്ന് കണ്ട കാഴ്ച എന്റെ നേർക്ക് വരുന്ന പുകപടലങ്ങൾ മാലാഖമാർ അവർ ശബ്ദയെയും കൊണ്ട് ദൂരേക്ക് പറന്നു പോകുന്നു. ഞാൻ ഭയന്നുകൊണ്ട് ചാടി എഴുന്നേറ്റു ഇതൊരു സ്വപ്നമാണ് വെറുതെയല്ല പണ്ടുള്ളവർ ആ സമയത്ത് കിടന്നുറങ്ങരുത് എന്ന് പറയുന്നത് എന്നാലും ഞാൻ അവളുടെ ചെക്ക് ചെയ്തു നോക്കി ഒന്നും സംഭവിച്ചിട്ടില്ല.

അധികം വൈകാതെ ശബ്നയെ റൂമിലോട്ട് മാറ്റി ഇനിയും ഇവർക്കിടയിൽ കട്ടുറുമ്പ് ആകാൻ ഞാൻ ഉദ്ദേശിക്കുന്നില്ല. അവരുടെ മുറിയിൽ നിന്നും പുറത്തിറങ്ങി ഡോർ അടച്ചു സ്വൽപനേരം അവർ രണ്ടുപേരും തനിച്ചിരിക്കട്ടെ. ഞാനെന്തിന് ആ കൊച്ചു കുടുംബത്തിനിടയിൽ വെറുതെ.... 5 മിനിറ്റ് കഴിഞ്ഞതും കുട്ടികൾ എന്റെ അടുത്തേക്ക് വന്നു. ഞാനവരെയും കൂട്ടി എന്റെ മുറിയിലേക്ക് പോയി. കുട്ടികൾക്ക് രണ്ടുപേർക്കും ഓരോ ജ്യൂസ് കാൻഡിനി ലേക്ക് വിളിച്ചു പറഞ്ഞു. ഒരു പസിൽ ഗെയിം കൊടുത്തിട്ട് അവരെ അവിടെ ഇരുത്തി ഞാൻ തനിച്ചൊരിടത്തിരുന്നു. നൈരാശ്യമോ എന്തോ ഒരുതരം വേദന എന്റെ ചങ്കിൽ തോന്നുന്നു. എന്നാലും മനസ്സു

പറഞ്ഞു അവർക്ക് ഇനി സ്വല്പം റൊമാൻസ് ഫ്ലോർ പോലെ തന്നെ ട്രയാങ്കിൾ ലൗ സ്റ്റോറി ആണ് ഇവിടെ ഇപ്പോൾ താമസിക്കുന്നവരുടേത് അങ്ങനെ ഓരോന്നും ചിന്തിച്ച് ബാൽക്കണിയിൽ റോസാച്ചെടിയുടെ പൂക്കളും തലോടി അങ്ങനെ നിന്നു.

ഇപ്പോൾ ശബ്നം പൂർണ്ണ ആരോഗ്യവതിയായി ഇന്ന് ഹോസ്പിറ്റലിൽ നിന്നും ഡിസ്ചാർജ് ആണ്. രാവിലെ റൗൺസിലിറങ്ങിയ എനിക്ക് പതിവില്ലാതെ ആ നേരത്ത് അച്ചു കോൾ ചെയ്യുന്നു ഞാൻ അമ്പരന്നു.

അച്ചു :" ഹലോ മമ്മ ഞങ്ങൾ നാട്ടിലെത്തി. എയർപോർട്ടിൽ എത്തി നെടുമ്പാശ്ശേരിയിൽ ആണിപ്പോൾ.

(എനിക്ക് സന്തോഷമടക്കാൻ ആവുന്നില്ല ഫോൺ ഹാഷിം വാങ്ങി)

ഹാഷിം :" അതീബാ ഞങ്ങൾ എയർപോർട്ടിൽ നാട്ടോ ഫാമിലി ആയിട്ട് ".

ഞാൻ :" ഇങ്ങോട്ട് മോനെ കൊണ്ടുവരാമോ? "

ഹാഷിം :" ബെസ്റ്റ് എന്തായാലും ക്വാറന്റീൻ കഴിയട്ടെ ഒരു ഡോക്ടർ തന്നെ ഇത് പറയണം സ്വന്തം കാര്യം വന്നപ്പോൾ ഹോസ്പിറ്റലിന്റെ സംരക്ഷണം മറന്നോ?. "

ഞാൻ :" അല്ല അതിപ്പോ പ്ലസൻ സർപ്രൈസ് ആയപ്പോൾ.. എന്താ പറയാ ഒരു വാക്കുപോലും പിന്നെ പറഞ്ഞില്ലല്ലോ".

ഹാഷിം :" പറഞ്ഞതല്ലേ അസുഖം മാറിയപ്പോൾ ഉടൻ നാടുപിടിക്കുന്നു എല്ലാം പെട്ടെന്ന് ഒക്കെ ആവുകയും ചെയ്തു അൽഹംദുലില്ല ഓക്കേ വീട്ടിൽ ചെന്നിട്ട് വിളിക്കാം "

(ഫോൺ കട്ട് ചെയ്തു ഞാൻ മെല്ലെ റൗണ്ട്സിന് പോകാൻ യൂണിഫോം ഇട്ട് റെഡിയായി പുറത്തേക്ക് ഇറങ്ങി).

അദ്ദേഹം ഫാമിലിയായി തിരിച്ചു നാട്ടിലേക്ക് മടങ്ങാനുള്ള പാക്കിങ്ങിൽ ആണ്. എനിക്ക് റൗണ്ട്സിന് പോകാൻ എന്തോ ഇപ്പോൾ തോന്നുന്നില്ല. അവർ പോയി കഴിയട്ടെ അല്ലെങ്കിൽ അന്നേരം കാണാൻ കഴിഞ്ഞില്ലെങ്കി ഒരുപക്ഷേ.. അങ്ങോട്ടു ഇപ്പോ കയറി ചെല്ലാനും ഒരുതരം ഈഗോ പോലെ. അപ്പോഴാണ് കോറിഡോറിന്റെ

ജനലിനടുത്ത് നിന്നുകൊണ്ട് ചിന്തിച്ചത്.കഴിഞ്ഞദിവസം, ഇന്നലെ രാത്രി സ്വപ്നത്തിൽ അദ്ദേഹം വന്നിട്ട് പോകുന്ന നേരം പതിവില്ലാതെ എന്നോട് യാത്ര പറഞ്ഞു ദൂരേക്ക് പോയി.സാധാരണ അങ്ങനെയല്ല,ഞാനായിട്ട് ഞെട്ടി എഴുന്നേൽക്കുമ്പോൾ ആണ് സ്വപ്നമാണെന്ന് തന്നെ ഓർമ്മ വരുന്നത്. ഉണരുന്നത് വരെ അദ്ദേഹം കൂടെയുണ്ടാകും. പകുതിക്ക് വെച്ച് ഞാനായിട്ട് നിൽക്കുകയാണ്. ഒരുപക്ഷേ ഇന്ന് ഇവർ പോയാൽ പിന്നെ സ്വപ്നത്തിൽ പോലും ഒരിക്കലും വരില്ല എന്നാണോ?. എനിക്ക് കഴിയില്ല അത്രയ്ക്ക് അസ്ഥിക്ക് പിടിച്ചു പോയി

(ഞാൻ ആശയകുഴപത്തിലായി).

എന്റെ മുന്നിലേക്ക് അദ്ദേഹം നടന്നു വരുന്നുണ്ട്. കയ്യിൽ ഒരു പൊതി ലഡുവും ഉണ്ട്.എന്റെ എല്ലാ സങ്കടങ്ങളും ഉള്ളിൽ ഒതുക്കി ഞാൻ പുഞ്ചിരിച്ചു.ഒരായിരം കണ്ണുനീർ ധാരധാരയായി മനസ്സിൽ വാർന്നൊലിക്കുന്നുണ്ട്. എങ്കിലും ഞാൻ എന്റെ വേദന മറച്ചുവെച്ചു.എന്തിന് വെറുതെ.

അദ്ദേഹം :"എത്ര നന്ദി പറഞ്ഞാലും മതിവരില്ല അത്രയ്ക്ക് കമ്മിറ്റ്മെന്റ്സ് ഉണ്ട്. എനിക്ക് തിരിച്ചു തന്നത് എന്റെ ജീവിതമാണ്.പകരം എന്ത് തന്നാലും അതിന് തുല്യമാകില്ല,എന്ത് തന്നാലും മതിവരില്ല.എനിക്കു മക്കൾക്കും അവളില്ലാതെ ജീവിക്കാൻ കഴിയുകയില്ല. സത്യം പറഞ്ഞ ജോലിത്തിരക്ക് മൂലം അവളെ ശ്രദ്ധിക്കാൻ അവളുടെ കൊച്ചു കൊച്ചു കാര്യങ്ങൾ കേൾക്കാനോ ഒപ്പം സമയം ചിലവഴിക്കാനോ ഞാൻ ശ്രദ്ധിച്ചതേയില്ല.ഇപ്പോഴാണ് അവൾ എനിക്ക് എത്ര പ്രിയപ്പെട്ടവളാണെന്ന് മനസ്സിലായത്. "

ഞാൻ :" അപ്പോൾ ഇതും ദൈവം നിങ്ങൾക്ക് തന്ന ഒരു പാഠമാണ് അല്ലേ".

അദ്ദേഹം :" ഹാ ആയിരിക്കാം ഞങ്ങളിപ്പോൾ നേരെ ചെല്ലുന്നത് അവളുടെ വീട്ടിലേക്കാണ് രണ്ടുദിവസം അവൾ അവിടെ റസ്റ്റ് എടുക്കട്ടെ എനിക്കും കുറച്ചു വർക്സ് കമ്പ്ലീറ്റ് ചെയ്യാനുണ്ട് ഇൻസ്റ്റിറ്റ്യൂട്ട് ഒക്കെ തുറന്നു പ്രവർത്തിച്ചു തുടങ്ങി ഓഫീസിൽ പോകേണ്ടതുണ്ട് തിരക്കൊക്കെ കഴിഞ്ഞിട്ട് അവളെ തിരികെ കൊണ്ടുവരുന്നുള്ളൂ".

ഞാൻ :" തിരക്കൊഴിയാൻ ഒന്നിനും കാത്തു നിൽക്കരുത് ചെറിയ സന്തോഷമാണെങ്കിൽ പോലും കെട്ടുന്നത് ചെറിയ എല്ലാ ഇവൻസും സെലിബ്രേറ്റ് ചെയ്യണം. ലൈഫ് എന്ന് പറഞ്ഞ ഇതാ ഇത്രയേ ഉള്ളൂ. ഇനീം ഒരു പാഠം പഠിക്കാൻ ഇട വരരുത്.പിന്നെ എപ്പോഴും മാസ്ക് വയ്ക്കണം ഫുഡിന്റെ കാര്യം ശ്രദ്ധിക്കണം എപ്പോഴും ക്ലീൻ ആൻഡ്ഹൈജീനിക് ആകണം സാനിറ്റൈസർ ഹാൻഡ് ബാഗിൽ മസ്റ്റ് ആണ് . പ്രത്യേകം പറയണം തൽക്കാലം അധികം ജോലികൾ ഒന്നും ചെയ്യിക്കണ്ട ഇവിടെനിന്ന് പോയാലും പാലിക്കേണ്ട ഇൻസ്ട്രക്ഷൻ താഴെ ഡോക്ടർ തന്നിട്ടില്ലേ ടേക്ക് കെയർ ".

(ഞാൻ സ്വരം ഇടറിക്കൊണ്ട് പറഞ്ഞു ഒരുപക്ഷേ എന്റെ വേദനകൾ കാണുമായിരിക്കും.)

ഞാൻ :" അവര് പ്രസവം നിർത്തിയോ"?.

.അദ്ദേഹം :" ഇല്ല,എന്താ..എന്തെങ്കിലും?"

ഞാൻ :" ഹേ ഞാൻ ചുമ്മാ അറിയാൻ വേണ്ടി ചോദിച്ചെന്നേയുള്ളു ".

ശബ്നം കുട്ടികളെ രണ്ടുപേരെയും രണ്ട് കൈകളിൽ പിടിച്ചുകൊണ്ട് എന്റെ നേർക്ക് വന്നു.

:" അല്ല നിങ്ങൾ ലഡു കൊടുത്തില്ലേ പോണ്ടേ നമുക്ക്".?... "

അദ്ദേഹം ലഡു എന്റെ നേർക്ക് നീട്ടി ഞാനൊരു എണ്ണം എടുത്തു" താങ്ക്യൂ ".

അവർ എന്നോട് യാത്ര പറഞ്ഞുകൊണ്ട് സ്വന്തം ജീവിതത്തിലേക്ക് നടന്നു നീങ്ങി പോകുന്നതിനിടയിൽ സ്വപ്നം പുറകിൽ തിരഞ്ഞു വിളിച്ചുപറഞ്ഞു" ജിനി എന്റെ അടുത്ത് വരുമ്പോൾ ഞാൻ വിളിക്കാനുണ്ട ട്ടോ പിന്നെ കല്യാണത്തിന് ഞങ്ങളെ വിളിക്കണം ".

ഞാൻ അവർക്ക് റ്റാറ്റ കൊടുത്തു.കുട്ടികൾക്ക് ഒരിക്കൽക്കൂടി ഉമ്മ കൊടുത്തു.അവർ നടന്നു നീങ്ങി ലിഫ്റ്റിലൂടെ താഴേക്ക് പോയിക്കൊണ്ടിരിക്കുന്നു. ഞാൻ ജനലിലൂടെ പുറത്തേക്ക് നോക്കി,ധാരാളം വണ്ടികൾ വന്നിരിക്കുന്നു പുറത്തുനിന്നും.രോഗികൾ വന്നുതുടങ്ങി കൊറോണ വാക്സിനേഷനും മറ്റും എടുത്തു തുടങ്ങിയപ്പോൾ എല്ലാവരും ഓപ്പൺ ചെയ്തു തുടങ്ങി സ്ഥാപനങ്ങൾ. കൂട്ടത്തിൽ ഞങ്ങളും.അതിന്റെ തിരക്ക് ബി ബ്ലോക്കിലും ഡി ബ്ലോക്കിലും കാണുന്നുണ്ട്. ഇപ്പോഴും ക്യാൻസർ പേഷ്യൻസ് ഒൺലി

എ ബ്ലോക്ക്.

പക്ഷേ എനിക്ക് അതൊന്നും അല്ല കാര്യം.അവർ നടന്നു നീങ്ങുന്തോറും എന്റെ ശരീരത്തിൽ നിന്നും ആരോ ആത്മാവ് പറിച്ചെടുക്കുന്ന പോലെ ഒരുതരം വേദന. ഏതോ ഗാന്ധിക വലയത്തിൽ നിന്നും വേർപ്പെടുന്ന,അറിയിക്കാൻ കഴിയാത്ത ഒന്ന്.പെട്ടെന്നാണ് എന്റെ മനസ്സ് പറയുന്നത് :"അരുത്,അദ്ദേഹത്തെ പോകാൻ അനുവദിച്ചുകൂടാ.അദ്ദേഹം ഇല്ലാതെ എനിക്ക് പറ്റില്ല". ഒരു നിമിഷം ഞാനൊന്നും ചിന്തിച്ചില്ല പരിസരബോധം പോലുമില്ലാതെ കയ്യിലുള്ള ലഡു എങ്ങോട്ടോ എറിഞ്ഞുകൊണ്ട് ഞാൻ ഓടി താഴേക്ക്.ഒരു നിമിഷം ഞാൻ എന്റെ പൊസിഷൻ, സിറ്റുവേഷൻ എല്ലാം മറന്നു ഓരോ...പടിക്കെട്ടുകളിലൂടെ തിടുക്കത്തിൽ ഇറങ്ങിയോടി.ലിഫ്റ്റ് ഉണ്ടായിരുന്നിട്ടും. അങ്ങനെ ഓടി തളർന്ന കിതച്ചുകൊണ്ട് ഹോസ്പിറ്റലിൽ മുന്നിലെത്തി. അപ്പോഴേക്കും അദ്ദേഹം കാറിൽ കയറി. വണ്ടി സ്റ്റാർട്ട് ആക്കി പോകുന്ന അവരുടെ പുറകെ ഓടുന്ന ഞാൻ,ശബ്ദമോ വാക്കുകളോ കിട്ടാതെ ഞാനും ഓടി. ഗേറ്റിനപ്പുറം ഞാൻ എത്തിയതേയുള്ളൂ,,,അവരുടെ കാർ ദൂരേക്ക് പോയി മറഞ്ഞു. ഓടിമറയുന്ന അവരുടെ വണ്ടി നോക്കി എന്തോ , അലതല്ലി ഒഴുകുന്ന കണ്ണുനീരിനാൽ എന്റെ ഹൃദയം പൊട്ടുന്ന വേദന. മനസ്സ് നിലച്ച പോലെ കണ്ണുകളിൽ കൂരിരുട്ട് പടർന്നു തുടങ്ങി. ശരീരം സ്വന്തം ഇച്ഛകൾക്ക് വഴങ്ങുന്നില്ല, കുഴഞ്ഞു പോകുന്ന പോലെ, ചുറ്റിനും എന്തോ സംഭവിക്കുന്നതെന്ന് ഒരു പിടിയുമില്ല.ഒരു മൂളൽ മാത്രം. ചെവി രണ്ടും കൂട്ടിയടക്കുന്നു.അവസാനമായൊന്ന് മാത്രം കേട്ടു. ആരോ വിളിച്ചു പറയുന്നു

:"ഓടിവരണേ.....അതീബാ..മേം കുഴഞ്ഞുവീഴുന്നു, ആരെങ്കിലുമോടി വരണേ..."

ആരൊക്കെയോ ചേർന്ന് എന്നെ എങ്ങോട്ടോ എടുത്തു കൊണ്ടുപോകുന്ന പോലെ,കാതിലൂടെ എന്തൊക്കെയോ ബഹളങ്ങൾ ചെറുതാണെങ്കിലും കേൾക്കുന്നു. അതും ഒരു മൂളൽ പോലെ.

ജീവൻ ഇനിയും ബാക്കിയുണ്ടോ?,ഇതെന്റെ മരണമാണോ അറിയില്ല.

ഒന്നറിയാം

എനിക്ക് പകരമായി എന്റെ പ്രിയപ്പെട്ട ആത്മസുഹൃത്ത്. അവളുടെ പ്രിയപ്പെട്ട കൂട്ടുകാരി.അതിലുപരി ഞാൻ അറിയാതെ സ്നേഹിച്ചു പോയ ആണൊരുത്തന്റെ പ്രിയസഖി. അവളുടെ ആയുസ്സിനുവേണ്ടി പകരം ഞാൻ എന്റെ ഇനിയുള്ള ആയുസ്സ് പടച്ചവനോട് എടുത്തുകൊള്ളാൻ പറഞ്ഞിരുന്നു, ഓപ്പറേഷൻ തീയേറ്ററിൽ ജീവനുവേണ്ടി പിടയുന്ന അവളുടെ മുന്നിൽ വച്ച്.

അറിയില്ല

എന്റെ ഓർമ്മകൾ പതുക്കെ മാഞ്ഞു പോകുന്ന പോലെ.

തുടിപ്പുകൾ മാത്രം ബാക്കി നിൽക്കെ.....

(അവസാനിച്ചു).

നന്ദി

എല്ലാവർക്കും ഒരായിരം നന്ദി

www.ingramcontent.com/pod-product-compliance
Lightning Source LLC
LaVergne TN
LVHW040433051026
849517LV00002B/584
* 9 7 9 8 8 8 9 0 9 2 0 1 8 *